Kanji and Vocabulary for Nursing Care

介護・看護の漢字とことば

Chữ Hán và từ vựng trong ngành Điều dưỡng, Hộ lý.

アークアカデミー編・著

N1
N2
レベル編

三修社

【はじめに】

本書《ほんしょ》は介護《かいご》や看護《かんご》に関《かん》する漢字《かんじ》やことばを学習《がくしゅう》する本《ほん》です。本《ほん》シリーズには、『N4 レベル編《へん》』『N3 レベル編《へん》』があります。本書《ほんしょ》『N1・N2 レベル編《へん》』では、N1・N2 レベル相当《そうとう》の漢字《かんじ》の中《なか》から、介護《かいご》・看護《かんご》に関連《かんれん》した漢字《かんじ》400 字《じ》と約《やく》1500 のことばを掲載《けいさい》しました。基礎的《きそてき》な漢字《かんじ》の知識《ちしき》がある方《かた》であれば、既《すで》に介護《かいご》・看護《かんご》の現場《げんば》で就労《しゅうろう》している方《かた》にもこれから就労《しゅうろう》する方《かた》にもご活用《かつよう》いただけます。

【本書《ほんしょ》の特長《とくちょう》】

漢字《かんじ》やことばをテーマに関連《かんれん》づけて覚《おぼ》えることができる

掲載漢字《けいさいかんじ》は介護《かいご》・看護《かんご》にまつわるテーマごとに分類《ぶんるい》されています。各章《かくしょう》の扉《とびら》や「クイズ」、「知《し》っトク」もテーマに合《あ》わせ、イラストを豊富《ほうふ》に用《もち》いて作成《さくせい》しました。ことばをイメージしたりテーマについて考《かんが》えたりすることで、漢字《かんじ》やことばをばらばらに暗記《あんき》するのではなく、漢字《かんじ》とことばを結《むす》び付《つ》け、意味《いみ》のまとまりをもって覚《おぼ》えることができます。

漢字《かんじ》に苦手意識《にがていしき》を持《も》つ方《かた》にも取《と》り組《く》みやすい

非漢字圏《ひかんじけん》の方《かた》も学《まな》びやすいように、漢字《かんじ》には全《すべ》てルビを振《ふ》りました。正確《せいかく》な理解《りかい》を促《うなが》すために、ことばと例文《れいぶん》に英語《えいご》とベトナム語《ご》の訳《やく》をつけました。また、漢字《かんじ》は難易度順《なんいどじゅん》ではなく、各章《かくしょう》に関係《かんけい》あることばを使用頻度《しようひんど》の高《たか》いものから効率的《こうりつてき》に勉強《べんきょう》できるように掲載《けいさい》されています。そのため、本書《ほんしょ》は、１章《しょう》から順《じゅん》に勉強《べんきょう》することもできますし、興味《きょうみ》のある章《しょう》から少《すこ》しずつ始《はじ》めることもできます。まずは目次《もくじ》を見《み》て、学習《がくしゅう》したい章《しょう》を探《さが》してみてもよいでしょう。

計画的《けいかくてき》な学習《がくしゅう》ができる

漢字《かんじ》は１ページに４文字《もじ》、配置《はいち》してあります。１日《にち》１ページというように計画的《けいかくてき》に学習《がくしゅう》しましょう。また、学習《がくしゅう》の進捗《しんちょく》を把握《はあく》するために、各章《かくしょう》の学習漢字《がくしゅうかんじ》、ことばにはチェック欄《らん》□、目次《もくじ》にはチェック欄《らん》□と学習日欄《がくしゅうびらん》（　／　）をつけました。独学《どくがく》の場合《ばあい》も授業《じゅぎょう》で取《と》り扱《あつか》う場合《ばあい》も、学習計画《がくしゅうけいかく》や定着度《ていちゃくど》の確認等《かくにんとう》に役立《やくだ》ててください。

【表記上《ひょうきじょう》の注意《ちゅうい》】

- 本書《ほんしょ》では職場《しょくば》の文書《ぶんしょ》や書類《しょるい》に使《つか》われることが多《おお》い明朝体《みんちょうたい》のフォントを使用《しよう》しました。
- 「常用漢字表《じょうようかんじひょう》」一覧《いちらん》にある訓読《くんよ》み・音読《おんよ》みを載《の》せました。読《よ》み方《かた》の掲載順《けいさいじゅん》は、訓読《くんよ》み・音読《おんよ》みの順《じゅん》、複数《ふくすう》の読《よ》みがある場合《ばあい》は『新《あたら》しい国語表記《こくごひょうき》ハンドブック　第《だい》９版《はん》』（三省堂《さんせいどう》）に倣《なら》いました。読《よ》み方《かた》が多《おお》いものは介護《かいご》・看護《かんご》に関連《かんれん》する５つに絞《しぼ》りました。
- 自他動詞《じたどうし》は「自動詞《じどうし》／他動詞《たどうし》」の順《じゅん》で掲載《けいさい》しました。
- 下記《かき》の記号《きごう》を使用《しよう》しています。
  ＊：「常用漢字表《じょうようかんじひょう》」の表外漢字《ひょうがいかんじ》や読《よ》みが特別《とくべつ》な漢字《かんじ》やことば
  ※：熟字訓《じゅくじくん》

【本書《ほんしょ》の使《つか》い方《かた》】

１．構成《こうせい》

① 扉《とびら》 → ② 漢字学習《かんじがくしゅう》（漢字《かんじ》・ことば・例文《れいぶん》） → ③ 復習《ふくしゅう》 → ④ クイズ（２章《しょう》ごと） → ⑤ 知《し》っトク（４章《しょう》ごと）

①「扉《とびら》」：イラストや問《と》いを見《み》て、章《しょう》のテーマについて考《かんが》えましょう。

②「漢字学習《かんじがくしゅう》」：漢字《かんじ》の読《よ》み、正《ただ》しい書《か》き方《かた》を１文字《もじ》ずつ着実《ちゃくじつ》に覚《おぼ》えます。ことばも覚《おぼ》え、例文《れいぶん》を理解《りかい》します。

③「復習《ふくしゅう》」：学習《がくしゅう》した漢字《かんじ》とことばの定着度《ていちゃくど》を確認《かくにん》します。

④「クイズ」：生活《せいかつ》や実務《じつむ》での漢字《かんじ》の使《つか》い方《かた》を学《まな》んだり漢字《かんじ》パズルを解《と》いたりして、楽《たの》しく漢《かん》字《じ》を学《まな》びます。

⑤「知《し》っトク」：介護《かいご》・看護《かんご》や日本《にほん》についての知識《ちしき》をまとめました。利用者《りようしゃ》さん・患者《かんじゃ》さんとのコミュニケーションや国家試験受験《こっかしけんじゅけん》の準備《じゅんび》にもご活用《かつよう》ください。

２．学習《がくしゅう》の進《すす》め方《かた》

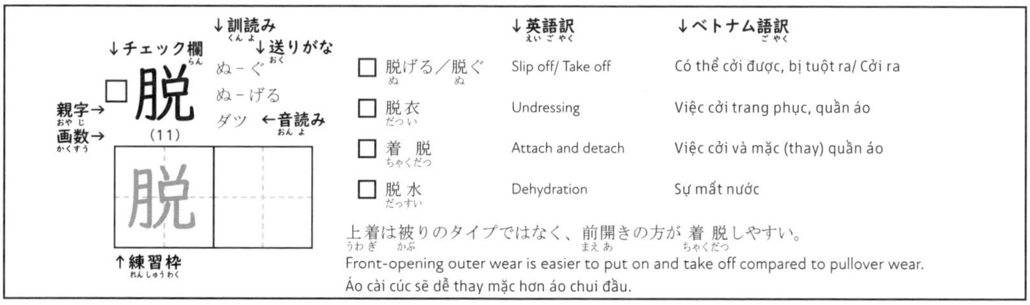

Step1　新《あたら》しく学《まな》ぶ親字《おやじ》の横《よこ》にある、訓読《くんよ》みと送《おく》りがな、音読《おんよ》みを確認《かくにん》します。意味《いみ》は主《おも》に訓《くん》読《よ》みに含《ふく》まれていますので、訓読《くんよ》み・音読《おんよ》みの順《じゅん》で確認《かくにん》するといいでしょう。

Step2　親字《おやじ》の下《した》にある画数《かくすう》を確認《かくにん》します。

Step3　画数《かくすう》の下《した》にある練習枠《れんしゅうわく》の中《なか》に漢字《かんじ》を書《か》きます。まず、左《ひだり》の枠《わく》にある薄《うす》い文字《もじ》の上《うえ》をなぞり、次《つぎ》に右《みぎ》の枠《わく》に手本《てほん》を見《み》ながら書《か》きます。部首《ぶしゅ》などの漢字《かんじ》の部分《ぶぶん》や、字全体《じぜんたい》のバランスを意識《いしき》して練習《れんしゅう》しましょう。練習枠《れんしゅうわく》が足《た》りない場合《ばあい》はノートも使《つか》って練習《れんしゅう》しましょう。

Step4　親字《おやじ》の意味《いみ》については、ことばの訳《やく》を見《み》ながら理解《りかい》し、介護《かいご》・看護《かんご》で使《つか》われることばを覚《おぼ》えます。訳《やく》は介護《かいご》・看護《かんご》でよく使《つか》われる意味《いみ》を優先的《ゆうせんてき》に掲載《けいさい》しました。本書《ほんしょ》を参《さん》考《こう》に、自分《じぶん》でことばのリストや単語《たんご》カードを作《つく》ってもよいでしょう。

Step5　例文《れいぶん》を読《よ》んで、ことばの使《つか》い方《かた》を学《まな》びます。

Step6　「復習《ふくしゅう》」やノート、リストなどを使《つか》って漢字《かんじ》やことばを覚《おぼ》えたら、チェック欄《らん》に☑を書《か》きます。全《すべ》ての漢字《かんじ》やことばに☑が書《か》けるまで、繰《く》り返《かえ》し練習《れんしゅう》しましょう。

介護《かいご》・看護《かんご》に携《たずさ》わる皆様《みなさま》の漢字《かんじ》やことばの学習《がくしゅう》が成功《せいこう》することを執筆者一同心《しっぴつしゃいちどうこころ》から願《ねが》っています。

アークアカデミー

Introduction

This textbook has been prepared for learners who learn kanji characters and vocabulary related to nursing care. This series has an "N4 level edition" and an "N3 level edition." This "N1/N2 level edition" contains 400 kanji characters and about 1,500 words related to nursing care.
With basic knowledge of kanji, both those who are already working in nursing care and those who will work will find this book useful.

Features of this book

Leaners can memorize kanji and words by their connection with themes

Kanji characters in this textbook are categorized by theme of nursing care. Cover pages, "Quizzes," and "Shittoku" of each section are designed according to each theme by using a variety of illustrations. By having images of words or thinking about the theme, you can memorize kanji and words as a cohesive unit of meaning, connecting kanji and usage.

Even learners who have a feeling of being not good at kanji can easily learn.

For those who are from non-kanji regions, all the kanji in the textbook have ruby (small hiragana characters above the kanji) for easy learning. Words and examples are translated into English and Vietnamese for learners to understand precisely. Kanji are not placed in order-of-difficulty. Instead, in each chapter, as usages are placed in order-of-frequency, you can efficiently learn kanji. You can either start from Chapter 1 and proceed in order, or start from a chapter that you are interested in and proceed chapter by chapter that way. Looking for a chapter/theme that you want to learn in the Contents is recommended.

Learners can learn according to a study plan

Four kanji characters are allocated per page. Try to learn one page or more a day according to the plan. To measure your level of understanding, kanji and words learned in each chapter have check columns □ , and contents have check columns □ and date columns (／) . You can use them to make a study plan and evaluate performance for either self or class study.

Description notice

- This textbook adopts the Mincho-tai (Ming style) font that is often used in official documents and papers.
- The textbook contains kun-yomi and on-yomi listed in the "Joyo (Daily-use) Kanji List." The order of reading is kun-yomi, on-yomi. When a kanji has more than one reading, we refer to "Atarashii Kokugo Hyoki Handbook." In the case of many readings, we choose five readings related to nursing care.
- Intransitive verbs are placed before transitive verbs.
- The following symbols are used:

  ＊ : Kanji not included in the "Joyo (Daily-use) Kanji List" as well as kanji and words with special reading

  ※ : Jukujikun (reading of a kanji compound by meaning)

How to use this textbook

1. Structure

① Cover Page → ② Kanji Learning (kanji, usages, examples) → ③ Review → ④ Quizzes (every two chapters) → ⑤ Shittoku (every four chapters)

① Cover Page: Look at illustrations and questions and think about the theme of the chapter.
② Kanji Learning: You can steadily memorize reading and correct writing of kanji one by one, as well as usages and understanding of examples.
③ Review: Check your retention level of kanji and usages that you learned.
④ Quizzes: Enjoy learning kanji through studying how to use kanji in life and businesses, or solving kanji puzzles.
⑤ Shittoku: Knowledge of nursing care and Japan is assembled. You can use this in communication with users and patients as well as to prepare for national exams.

2. How to learn

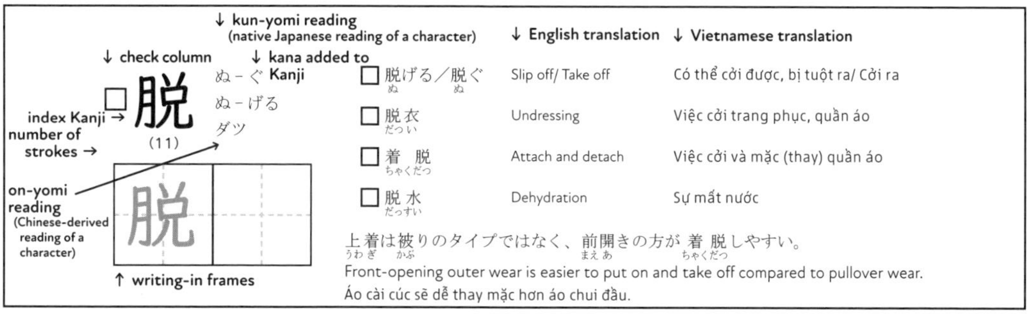

Step1 Confirm kun-yomi, kana added to Kanji, and on-yomi of a new index Kanji, written next to it. As the meaning is mainly contained in kun-yomi, it is recommended to confirm kun-yomi first and then on-yomi.
Step2 You should confirm the total number of strokes shown below the index Kanji.
Step3 Write kanji in writing-in frames shown below the number of strokes. First, trace a thin character in the left frame, then write the same character in the right frame while looking at the example in the left. Practice while paying attention to radical part and whole balance of the kanji character. If the writing-in frames are not enough, try to practice using an additional notebook.
Step4 Regarding the index Kanji, understand the meaning through the translation and memorize its usage in nursing care. You can make your own usage list and vocabulary cards by reference to this textbook.
Step5 You should read the examples and learn the usage.
Step6 After memorizing kanji and usages through "Review," your notebook and lists, put a check in check columns. Repeat practicing until you put a check in all check columns.

The authors sincerely hope that all of you who are engaged in nursing care will succeed in learning the Japanese language.

ARC Academy

LỜI NÓI ĐẦU

Đây là bộ giáo trình dành riêng cho việc học chữ Hán và từ vựng liên quan tới chuyên ngành chăm sóc, điều dưỡng. Tiếp nối hai giáo trình ở trình độ N4 và N3, đây sẽ là giáo trình dành cho bạn đọc ở trình độ N2 và N1. Với giáo trình này, người biên soạn sách đã đưa vào 400 chữ Hán và khoảng 1500 từ vựng chuyên ngành chăm sóc, điều dưỡng, tương đương với trình độ N2, N1.
Dù đang hay sẽ làm việc trong lĩnh vực chăm sóc, điều dưỡng, chỉ cần bạn đọc có kiến thức về chữ Hán cơ bản, đều có thể sử dụng giáo trình này để nâng cao trình độ chữ Hán của mình.

Đặc trưng giáo trình

Có thể học chữ Hán và từ vựng theo chủ đề

Toàn bộ chữ Hán xuất hiện trong giáo trình đã được phân loại theo nhóm các chủ đề liên quan tới chuyên ngành chăm sóc, điều dưỡng. "Trang mở đầu chương", "câu đố", "những điều cần biết", đều phù hợp với chủ đề của từng chương. Tranh ảnh cũng được đưa vào giáo trình hết sức sinh động, phong phú. Bằng việc hình dung từ vựng, suy nghĩ theo chủ đề, bạn đọc có thể liên kết chữ Hán và từ vựng, ghi nhớ theo hệ thống, mà không phải học từ vựng một cách rời rạc, riêng lẻ.

Chương trình học dễ theo ngay cả khi bạn đọc không tự tin về khả năng học chữ Hán của mình.

Giáo trình phiên âm cách đọc của tất cả chữ Hán, nhằm giúp bạn đọc ở những quốc gia không sử dụng chữ Hán cũng có thể học tập dễ dàng hơn. Đồng thời, để hỗ trợ bạn đọc học từ vựng một cách chính xác, toàn bộ từ vựng và câu ví dụ đều được dịch sang tiếng Anh và tiếng Việt. Ngoài ra, để tăng hiệu quả học tập, giáo trình sắp xếp chữ Hán của mỗi chương theo thứ tự từ những từ vựng có tần suất sử dụng cao đến từ vựng có tần suất sử dụng thấp hơn, mà không phải theo độ khó dễ của chữ Hán. Vì thế, bạn đọc có thể bắt đầu học theo thứ tự từ chương I, cũng có thể bắt đầu từ những chương học mà mình yêu thích. Do đó, trước tiên, bạn đọc cần căn cứ vào phần mục lục và tìm ra những chương học mà bản thân cảm thấy có hứng thú.

Học tập có kế hoạch

Mỗi trang sách bao gồm 5 chữ Hán. Mỗi ngày, bạn đọc hãy duy trì học ít nhất 1 trang. Để giúp bạn đọc nắm vững tiến độ học tập của bản thân, giáo trình đã thiết kế sẵn cột đánh dấu tích ✓ sau mỗi chữ Hán, từ vựng, cũng như cột đánh dấu tích ✓ và ghi chú ngày tháng học (/   ) sau mỗi đầu mục ở phần mục lục. Dù là tự học hay sử dụng giáo trình trong giờ học trên lớp, bạn đọc cũng hãy tận dụng nội dung này cho việc lên kế hoạch học tập, cũng như xác nhận mức độ hiểu bài, thuộc bài của bản thân.

Những lưu ý về mặt trình bày

- Giáo trình sử dụng font chữ Mincho, là font chữ được sử dụng phổ biến trong các văn bản và tài liệu tại môi trường làm việc thực tế của chuyên ngành điều dưỡng, chăm sóc.
- Giáo trình đưa vào những cách đọc âm KUN và âm ON thuộc bảng "Chữ Hán thông dụng". Trình tự cách đọc được sắp xếp theo thứ tự âm KUN rồi tới âm ON. Trường hợp chữ Hán có nhiều cách đọc, giáo trình sắp xếp các cách đọc dựa theo tài liệu "Sổ tay chữ Quốc ngữ mới". Tuy nhiên, với những chữ Hán có quá nhiều cách đọc, người biên soạn sách chỉ lựa chọn và đưa ra nhiều nhất 5 cách đọc có liên quan tới chuyên ngành chăm sóc, điều dưỡng.
- Tự tha động từ sẽ được trình bày theo mẫu "tự động từ/tha động từ".
- Giáo trình sử dụng những ký hiệu sau:
  ＊: Chữ Hán nằm ngoài bảng Chữ Hán thông dụng, hoặc chữ Hán/từ vựng có cách đọc đặc biệt
  ※: Cụm Hán tự đặc biệt đọc theo âm KUN

Cách sử dụng giáo trình

1. Cấu trúc giáo trình

① Trang mở đầu chương → ② Tiến hành học chữ Hán (chữ Hán, từ vựng, ví dụ) → ③ Ôn tập → ④ Câu đố (sau mỗi 2 chương học) → ⑤ Những điều cần biết (sau mỗi 4 chương học)

① Trang mở đầu chương : Nhìn tranh và câu hỏi, suy nghĩ trước về chủ đề của chương học.
② Tiến hành học chữ Hán: Ghi nhớ cẩn thận, chính xác cách viết và cách đọc của từng chữ Hán. Sau đó, học thuộc từ vựng liên quan và đọc hiểu câu ví dụ.
③ Ôn tập: Xác nhận bản thân đã hiểu và ghi nhớ được bao nhiêu chữ Hán và từ vựng.
④ Câu đố: Học chữ Hán vui vẻ qua trò chơi ghép tranh, hay những câu hỏi về cách sử dụng chữ Hán trong thực tế cuộc sống, công việc v.v.
⑤ Những điều cần biết: Giáo trình đã tổng hợp những kiến thức về chuyên ngành chăm sóc, điều dưỡng và về cuộc sống, xã hội Nhật Bản. Bạn đọc hãy sử dụng tốt những kiến thức này trong việc giao tiếp hàng ngày với người sử dụng dịch vụ, bệnh nhân, cũng như trong quá trình ôn thi kỳ thi quốc gia.

2. Phương pháp học

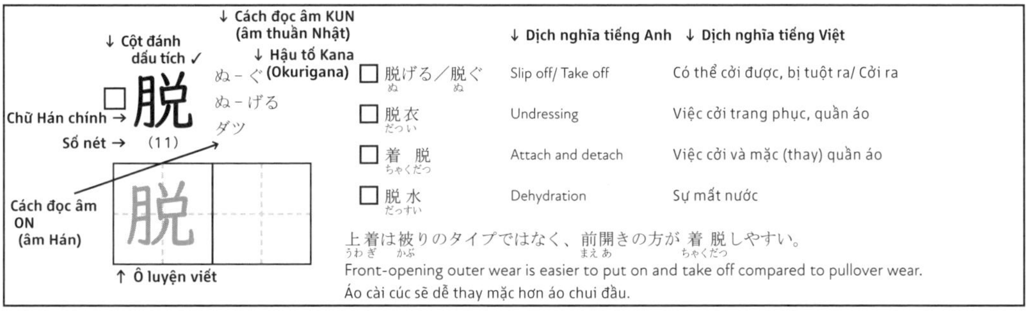

Bước 1 Xác nhận cách đọc âm ON, âm KUN, hậu tố Kana (Okurigana) được giải thích bên cạnh chữ Hán gốc. Ý nghĩa chữ Hán chủ yếu thể hiện trong cách đọc âm KUN, do đó bạn đọc nên xác nhận theo trình tự âm KUN trước, âm ON sau.

Bước 2 Xác nhận số nét chữ được ghi bên dưới chữ Hán.

Bước 3 Luyện viết chữ Hán trong ô luyện tập ở ngay dưới thông tin về số nét chữ. Đầu tiên, hãy tô đè lên nét chữ của chữ cái được in mờ trong ô bên trái. Sau đó, vừa nhìn chữ mẫu, vừa tập viết nhiều lần vào ô bên phải. Khi luyện viết, bạn đọc cần chú ý tới các bộ phận cấu thành chữ Hán như bộ thủ, đảm bảo sự cân bằng của chữ khi viết. Nếu ô luyện viết cho sẵn là chưa đủ, bạn đọc hãy tự chuẩn bị vở ghi và luyện viết nhiều lần.

Bước 4 Với những từ vựng liên quan tới chữ Hán gốc, bạn đọc cần xác nhận ý nghĩa của từ qua bản dịch tiếng Việt, sau đó ghi nhớ những từ vựng cần thiết cho chuyên ngành chăm sóc, điều dưỡng.

Bước 5 Đọc ví dụ, học cách sử dụng từ.

Bước 6 Sau khi sử dụng phần "ôn tập", vở ghi, danh sách từ vựng v.v. và xác nhận đã ghi nhớ toàn bộ chữ Hán và từ vựng liên quan, bạn đọc hãy đánh dấu ✓ vào ô vuông sau chữ Hán và từ vựng. Bạn đọc nên cố gắng luyện tập nhiều lần, cho tới khi có thể đánh dấu ✓ vào toàn bộ chữ Hán và từ vựng đã học.

Tập thể người biên soạn kính chúc bạn đọc sẽ gặt hái được nhiều thành công trong quá trình học chữ Hán và từ vựng chuyên ngành.

ARC Academy

介護《かいご》・看護《かんご》の漢字《かんじ》とことば　目次《もくじ》

６章　食事介助

７章　体位変換・移動の介助

８章　衣類着脱の介助

９章　排泄の介助

10章　身体清潔の介助

この本《ほん》に出《で》てくる人物《じんぶつ》紹介《しょうかい》

ARC総合病院《そうごうびょういん》

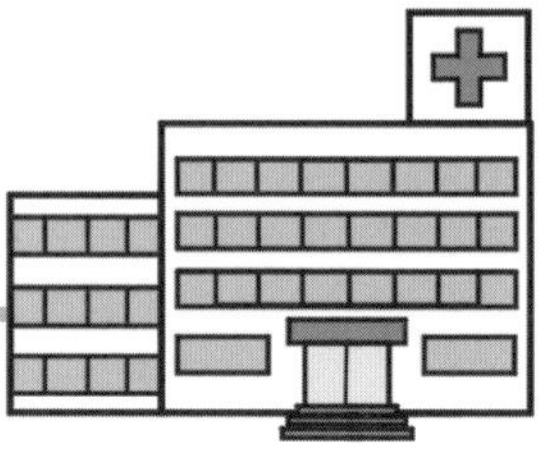

患者《かんじゃ》さん

伊藤幸子《いとうさちこ》さん（70歳《さい》）

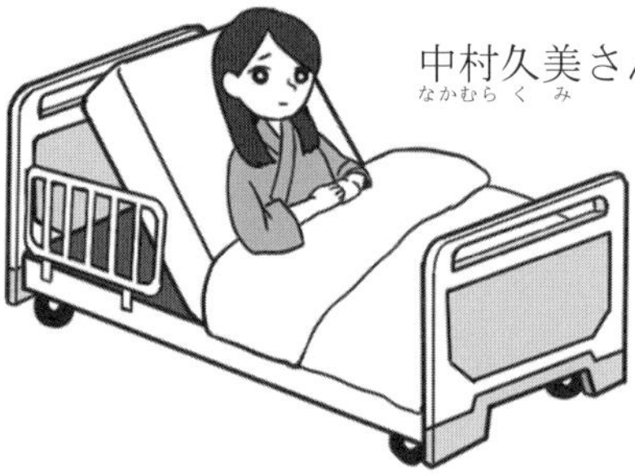

中村久美《なかむらくみ》さん（35歳《さい》）

山本《やまもと》 博《ひろし》さん（52歳《さい》）

小林健人《こばやしけんと》さん（5歳《さい》）

スタッフ

医師《いし》
池田昭雄先生《いけだあきおせんせい》（45歳《さい》）

看護師長《かんごしちょう》
佐藤陽子《さとうようこ》さん（53歳《さい》）

看護師《かんごし》（フィリピン人《じん》）
マリア（Maria）さん（28歳《さい》）

ＡＲＣ特別《とくべつ》養護《ようご》老人《ろうじん》ホーム

利用者《りようしゃ》さん

高橋《たかはし》フミさん（93歳《さい》）

木村《きむら》　広《ひろし》さん（79歳《さい》）

田中和子《たなかかずこ》さん（88歳《さい》）

山田正行《やまだまさゆき》さん（76歳《さい》）

スタッフ

看護師《かんごし》
鈴木友子《すずきともこ》さん（40歳《さい》）

介護主任《かいごしゅにん》
清水《しみず》　愛《あい》さん（35歳《さい》）

介護士《かいごし》（ベトナム人《じん》）
フン（Hung）さん（23歳《さい》）

1章《しょう》　施設《しせつ》・病院《びょういん》の職種《しょくしゅ》

①施設《しせつ》・病院《びょういん》で働《はたら》くと、どんな人《ひと》と話《はな》すでしょうか。

②みなさんが働《はたら》く施設《しせつ》・病院《びょういん》にはどんな職種《しょくしゅ》の人《ひと》がいるか調《しら》べてみましょう。

□護 ゴ
(20)

□	介護《かいご》	Nursing care	Sự chăm sóc, hỗ trợ cuộc sống dành cho người gặp khó khăn trong sinh hoạt như người cao tuổi, người khuyết tật v.v.
□	保護《ほご》	Protection	Bảo hộ
□	救護《きゅうご》	Rescue	Cứu hộ
□	特別養護老人《とくべつようごろうじん》ホーム	Special elderly nursing home	Viện dưỡng lão chăm sóc đặc biệt

母国《ぼこく》で介護《かいご》について学《まな》び、日本《にほん》で働《はたら》くことを決《き》めた。
Studying nursing care in my home country, I decided to work in Japan.
Tôi quyết định theo học ngành hộ lý tại đất nước của mình và sẽ làm việc tại Nhật Bản.

□祉 シ
(8)

□	福祉《ふくし》	Welfare	Phúc lợi
□	福祉用具《ふくしようぐ》	Welfare equipment	Thiết bị phúc lợi
□	老人福祉《ろうじんふくし》センター	Welfare center for the aged	Trung tâm phúc lợi người cao tuổi
□	社会福祉《しゃかいふくし》	Social welfare	Phúc lợi xã hội

社会福祉《しゃかいふくし》の充実《じゅうじつ》は、豊《ゆた》かな社会《しゃかい》の実現《じつげん》に必要《ひつよう》だ。
Fulfilling of social welfare is essential to realize an affluent society.
Chế độ phúc lợi xã hội được đảm bảo đầy đủ, là vô cùng cần thiết để xây dựng một xã hội hưng thịnh.

□士 シ
(3)

□	介護士《かいごし》	Caregiver	Nhân viên chăm sóc
□	介護福祉士《かいごふくしし》	Certified care worker	Nhân viên chăm sóc phúc lợi (có chứng chỉ quốc gia)
□	管理栄養士《かんりえいようし》	Registered dietitian	Chuyên viên dinh dưỡng
□	社会福祉士《しゃかいふくしし》	Certified social worker	Chuyên viên về chế độ phúc lợi xã hội

利用者《りようしゃ》さん一人《ひとり》ひとりに合《あ》わせたケアができる介護士《かいごし》になりたい。
I want to be a caregiver who can give care to users considering each individual condition.
Tôi muốn trở thành nhân viên chăm sóc có thể mang tới dịch vụ chăm sóc phù hợp với từng đối tượng người sử dụng.

□看 カン
*み-る
(9)

□	看護《かんご》	Nursing	Sự điều dưỡng, sự chăm sóc người bệnh, người bị thương v.v.
□	看護師《かんごし》	Nurse	Điều dưỡng viên, y tá
□	看病《かんびょう》	Nursing	Sự chăm sóc người ốm (người bệnh)
□	看取《みと》る	Be by someone's bedside when he/she dies	Chăm sóc, theo dõi người bệnh lúc lâm chung

看護師国家試験《かんごしこっかしけん》に合格《ごうかく》するために、毎日勉強《まいにちべんきょう》を続《つづ》けている。
I have been studying to pass the National Nursing Examination.
Tôi duy trì học tập hàng ngày với mục tiêu đỗ kỳ thi quốc gia dành cho điều dưỡng.

□ 療

リョウ

(17)

□ 医《い》療《りょう》	Medical	Y tế
□ 治《ち》療《りょう》	Medical treatment	Sự điều trị
□ 療《りょう》養《よう》	Cure	Sự điều trị và tĩnh dưỡng
□ 診《しん》療《りょう》	Medical examination	Sự thăm khám và điều trị

医《い》療《りょう》現《げん》場《ば》では落《お》ち着《つ》いて物事《ものごと》に対処《たいしょ》することが重《じゅう》要《よう》だ。

In a medical setting, handling situations in a calm manner is important.

Tại môi trường làm việc thực tế của ngành y, điều quan trọng là sự bình tĩnh trong xử lý công việc.

□ 法

ホウ

(8)

□ 食《しょく》事《じ》療《りょう》法《ほう》	Diet treatment	Phương pháp điều trị bằng chế độ dinh dưỡng
□ 理《り》学《がく》療《りょう》法《ほう》士《し》	Physical therapist	Chuyên viên vật lý trị liệu
□ 法律《ほうりつ》	Law	Luật pháp
□ 一般社団法人《いっぱんしゃだんほうじん》	General incorporated association	Tổ chức phi lợi nhuận

社会復帰《しゃかいふっき》に向《む》けて、リハビリを行《おこな》うのも作《さ》業《ぎょう》療《りょう》法《ほう》士《し》の役割《やくわり》だ。

Carrying out rehabilitation for return to society is one of roles of the occupational therapist.

Thực hiện phục hồi chức năng giúp người bệnh tái hòa nhập xã hội cũng là một vai trò của chuyên viên phục hồi chức năng.

□ 聴

き－く
チョウ

(17)

□ 音楽《おんがく》を聴《き》く	Listening to music	Nghe nhạc
□ 難《なん》聴《ちょう》	Hearing loss	Chứng khó nghe
□ 補《ほ》聴《ちょう》器《き》	Hearing aid	Máy trợ thính
□ 言《げん》語《ご》聴《ちょう》覚《かく》士《し》	Speech-Language-Hearing therapist	Chuyên viên vật lý trị liệu chức năng nghe, nói

年《とし》を重《かさ》ねると聴《ちょう》力《りょく》が落《お》ち、聞《き》こえにくくなる。

As people get older, they have difficulties in hearing.

Do tuổi tác, thính lực sẽ bị giảm sút, khiến chúng ta gặp khó khăn khi nghe.

□ 剤

ザイ

(10)

□ 薬剤師《やくざいし》	Pharmacist	Dược sỹ
□ 抗生剤《こうせいざい》	Antibiotic	Thuốc kháng sinh
□ 調《ちょう》剤《ざい》薬《やっ》局《きょく》	Dispensing pharmacy	Hiệu thuốc chuyên cấp thuốc theo đơn
□ 洗剤《せんざい》	Cleaning agent	Chất tẩy rửa, làm sạch

この病《びょう》院《いん》には薬《やっ》局《きょく》があり、病《びょう》院《いん》薬《やく》剤《ざい》師《し》が勤《きん》務《む》している。

This hospital has a pharmacy with hospital pharmacists.

Bệnh viện này có hiệu thuốc cấp thuốc theo đơn, và có dược sỹ bệnh viện làm việc tại đó.

□ **施** (9)
ほどこ－す
シ
セ

□ 治療《ちりょう》を施《ほどこ》す	Give medical treatment	Tiến hành điều trị
□ 施設《しせつ》	Facility	Cơ sở
□ 介護施設《かいごしせつ》	Nursing-care facility	Cơ sở chăm sóc
□ 施設長《しせつちょう》	Facility director	Giám đốc cơ sở

この介護施設《かいごしせつ》ではさまざまな国籍《こくせき》の介護士《かいごし》が働《はたら》いている。
Caregivers from many countries work at this nursing-care facility.
Cơ sở chăm sóc này có nhiều nhân viên chăm sóc đến từ các quốc gia khác nhau.

□ **業** (13)
わざ
ギョウ
ゴウ

□ 職業《しょくぎょう》	Occupation	Nghề nghiệp
□ 開業医《かいぎょうい》	Private doctor	Bác sỹ tự kinh doanh cơ sở khám chữa
□ 業者《ぎょうしゃ》	Vendor	Đơn vị cung cấp dịch vụ
□ 残業《ざんぎょう》	Overtime work	Việc làm thêm ngoài giờ

介護《かいご》はサービス業《ぎょう》とも言《い》われているように、思《おも》いやりが大切《たいせつ》だ。
Hospitality is necessary for nursing care, which is also called a service industry.
Chăm sóc cũng được coi là một loại hình dịch vụ, do đó cần quan tâm chu đáo đối với người sử dụng dịch vụ.

□ **務** (11)
つと－める
つと－まる
ム

□ 務《つと》まる／務《つと》める	Fit for a post/ Play a role	Đảm đương được / Làm việc, đảm đương
□ 業務《ぎょうむ》	Business, Work	Công việc
□ 事務長《じむちょう》	Office manager	Trưởng phòng hành chính
□ 医務室《いむしつ》	Medical office	Phòng khám chữa (trực thuộc các đơn vị như trường học, cơ sở dưỡng lão v.v.)

データ入力《にゅうりょく》などの事務作業《じむさぎょう》も重要《じゅうよう》な業務《ぎょうむ》の一《ひと》つだ。
Office work including data input is one of the important tasks.
Công việc hành chính như nhập dữ liệu cũng là một công việc vô cùng quan trọng.

□ **種** (14)
たね
シュ

□ 種《たね》	Seed	Hạt giống
□ 業種《ぎょうしゅ》	Type of industry	Ngành
□ 職種《しょくしゅ》	Job category	Nghề nghiệp, công việc
□ 種類《しゅるい》	Kind, Type	Chủng loại, loại

利用者《りようしゃ》さんの症状《しょうじょう》や、必要《ひつよう》な介護《かいご》は多種多様《たしゅたよう》だ。
Symptoms of users and necessary types of care vary greatly.
Tình trạng cơ thể và những chăm sóc, hỗ trợ cần thiết của từng người sử dụng dịch vụ là rất khác nhau.

□ 訓 クン

(10)

訓

□ 訓練《くんれん》	Training	Sự huấn luyện, sự luyện tập
□ 歩行訓練《ほこうくんれん》	Walking training	Việc luyện tập đi bộ
□ 自立訓練《じりつくんれん》	Independence training	Việc rèn luyện sự tự lập
□ 機能訓練室《きのうくんれんしつ》	Functional training room	Phòng phục hồi chức năng

高齢化《こうれいか》にともない、機能訓練指導員《きのうくんれんしどういん》の需要《じゅよう》が増加《ぞうか》している。

Due to the aging of society, demand of functional training coaches increases.

Cùng với sự già hóa dân số, nhu cầu về nhân viên phục hồi chức năng cũng ngày càng tăng lên.

□ 事 こと ジ

(8)

事

□ 仕事《しごと》	Work	Công việc
□ 事故《じこ》	Accident	Tai nạn, sự cố
□ 食事介助《しょくじかいじょ》	Meal assistance	Hỗ trợ ăn uống
□ 行事《ぎょうじ》	Event	Lễ hội, sự kiện

仕事《しごと》にも慣《な》れてきて、いろいろなことが一人《ひとり》でできるようになった。

Getting used to work, I have become able to do many things by myself.

Sau khi quen với công việc, tôi đã có thể tự mình phụ trách được nhiều thứ.

□ 者 もの シャ

(8)

者

□ 医者《いしゃ》	Doctor	Bác sỹ
□ 医療従事者《いりょうじゅうじしゃ》	Healthcare worker	Người làm công việc liên quan tới y tế
□ 患者《かんじゃ》	Patient	Bệnh nhân
□ 利用者《りようしゃ》	User	Người sử dụng dịch vụ

利用者《りようしゃ》さん同士《どうし》の交流《こうりゅう》のために、毎月《まいつき》パーティーが開催《かいさい》されている。

Parties are held every month for users to interact with each other.

Các bữa tiệc được tổ chức đều đặn hàng tháng, tạo cơ hội giao lưu cho người sử dụng dịch vụ.

□ 援 エン

(12)

援

□ 支援《しえん》	Support	Sự hỗ trợ
□ 援助《えんじょ》	Aid	Sự cứu trợ
□ 応援《おうえん》	Backup	Sự cổ vũ, giúp đỡ
□ 声援《せいえん》	Cheering, vocal encouragement	Sự reo hò cổ vũ

介護支援専門員《かいごしえんせんもんいん》のことをケアマネージャーともいう。

Care support professionals are also called care managers.

Chuyên viên hỗ trợ công tác chăm sóc (介護支援専門員) còn có tên gọi khác là " ケアマネージャー " (quản lý chăm sóc).

□ 担 (8)

かつ-ぐ
にな-う
タン

担

□ 担《にな》う	Assume (a burden)	Gánh vác
□ 担当者《たんとうしゃ》	Person in charge	Người phụ trách
□ 負担《ふたん》	Burden	Sự gánh vác, sự đảm nhận
□ 分担《ぶんたん》	(one's) Share	Sự phân công công việc

新人《しんじん》の介護《かいご》職員《しょくいん》の指導《しどう》を担当《たんとう》することになった。
I am assigned to instruct newcomer care staff.
Tôi được phân công phụ trách hướng dẫn nhân viên chăm sóc mới vào.

□ 司 (5)

シ

司

□ 上司《じょうし》	Boss	Cấp trên
□ 司会《しかい》	Moderator	Người dẫn chương trình
□ 司書《ししょ》	Librarian	Thủ thư
□ 児童福祉司《じどうふくしし》	Child welfare officer	Nhân viên trung tâm tư vấn trẻ em

上司《じょうし》への報告《ほうこく》・連絡《れんらく》・相談《そうだん》を欠《か》かさないようにする。
I make it a rule to report, contact, and consult with my boss when something unexpected happens.
Tôi chú ý không bỏ qua các bước báo cáo, liên lạc, thảo luận với cấp trên.

□ 僚 (14)

リョウ

僚

□ 同僚《どうりょう》	Colleague	Đồng nghiệp
□ 僚友《りょうゆう》	Comrade	Đồng nghiệp thân cận

鈴木《すずき》さんは頼《たよ》りがいがあり、同僚《どうりょう》からの信頼《しんらい》が厚《あつ》い。
Ms. Suzuki is a reliable person and has built trust with her colleagues.
Chị Suzuki là người đáng tin cậy, luôn nhận được sự tín nhiệm cao từ đồng nghiệp.

□ 輩 (15)

ハイ

輩

□ 後輩《こうはい》	One's junior	Hậu bối
□ 先輩《せんぱい》	One's senior	Tiền bối

先輩《せんぱい》に聞《き》いたことを忘《わす》れないように、メモを取《と》る習慣《しゅうかん》をつけている。
I have a habit of taking down notes so as not to forget things I was taught by my seniors.
Tôi có thói quen ghi chép để không quên những điều được nghe từ đồng nghiệp đi trước (tiền bối).

復習《ふくしゅう》

【1】＿＿＿＿＿の読《よ》み方《かた》を書《か》きましょう。

例《れい》）特別《とくべつ》養《よう》護老人《ろうじん》ホームで働《はたら》くことになった。

1. 利用者さんとのコミュニケーションを大切《たいせつ》にする。

2. 今日《きょう》、しごとで上司にほめられた。

3. 最近《さいきん》の悩《なや》みを同僚に聞《き》いてもらった。

4. 「病院内《びょういんない》の調剤薬局《やっきょく》でお薬《くすり》をもらってくださいね。」

5. 日本《にほん》の医療を学《まな》ぶために日本《にほん》へ来《き》た。

6. 事故が起《お》こったらすぐリーダーに報告《ほうこく》する。

7. デイサービスの利用《りよう》で家族《かぞく》の負担が軽減《けいげん》した。

8. 庭《にわ》にほうれんそうの種を植《う》えた。

9. 歩行《ほこう》訓練を続《つづ》け、以前《いぜん》のように歩《ある》けるようになった。

10. 自分《じぶん》にリーダーが務まるか不安《ふあん》だが、やってみよう。

11. 地域全体《ちいきぜんたい》で高齢者《こうれいしゃ》の生活《せいかつ》を支援する必要《ひつよう》がある。

12. 耳《みみ》が急《きゅう》に聞《き》こえなくなり、突発性《とっぱつせい》難聴と診断《しんだん》された。

例《れい》	ようご
1	
2	
3	
4	
5	
6	
7	
8	
9	
10	
11	
12	

【2】＿＿＿＿を漢字《かんじ》で書《か》きましょう。

例《れい》）やくざいしから薬《くすり》の説明《せつめい》を受《う》けた。

1. 大学《だいがく》で日本《にほん》のふくしについて学《まな》んだ。

2. このしせつでは約《やく》50人《にん》のスタッフが働《はたら》いている。

3. 将来《しょうらい》なりたいしょくぎょうとして、医師《いし》は人気《にんき》だ。

4. しごとをするうえで、思《おも》いやりを大切《たいせつ》にしている。

5. 両親《りょうしん》の影響《えいきょう》でかいごしになることに決《き》めた。

6. 勤務中《きんむちゅう》、体調《たいちょう》が悪《わる》くなったので、いむしつで休《やす》んだ。

7. 私《わたし》は鈴木《すずき》さんのようなかんごしになりたい。

8. 居宅《きょたく》サービスにはさまざまなしゅるいがある。

9. 4月《がつ》に同《おな》じ国《くに》のこうはいが入《はい》ってくるので楽《たの》しみだ。

10. 自分《じぶん》がたんとうする利用者さんの名前《なまえ》を覚《おぼ》える。

11. 健康診断《けんこうしんだん》でちょうりょく検査《けんさ》を受《う》けた。

12. 2か月《げつ》ぐらい食事《しょくじ》りょうほうを続《つづ》ける予定《よてい》だ。

例《れい》	薬剤師
1	
2	
3	
4	
5	
6	
7	
8	
9	
10	
11	
12	

２章《しょう》　フロアマップ

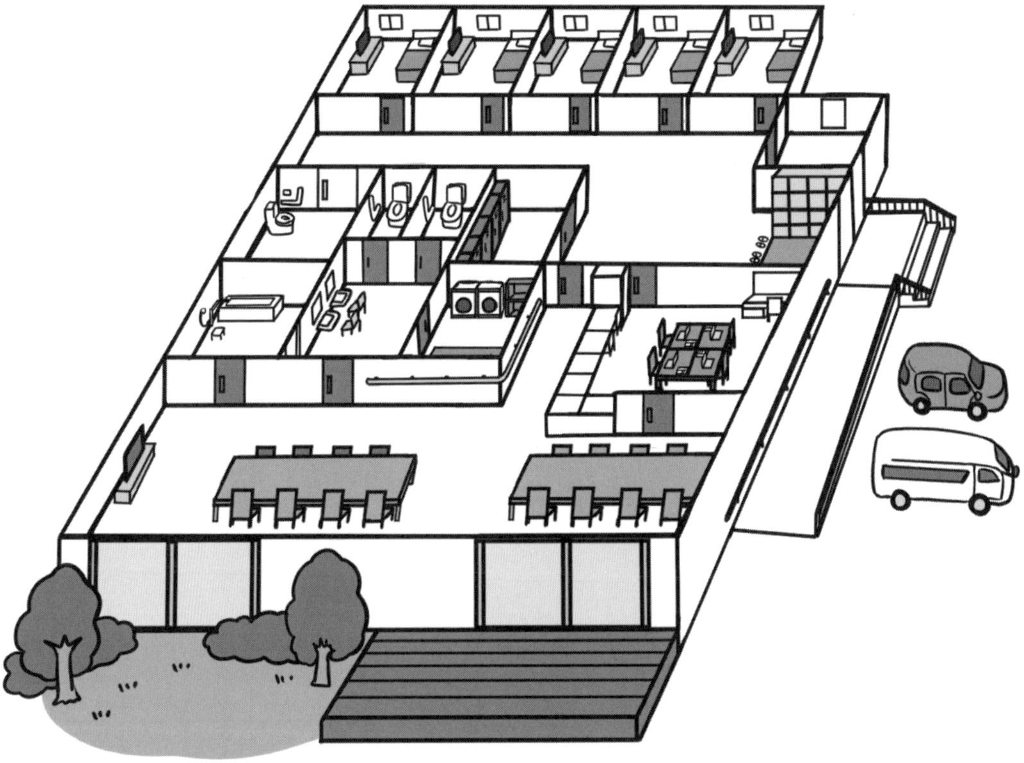

①施設《しせつ》・病院《びょういん》にはどんな部屋《へや》や設備《せつび》がありますか。

②そこで利用者《りようしゃ》さん・患者《かんじゃ》さんは何《なに》をしますか。

☐ 玄　ゲン

(5)

☐ 玄関《げんかん》	Entrance	Sảnh, lối vào
☐ 正 面玄関《しょうめんげんかん》	Front entrance	Tiền sảnh chính
☐ 玄米《げんまい》	Brown rice	Gạo lứt

ご家族《かぞく》が面会《めんかい》に来《き》たら、玄関《げんかん》でスリッパに履《は》き替《か》えてもらう。

When family members come to visit a patient, please have them change into slippers at the entrance.

Người nhà tới thăm sẽ phải thay dép đi trong nhà tại sảnh vào.

☐ 庭　にわ　テイ

(10)

☐ 庭《にわ》	Garden	Vườn, sân
☐ 中庭《なかにわ》	Courtyard	Vườn/ sân trong nhà
☐ 家庭《かてい》	Home	Gia đình, hộ gia đình
☐ 庭園《ていえん》	Garden	Khu vườn cảnh

病 院《びょういん》の中庭《なかにわ》で患者《かんじゃ》さんがお友達《ともだち》と散歩《さんぽ》している。

A patient is walking with his/her friend in the hospital courtyard.

Người bệnh thường đi dạo cùng bạn bè trong khu sân vườn bệnh viện.

☐ 居　い-る　キョ

(8)

☐ 居間《いま》	Living room	Phòng khách
☐ 芝居《しばい》	Play, Theater	Vở kịch
☐ 居室《きょしつ》	Living space	Phòng sinh hoạt chính
☐ 入 居者《にゅうきょしゃ》	Resident	Người ở nội trú trong cơ sở chăm sóc; người vào ở tại căn hộ cho thuê

この施設《しせつ》は居室《きょしつ》にトイレと洗面所《せんめんじょ》がついている。

Each living space of this facility has a toilet and a sink.

Phòng ở tại cơ sở này có nhà vệ sinh và bồn rửa mặt khép kín trong phòng.

☐ 堂　ドウ

(11)

☐ 食 堂《しょくどう》	Dining hall	Nhà ăn
☐ 堂々《どうどう》と	Majestically	Đàng hoàng, oai vệ, đầy tự tin

食 事《しょくじ》の時間《じかん》になったので、田中《たなか》さんと 食 堂《しょくどう》へ向《む》かった。

As it got to mealtime, I headed to the dining hall with Ms. Tanaka.

Vì đã tới giờ ăn, nên tôi cùng bà Takana đi tới nhà ăn.

□ 廊

ロウ

(12)

□ 廊下《ろうか》	Corridor	Hành lang
□ 渡《わた》り廊下《ろうか》	Connecting corridor	Hành lang nối giữa các tòa nhà
□ 画廊《がろう》	Art gallery	Phòng triển lãm mỹ thuật

廊下《ろうか》で利用者《りようしゃ》さんとすれ違《ちが》うときは、声《こえ》をかけるようにしている。

When I pass a user in the corridor, I try to say something.

Khi đi ngang qua người sử dụng dịch vụ ở hàng lang, tôi luôn chào hỏi, bắt chuyện.

□ 路

じ
ロ

(13)

□ 家路《いえじ》	Homeward bound	Đường về nhà
□ 通路《つうろ》	Aisle	Lối đi, đường đi
□ 尿路感染《にょうろかんせん》	Urinary-tract infection	Nhiễm trùng đường tiết niệu
□ 感染経路《かんせんけいろ》	Infection route	Con đường lây nhiễm

「通路《つうろ》が一部《いちぶ》狭《せま》くなっているため、通行《つうこう》の際《さい》はお気《き》をつけください。」

"As part of the aisle is narrow, please pay attention when passing."

"Hãy chú ý khi đi qua lối này vì sẽ có những đoạn đường nhỏ, hẹp."

□ 更

さら
ふ - かす
ふ - ける
コウ

(7)

□ 夜更《よふ》かし	Staying up late	Thức khuya
□ 更衣室《こういしつ》	Changing room	Phòng thay đồ
□ 変更《へんこう》	Change	Thay đổi
□ 更年期《こうねんき》	Menopause	Thời kỳ mãn kinh

検査《けんさ》の前《まえ》に更衣室《こういしつ》で検査着《けんさぎ》に着替《きが》える。

Changing into a hospital gown in the changing room before inspection.

Trước khi xét nghiệm, tôi thay trang phục dùng cho xét nghiệm tại phòng thay đồ.

□ 械

カイ

(11)

□ 機械《きかい》	Machine	Máy móc
□ 機械浴《きかいよく》	Mechanical bathing	Tắm bằng các loại máy tắm

機械浴《きかいよく》は寝《ね》た姿勢《しせい》のまま入浴《にゅうよく》できるので、利用者《りようしゃ》さんの体《からだ》の負担《ふたん》が少《すく》ない。

As mechanical bathing allows a user to take a bath without getting up, it reduces the user's physical burden.

Việc sử dụng các loại máy tắm có thể áp dụng ngay cả khi người sử dụng không thể ngồi dậy, do đó sẽ giúp giảm bớt áp lực lên cơ thể người sử dụng.

□ 喫

キツ

(12)

□ 満喫《まんきつ》	Fully enjoying	Sự ăn uống no nê, sự tận hưởng
□ 喫茶店《きっさてん》	Cafe	Quán cà phê

ここの喫茶店《きっさてん》は人気《にんき》で、患者《かんじゃ》さん以外《いがい》の利用客《りようきゃく》も多《おお》いそうだ。

This cafe is popular and it is said that many people who are not patients also use it.

Quán café này rất được yêu thích, vì thế có rất nhiều khách hàng ngoài người bệnh lui tới.

□ 煙

けむ－い
けむり
けむ－る
エン

(13)

□ 煙《けむ》い	Smoky	Khói mù mịt, ngạt khói
□ 煙《けむり》	Smoke	Khói
□ 禁煙《きんえん》	No smoking	Việc cấm hút thuốc
□ 喫煙《きつえん》	Smoking	Việc hút thuốc

「館内禁煙《かんないきんえん》」のポスターを玄関《げんかん》に張《は》った。

I put up a poster saying “No smoking on the premises” at the entrance.

Tôi đã dán thông báo "Cấm hút thuốc trong tòa nhà" tại sảnh vào.

□ 庫

コ

(10)

□ 車庫《しゃこ》	Garage	Nhà để xe
□ 金庫《きんこ》	Coffer	Két sắt
□ 冷蔵庫《れいぞうこ》	Refrigerator	Tủ lạnh
□ 在庫《ざいこ》	Stock	Hàng dự trữ, hàng tồn kho

入院中《にゅういんちゅう》の母《はは》のために、冷蔵庫《れいぞうこ》にフルーツを入《い》れておいた。

I put fruits in the refrigerator for my hospitalized mother.

Tôi đã để sẵn hoa quả trong tủ lạnh cho mẹ tôi khi bà đang nhập viện.

□ 倉

くら
ソウ

(10)

□ 倉《くら》	Warehouse	Nhà kho, kho
□ 小倉《おぐら》あん	Ogura-an bean paste	Mứt đậu đỏ
□ 倉庫《そうこ》	Storehouse	Nhà kho, kho

倉庫《そうこ》にイベント用品《ようひん》がしまってある。

Event equipment is stocked in the storehouse.

Đồ dùng cho các sự kiện được cất tại nhà kho.

□ **駐** チュウ
(15)

□ 駐車《ちゅうしゃ》	Parking	Việc đỗ/ dừng xe ô tô
□ 駐車場《ちゅうしゃじょう》	Parking lot	Khu vực đỗ xe ô tô
□ 駐車違反《ちゅうしゃいはん》	Parking violation	Vi phạm quy định dừng, đỗ xe ô tô

この病院《びょういん》の入口《いりぐち》は駐車場《ちゅうしゃじょう》から離《はな》れていて、少《すこ》し不便《ふべん》だ。
The entrance of this hospital is some distance from the parking lot and a little inconvenient.
Cửa vào bệnh viện này cách xa bãi đỗ xe nên có chút bất tiện.

□ **輪** わ リン
(15)

□ シーツの輪《わ》	Fold of a sheet	Đầu tròn của ga giường/gối sau khi được gấp
□ 駐輪場《ちゅうりんじょう》	Bicycle parking	Bãi đỗ xe đạp và xe máy dưới 50cc
□ 四輪歩行器《よんりんほこうき》	Four-wheel walker	Khung tập đi 4 bánh
□ 一輪《いちりん》の花《はな》	Single flower	1 bông (hoa)

四輪歩行器《よんりんほこうき》は安定性《あんていせい》が高《たか》く、転倒《てんとう》する危険性《きけんせい》が低《ひく》い。
A four-wheel walker is stable and at low risk for falls.
Khung tập đi 4 bánh có tính ổn định cao, ít nguy cơ té ngã.

□ **扉** とびら ヒ
(12)

□ 扉《とびら》	Door	Cửa, cánh cửa
□ ガラス扉《とびら》	Glass door	Cửa kính
□ 開扉《かいひ》	Opening a door	Sự mở cửa

扉《とびら》を開《あ》けるときは扉《とびら》の向《む》こうに人《ひと》がいないかを確認《かくにん》する。
When I open the door, I confirm that there is no person behind the door.
Trước khi mở cửa, tôi xác nhận xem phía bên kia cửa có ai không.

□ **床** とこ ゆか ショウ
(7)

□ 床《とこ》ずれ≒褥瘡《じょくそう》	Bedsore ≒ Decubitus	Viêm loét do nằm liệt giường
□ 床《ゆか》	Floor	Sàn nhà
□ 起床時間《きしょうじかん》	Wake-up time	Giờ thức dậy
□ 病床数《びょうしょうすう》	Number of hospital beds	Số giường bệnh

一般的《いっぱんてき》に病床数《びょうしょうすう》が400以上《いじょう》の病院《びょういん》は大病院《だいびょういん》に分類《ぶんるい》される。
Generally, a hospital with more than 400 beds is categorized as a large hospital.
Thông thường, bệnh viện có trên 400 giường bệnh sẽ được xếp vào nhóm bệnh viện lớn.

□ 窓

まど
ソウ

(11)

窓

□ 窓《まど》	Window	Cửa sổ
□ 窓際《まどぎわ》	Window side	Cạnh cửa sổ
□ 窓口《まどぐち》	Service window	Quầy/cửa tiếp nhận thông tin
□ 同窓会《どうそうかい》	School reunion	Hội cùng lớp, cùng khóa

この部屋《へや》の窓《まど》からは富士山《ふじさん》がよく見《み》える。
Mt. Fuji can be seen clearly from the window of this room.
Có thể nhìn thấy núi Phú Sĩ từ cửa sổ căn phòng này.

□ 戸

と
コ

(4)

戸

□ 戸棚《とだな》	Cupboard	Tủ, trạn
□ 雨戸《あまど》	Shutter	Cửa chớp
□ 網戸《あみど》	Screen door	Cửa lưới
□ 戸籍《こせき》	Family register	Hộ khẩu, hộ tịch

年末《ねんまつ》の大掃除《おおそうじ》で網戸《あみど》をきれいにした。
I cleaned the screen doors in the major housecleaning at the end of the year.
Tôi đã vệ sinh sạch sẽ cửa lưới trong lần tổng vệ sinh cuối năm.

□ 共

とも
キョウ

(6)

共

□ 共働《ともばたら》き	Two incomes	Việc hai vợ chồng đều đi làm
□ 共有《きょうゆう》スペース	Shared space	Không gian chung
□ 共感《きょうかん》	Empathy	Đồng cảm
□ 公共料金《こうきょうりょうきん》	Utilities	Chi phí dịch vụ công (điện, nước, ga. V.v.)

利用者《りようしゃ》さんたちが共有《きょうゆう》スペースで囲碁《いご》を楽《たの》しんでいる。
Users are enjoying playing a game of go in the shared space.
Người sử dụng dịch vụ có thú vui chơi cờ vây tại khu vực chung.

□ 席

セキ

(10)

席

□ 席《せき》	Seat	Ghế, chỗ ngồi
□ 座席《ざせき》	Seat	Chỗ ngồi
□ 出席《しゅっせき》	Attendance	Tham gia, có mặt
□ 席《せき》を外《はず》す	Leave a seat	Sự đi vắng, không có mặt

全員《ぜんいん》が席《せき》に着《つ》いたのを確認《かくにん》してから、食事《しょくじ》の介助《かいじょ》を始《はじ》める。
After confirming that everyone has taken a seat, we start assistance with meals.
Sau khi xác nhận tất cả mọi người đã ngồi vào chỗ của mình, tôi mới bắt đầu hỗ trợ bữa ăn.

復《ふく》習《しゅう》

【1】＿＿＿＿の読《よ》み方《かた》を書《か》きましょう。

例《れい》）鈴木《すずき》さんにいろいろな家庭料理《りょうり》を教《おし》えてもらった。

1. 正面《しょうめん》玄関にお正月《しょうがつ》の飾《かざ》りつけをした。

2. 居間でみんながテレビを見《み》ている。

3. 病院内《びょういんない》の喫茶店をよく利用《りよう》している。

4. この扉は重《おも》いので、一人《ひとり》で開《あ》けるのは大変《たいへん》だ。

5. 利用者《りようしゃ》さんが描《か》いた絵《え》が廊下に飾《かざ》ってある。

6. 「ここは通路なので、物《もの》を置《お》かないでください。」

7. 部屋《へや》に虫《むし》が入《はい》らないように網《あみ》戸にしておく。

8. 二輪歩行器《ほこうき》を使《つか》って、リハビリを行《おこな》う。

9. 機械浴は操作《そうさ》を誤《あやま》らないように注意《ちゅうい》が必要《ひつよう》だ。

10. 20年《ねん》ぶりに同窓会に出席《しゅっせき》した。

11. 私《わたし》の両親《りょうしん》は共働きで、いつも忙《いそが》しそうだった。

12. 寝《ね》たきりの患者《かんじゃ》さんは床ずれができやすい。

例《れい》	かてい
1	
2	
3	
4	
5	
6	
7	
8	
9	
10	
11	
12	

【2】＿＿＿＿を漢字《かんじ》で書《か》きましょう。

例《れい》）ゆかがぬれていたので、モップで拭《ふ》いた。

1. 今日《きょう》は新《あたら》しいにゅうきょしゃさんが来《く》る予定《よてい》だ。

2. 運動不足《うんどうぶそく》にならないようににわを散歩《さんぽ》する。

3. 「おやつの時間《じかん》です。しょくどうへ行《い》きましょう。」

4. そうこに予備《よび》の車椅子《くるまいす》が置《お》いてある。

5. この病室《びょうしつ》のまどから桜《さくら》が見《み》える。

6. このあたりはちゅうしゃ禁止《きんし》だ。

7. リネン類《るい》をしまうときは、わの向《む》きに注意《ちゅうい》する。

8. 田中《たなか》さんは毎朝《まいあさ》6時《じ》にきしょうする。

9. 利用者《りようしゃ》さんに入浴時間《にゅうよくじかん》のへんこうを伝《つた》えた。

10. 「鈴木《すずき》はただいま、せきを外《はず》しております。」

11. 向《む》こうでけむりがあがっている。火事《かじ》のようだ。

12. クレジットカードでこうきょう料金《りょうきん》が支払《しはら》える。

例《れい》	床
1	
2	
3	
4	
5	
6	
7	
8	
9	
10	
11	
12	

1・2章《しょう》　クイズ

【1】説明文《せつめいぶん》を読《よ》んで、例《れい》のように□に入《はい》ることばを漢字《かんじ》で書《か》きましょう。

例《れい》）病気《びょうき》やけがをした人《ひと》の治療《ちりょう》をする人《ひと》 …………………………… 医師《し》

① 医師《いし》の指示《しじ》にもとづいて治療《ちりょう》の手助《てだす》けをしたり、
患者《かんじゃ》さんを世話《せわ》したりする人《ひと》 …………………………………… □□師《し》

② 「座《すわ》る、立《た》つ、歩《ある》く」など基本動作《きほんどうさ》のリハビリを行《おこな》う人《ひと》 ……… 理学《りがく》□□士《し》

③ 「話《はな》す、聞《き》く」などことばのリハビリを行《おこな》う人《ひと》 …………………… 言語《げんご》□□士《し》

④ 処方箋《しょほうせん》にもとづいて薬《くすり》を調剤《ちょうざい》したり販売《はんばい》したりする人《ひと》 ……… 薬《やく》□師《し》

⑤ 児童相談所《じどうそうだんじょ》で子《こ》どもや家族《かぞく》のサポートをする人《ひと》 ……………… 児童《じどう》□□司《し》

【2】フロアマップを見《み》て、□に入《はい》る漢字《かんじ》を書《か》きましょう。

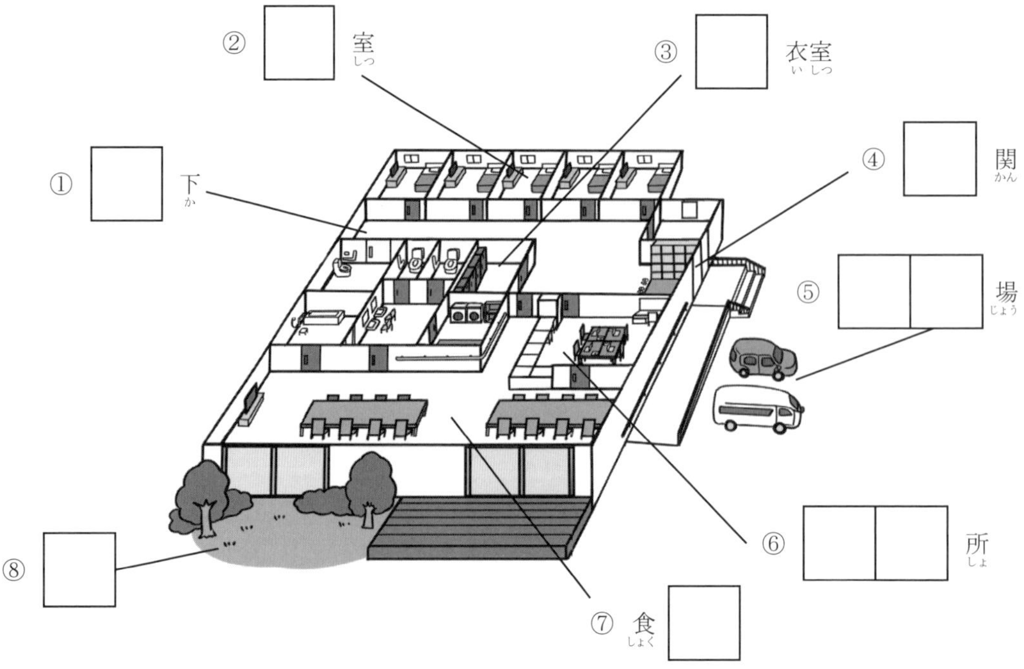

【3】イラストを見《み》て、部屋《へや》にある物《もの》の名称《めいしょう》を漢字《かんじ》で書《か》きましょう。

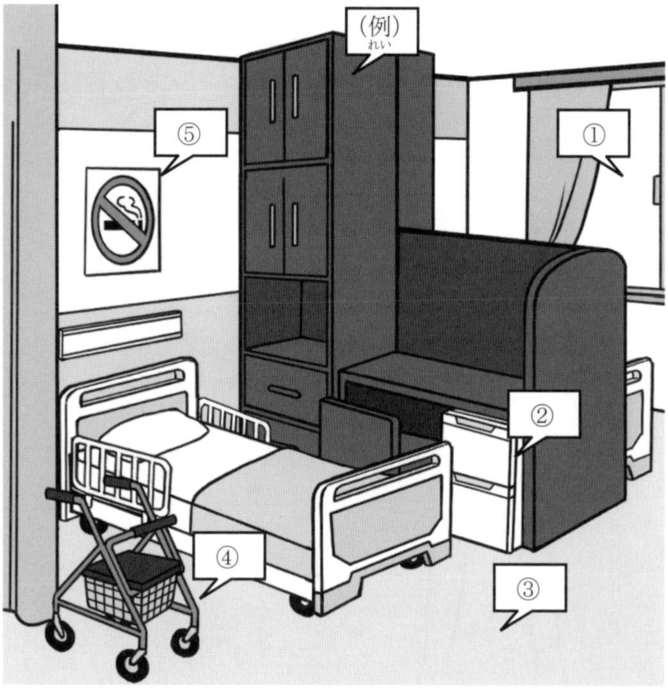

(例)《れい》 戸 棚《だな》

① □

② □□□

③ □

④ 四《よん》 □□□ 器《き》

⑤ □□ ポスター

【4】フンさんの日記《にっき》を読《よ》んで、①〜⑨の読《よ》み方《かた》を書《か》きましょう。

今日《きょう》からARC特別養護老人《とくべつようごろうじん》ホームという介護《かいご》(例)《れい》施設で働《はたら》くことになった。①福祉に関《かかわ》わる②職業はいろいろあるが、私《わたし》はずっと夢《ゆめ》だった介護《かいご》福祉士《し》になった。初《はじ》めての③仕事もあって、大変《たいへん》なことも多《おお》いが、④先輩に教《おし》えてもらい、⑤同僚と一緒《いっしょ》にこれからがんばっていきたい。今日《きょう》、施設の⑥利用者さんと話《はな》したり、たくさんの人《ひと》を見《み》かけたりしたが、利用者さんに必要《ひつよう》な介護《かいご》は本当《ほんとう》に⑦多種多様《たよう》だと感《かん》じた。⑧担当の利用者さんと早《はや》く仲良《なかよ》くなれるように、毎日声《まいにちこえ》をかけていこうと思《おも》う。ここにいる皆《みな》さんが安心《あんしん》して生活《せいかつ》が送《おく》れるように⑨支援していきたい。

例)《れい》 しせつ	①	②	③	④
⑤	⑥	⑦	⑧	⑨

３章《しょう》　体《からだ》①

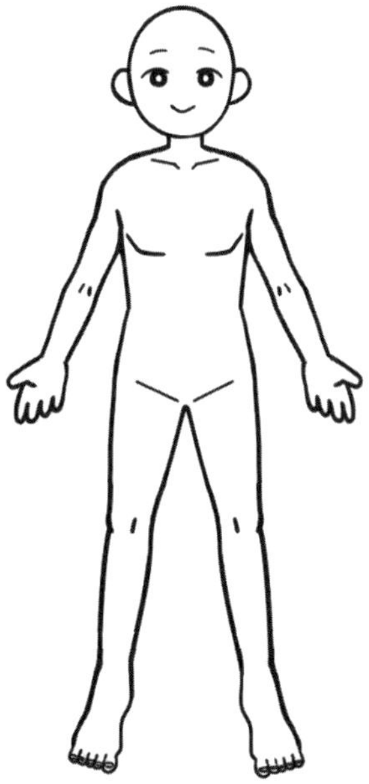
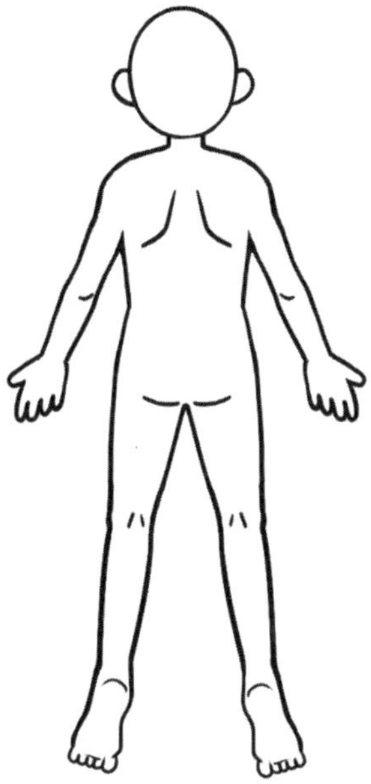

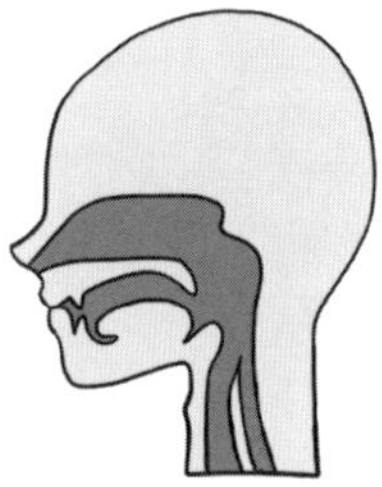

①顔《かお》や体《からだ》の部位《ぶい》が日本語《にほんご》でいくつわかりますか。
上《うえ》のイラストに書《か》き込《こ》んでみましょう。

②どんなとき、体《からだ》のどの部分《ぶぶん》が痛《いた》くなりますか。

③「腕前《うでまえ》を披露《ひろう》する」「尻《しり》もちをつく」など、体《からだ》の一部《いちぶ》を使《つか》った表現《ひょうげん》を知《し》っていますか。

☐ 額

ひたい
ガク

(18)

☐	額《ひたい》	Forehead	Trán
☐	前額部《ぜんがくぶ》	Forehead	Phần trán
☐	金額《きんがく》	Amount of money	Số tiền
☐	高額療養費制度《こうがくりょうようひせいど》	High-Cost Medical Expense Benefit	Chế độ hỗ trợ viện phí trong trường hợp tốn chi phí điều trị lớn

山田《やまだ》さんの額《ひたい》に冷《つめ》たいタオルをあてた。

I put a cold towel on the forehead of Mr. Yamada.

Tôi đã đặt một chiếc khăn lạnh lên trán ông Yamada.

☐ 眉

まゆ
ミ
ビ

(9)

☐	眉《まゆ》／眉毛《まゆげ》	Brow	Lông mày
☐	眉間《みけん》	Between the eyebrows	Ấn đường (phần giữa hai lông mày)
☐	眉目《びもく》	Face, Features	Khuôn mặt, dung mạo

田中《たなか》さんは眉間《みけん》にしわを寄《よ》せて、何《なに》かを考《かんが》えているようだった。

With a frown, Ms. Tanaka seemed to be thinking about something.

Bà Tanaka nheo mày như đang suy nghĩ điều gì.

☐ 頬

ほお

(15)

☐	頬《ほお》	Cheek	Má
☐	頬張《ほおば》る	Stuff one's mouth (with food)	Việc ăn phồng má

伊藤《いとう》さんはお孫《まご》さんと会《あ》えて、嬉《うれ》しそうに頬《ほお》を赤《あか》らめている。

Ms. Ito saw her grandchild and her cheeks are flushed with happiness.

Bà Ito vui mừng đến đỏ mặt khi được gặp cháu mình.

☐ 唇

くちびる
シン

(10)

☐	唇《くちびる》	Lip	Môi
☐	口唇《こうしん》	Lip	Môi miệng

中村《なかむら》さんは口唇《こうしん》ヘルペスができて、食事《しょくじ》しづらいと言《い》っていた。

Ms. Nakamura said that she had a difficulty eating because of lip herpes.

Bà Nakamura than thở về việc ăn uống khó khăn do bị Herpes môi (mụn rộp môi).

舌

した
ゼツ

(6)

舌

舌《した》	Tongue	Lưỡi
舌圧子《ぜつあつし》	Tongue depressor	Que đè lưỡi y tế
舌下神経《ぜっかしんけい》	Hypoglossal nerve	Dây thần kinh hạ thiệt
舌下錠《ぜっかじょう》	Sublingual tablet	Viên ngậm

舌下錠《ぜっかじょう》は服用《ふくよう》すると、効果《こうか》が早《はや》く現《あらわ》れる。
The sublingual tablet brings a quick effect after taking.
Sử dụng viên ngậm sẽ mang lại hiệu quả nhanh chóng.

咽

イン

(9)

咽

咽頭《いんとう》	Pharynx	Hầu (thuộc họng)
咽頭期《いんとうき》	Pharyngeal stage	Giai đoạn nuốt thức ăn
咽頭炎《いんとうえん》	Pharyngitis	Viêm họng

急性咽頭炎《きゅうせいいんとうえん》は、細菌《さいきん》やウイルスなどが原因《げんいん》で起《お》こる。
Acute pharyngitis is caused by bacteria and viruses.
Viêm họng cấp tính xảy ra do vi khuẩn, virus v.v.

喉

のど
コウ

(12)

喉

喉《のど》	Throat	Họng
喉仏《のどぼとけ》	Adam's apple	Yết hầu
咽喉《いんこう》	Throat	Hầu họng (Từ chuyên ngành)
耳鼻咽喉科《じびいんこうか》	Otolaryngology/ Ear, nose and throat department	Khoa tai mũi họng

耳鳴《みみな》りやめまいがひどいので、近所《きんじょ》の耳鼻咽喉科《じびいんこうか》を受診《じゅしん》した。
As I had a ringing noise in my ear and felt dizzy, I saw a doctor of the ear, nose and throat clinic in the neighborhood.
Vì bị ù tai và chóng mặt nặng, tôi đã đi khám tại viện tai mũi họng gần nhà.

顎

あご
ガク

(18)

顎

顎《あご》	Jaw	Cằm
上顎《うわあご/じょうがく》 ⇔ 下顎《したあご/かがく》	Upper jaw ⇔ Lower jaw	Hàm trên ⇔ Hàm dưới
顎関節症《がくかんせつしょう》	Temporomandibular joint disorder (TJD)	Rối loạn khớp thái dương hàm

顎関節症《がくかんせつしょう》は癖《くせ》になるので、なるべく硬《かた》い物《もの》を食《た》べないようにしている。
As temporomandibular joint disorder may recur, I try not to eat hard items.
Rối loạn khớp thái dương hàm là chứng bệnh dễ tái phát, nên tôi cố gắng tránh ăn những đồ ăn cứng.

☐ **肩** かた ケン (8)

☐	肩《かた》	Shoulder	Vai
☐	肩《かた》こり	Stiff shoulder	Đau mỏi vai do co cứng cơ
☐	四十肩《しじゅうかた》	Frozen shoulder syndrome	Viêm quanh khớp vai thể đông cứng
☐	肩甲骨《けんこうこつ》	Shoulder blade	Xương bả vai

肩《かた》こりを解消《かいしょう》するために、毎日肩甲骨《まいにちけんこうこつ》のストレッチをしている。

To ease my stiff shoulders, I stretch my shoulder blade every day.

Để cắt cơn đau mỏi vai, hàng ngày tôi duy trì tập giãn cơ xương bả vai.

☐ **脇** わき (10)

☐	脇《わき》	Armpit, Flank	Nách, hông
☐	脇腹《わきばら》	Side(s)	Hai bên hông

体《からだ》をひねるとき、脇腹《わきばら》がつりやすいので注意《ちゅうい》が必要《ひつよう》だ。

When twisting the body, keep in mind that you may easily get a cramp in your side.

Cần chú ý khi vặn người vì dễ bị vẹo sườn.

☐ **腕** うで ワン (12)

☐	腕《うで》	Arm	Cánh tay
☐	腕前《うでまえ》	Skill	Sự khéo tay, có trình độ
☐	腕力《わんりょく》	Muscular strength	Sức mạnh của cánh tay, sức mạnh cơ bắp
☐	上腕《じょうわん》	Upper arm	Nửa trên cánh tay (từ vai đến khuỷu tay)

田中《たなか》さんは自分《じぶん》の料理《りょうり》の腕前《うでまえ》を、みんなに披露《ひろう》したいそうだ。

Ms. Tanaka wants to demonstrate her cooking skill to all of us.

Nghe nói bà Takana muốn thể hiện cho mọi người biết tài nghệ nấu nướng của mình.

☐ **肘** ひじ (7)

☐	肘《ひじ》	Elbow	Khuỷu tay
☐	肘掛《ひじか》け	Armrest	Tay vịn
☐	肘当《ひじあ》て	Elbow pad	Băng/Đệm khuỷu tay
☐	肘関節《ひじかんせつ》	Elbow joint	Khớp khuỷu tay

肘《ひじ》がしびれて痛《いた》いので、湿布《しっぷ》を貼《は》った。

As my elbow was numb and painful, I applied a compress.

Vì khuỷu tay tê nhức, nên tôi đã dán cao.

□ 胸 (10)

むね
むな
キョウ

胸

□ 胸《むね》	Chest	Ngực
□ 胸《むね》焼《や》け	Heartburn	Ợ nóng
□ 胸骨《きょうこつ》	Sternum	Xương ức
□ 胸痛《きょうつう》	Chest pain	Đau, tức ngực

胸部《きょうぶ》レントゲン検査《けんさ》を受《う》けたが、何《なに》も異常《いじょう》がなくほっとしている。
I had a chest X-ray, but I was relieved to find that there was nothing wrong.
Tôi đã làm xét nghiệm X quang ngực, và yên tâm vì không phát hiện dấu hiệu bất thường.

□ 背 (9)

せ
せい
そむ－く
そむ－ける
ハイ

背

□ 背中《せなか》	Back	Lưng
□ 背負《せお》う	Carry on one's back	Cõng, vác, đảm đương
□ 背筋《はいきん》	Back muscle	Cơ lưng
□ 円背《えんぱい》	Humpback	Còng lưng, gù lưng

褥瘡《じょくそう》ができないように、背中《せなか》にクッションを挟《はさ》む。
To avoid bedsores, put a cushion under the back.
Tôi đặt đệm lót sau lưng, để tránh người bệnh bị lở loét do tiếp xúc.

□ 腰 (13)

こし
ヨウ

腰

□ 腰《こし》	Waist	Eo, thắt lưng
□ 物腰《ものごし》	Manner, Demeanor	Cách cư xử, lời ăn tiếng nói
□ 腰部《ようぶ》	Waist	Vùng eo, thắt lưng
□ 腰痛《ようつう》	Lower back pain	Chứng đau thắt lưng

池田先生《いけだせんせい》は誰《だれ》に対《たい》しても物腰《ものごし》が柔《やわら》らかく、患者《かんじゃ》さんからの評判《ひょうばん》がいい。
Dr. Ikeda has gentle manners to everyone and is popular among patients.
Bác sỹ Ikeda cư xử mềm mỏng, nhẹ nhàng với tất cả mọi người, nên nhận được đánh giá tốt từ bệnh nhân.

□ 尻 (5)

しり

尻

□ 尻《しり》	Buttock, Hips	Mông
□ 目尻《めじり》	Corner of an eye	Đuôi mắt
□ 尻《しり》もち	Pratfall	(Ngã) đập mông xuống sàn

長時間《ちょうじかん》硬《かた》い椅子《いす》に座《すわ》っていると、お尻《しり》が痛《いた》くなる。
I have a hip pain after sitting on a hard chair for a long time.
Ngồi lâu trên ghế cứng sẽ dễ bị đau mông.

□ 膝

ひざ
*シツ

(15)

膝

□ 膝《ひざ》	Knee	Đầu gối
□ 膝頭《ひざがしら》	Kneecap	Xương bánh chè
□ 変形性膝関節症《へんけいせいしつ/ひざかんせつしょう》	Knee osteoarthritis	Thoái hóa khớp gối

膝《ひざ》を痛《いた》めないように、ジョギングの前《まえ》にストレッチをする。

I have a stretch before jogging to avoid knee problems.

Tôi tập giãn cơ trước khi chạy bộ, để không bị đau đầu gối.

□ 膚

フ

(15)

膚

□ 皮膚《ひふ》	Skin	Da
□ 皮膚科《ひふか》	Dermatology department	Khoa da liễu
□ アトピー性皮膚炎《せいひふえん》	Atopic dermatitis	Viêm da cơ địa
□ 完膚《かんぷ》	Unwounded skin	Lớp da hoàn thiện, không tổn thương

中村《なかむら》さんは皮膚《ひふ》が弱《よわ》いため、ケアに注意《ちゅうい》が必要《ひつよう》だ。

As Ms. Nakamura has weak skin, her care requires attention.

Bà Nakamura da dẻ yếu, nên cần chú ý chăm sóc.

□ 爪

つま
つめ

(4)

爪

□ 爪先《つまさき》	Toe	Đầu ngón chân, mũi chân
□ 爪《つめ》	Nail	Móng (tay/chân)
□ 爪切《つめき》り	Nail clipper	Cái bấm móng tay
□ 深爪《ふかづめ》	Deep-set nail	Cắt móng tay/móng chân sâu

利用者《りようしゃ》さんの爪《つめ》に異常《いじょう》がない場合《ばあい》は、介護士《かいごし》が爪切《つめき》りを行《おこな》ってもよい。

When user's nails are not in bad condition, caregivers are allowed to trim their nails.

Nếu không có dấu hiệu bất thường ở móng tay, móng chân người sử dụng dịch vụ, nhân viên chăm sóc có thể thực hiện cắt móng tay, móng chân.

□ 両

リョウ

(6)

両

□ 両手《りょうて》	Both hands	Hai tay
□ 両親《りょうしん》	Parents	Bố mẹ
□ 両立《りょうりつ》	Compatibility	Việc thực hiện song song, đồng thời
□ 福祉車両《ふくししゃりょう》	Welfare vehicle	Xe ô tô sử dụng vào mục đích phúc lợi xã hội

患者《かんじゃ》さんが両足《りょうあし》のむくみを訴《うった》えたため、リンパマッサージを行《おこな》った。

As the patient complained of swelling in both feet, I provided lymphatic massage.

Vì người bệnh than thở bị sưng phù hai chân, tôi đã thực hiện masage bạch huyết.

復習《ふくしゅう》

【1】＿＿＿＿の読《よ》み方《かた》を書《か》きましょう。

例《れい》） 肩甲骨《こうこつ》をしっかりほぐす体操《たいそう》をする。

1. 辛《から》い物《もの》を食《た》べると、額から汗《あせ》が出《で》てくる。

2. 眉毛の形《かたち》によって、その人《ひと》の顔《かお》の印象《いんしょう》が変《か》わる。

3. 小《ちい》さい子《こ》どもが頬をふくらませて、怒《おこ》っている。

4. 咽頭は気温《きおん》の変化《へんか》などでも炎症《えんしょう》を起《お》こしやすい。

5. あくびが原因《げんいん》で、顎が外《はず》れてしまうことがある。

6. 机《つくえ》の角《かど》に爪先をぶつけてしまった。

7. 肘を痛《いた》めたので、サポーターを購入《こうにゅう》した。

8. 胸部の痛《いた》みは放置《ほうち》せず、病院《びょういん》へ行《い》ったほうがいい。

9. 地震《じしん》のとき、利用者《りようしゃ》さんを背負って避難《ひなん》した。

10. 若《わか》いときから腰痛がひどく、整骨院《せいこついん》に通《かよ》っている。

11. 田中《たなか》さんは膝が悪《わる》いので、歩行時《ほこうじ》に杖《つえ》を使《つか》っている。

12. 肌《はだ》がかゆいので、皮膚科へ行《い》った。

例《れい》	けんこうこつ
1	
2	
3	
4	
5	
6	
7	
8	
9	
10	
11	
12	

【2】＿＿＿＿を漢字《かんじ》で書《か》きましょう。

例《れい》）高橋《たかはし》さんはアイスを食《た》べると、みけんにしわが寄《よ》る。

1. くちびるが切《き》れて、血《ち》が出《で》てしまった。

2. 熱《あつ》いスープでしたをやけどした。

3. のど飴《あめ》をなめると、のどの痛《いた》みが和《やわ》らぐ。

4. かたこり解消《かいしょう》のために、毎日《まいにち》ストレッチをしている。

5. 体温計《たいおんけい》をわきの下《した》に挟《はさ》んで、体温《たいおん》を測《はか》る。

6. うでを骨折《こっせつ》してしまい、ギプスが必要《ひつよう》になった。

7. 昨日《きのう》、脂《あぶら》っこい物《もの》を食《た》べたせいでむねやけがする。

8. 子《こ》どものせなかをさすりながら、寝《ね》かしつけた。

9. 今朝《けさ》からこしが痛《いた》くて、歩《ある》くのもつらい。

10. 雪《ゆき》の日《ひ》に、滑《すべ》ってしりもちをついてしまった。

11. 祖母《そぼ》のために介護用《かいごよう》つめきりを買《か》った。

12. 入浴時《にゅうよくじ》は、安全《あんぜん》のためにりょうてで手《て》すりを持《も》つ。

例《れい》	眉間
1	
2	
3	
4	
5	
6	
7	
8	
9	
10	
11	
12	

4章《しょう》　体《からだ》②

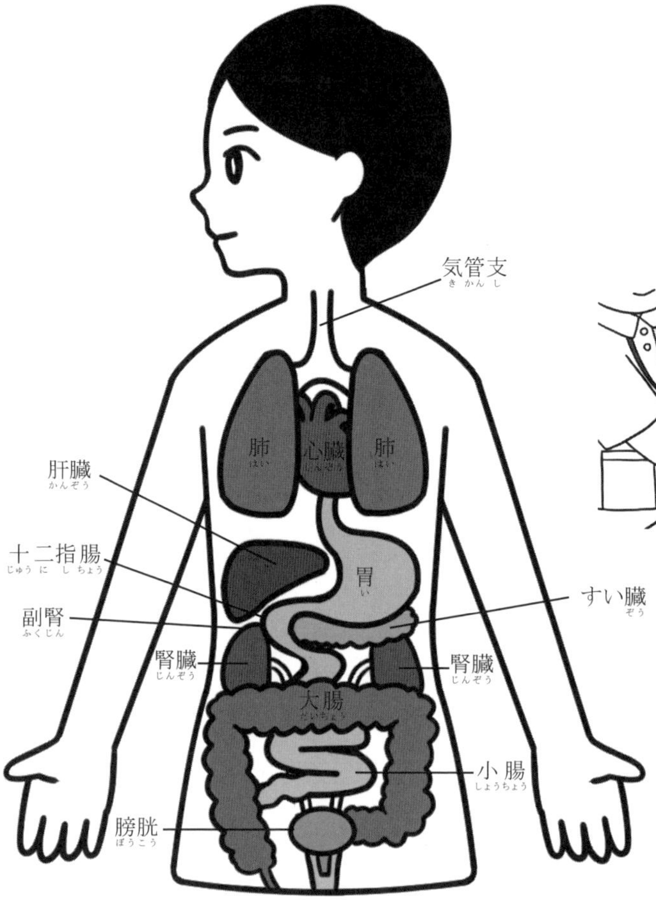

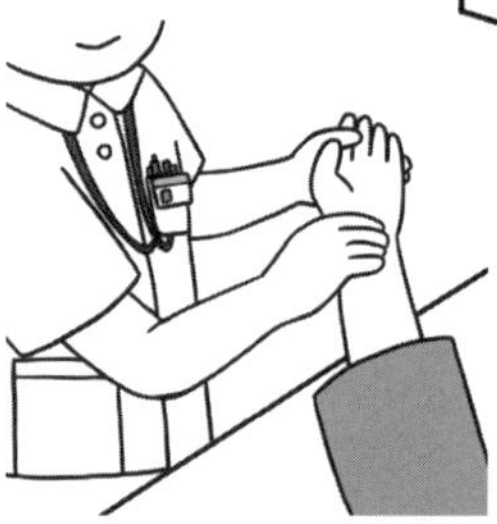

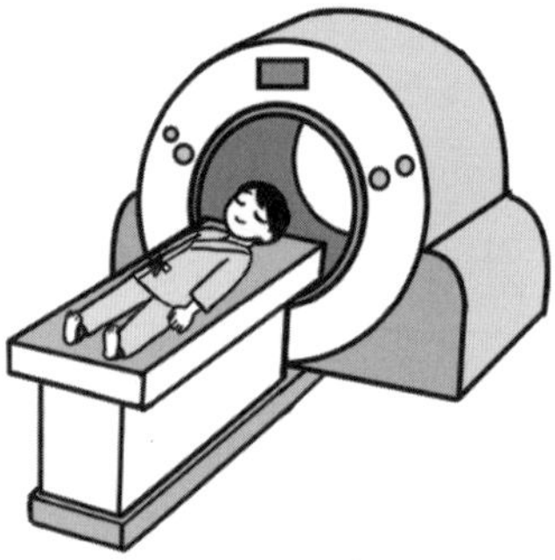

①体《からだ》の内部《ないぶ》にはどんな組織《そしき》があるでしょうか。

②健康管理《けんこうかんり》のために、どんな検査《けんさ》が必要《ひつよう》ですか。

③日本人《にほんじん》に多《おお》い病気《びょうき》や症状《しょうじょう》は何《なん》でしょうか。

□脈 ミャク
(10)

□ 動脈《どうみゃく》・静脈《じょうみゃく》	Artery/ Vein	Động mạch, tĩnh mạch
□ 動脈硬化《どうみゃくこうか》	Arteriosclerosis	Xơ cứng động mạch
□ 不整脈《ふせいみゃく》	Irregular heartbeat	Rối loạn nhịp tim
□ *頸動脈《けいどうみゃく》	Carotid artery	Động mạch cảnh

山田《やまだ》さんは不整脈《ふせいみゃく》が続《つづ》いているため、心電図《しんでんず》を撮《と》った。
As Mr. Yamada continues having an irregular heartbeat, he obtained an electrocardiogram.
Ông Yamada đã làm xét nghiệm điện tâm đồ do tình trạng rối loạn nhịp tim kéo dài.

□拍 ハク ヒョウ
(8)

□ 脈拍《みゃくはく》	Pulse	Mạch, mạch đập
□ 心拍数《しんぱくすう》	Heart rate	Nhịp tim
□ 手拍子《てびょうし》	Handclap	Nhịp vỗ tay

手術後《しゅじゅつご》は心拍数《しんぱくすう》が不安定《ふあんてい》になりやすい。
After surgery, the heart rate is likely to be unstable.
Sau khi phẫu thuật, nhịp tim thường dễ rơi vào tình trạng không ổn định.

□圧 アツ
(5)

□ 血圧《けつあつ》	Blood pressure	Huyết áp
□ 圧迫《あっぱく》	Pressure	Áp lực
□ 除圧《じょあつ》	Depressurization	Việc làm giảm áp suất, áp lực
□ 昇圧剤《しょうあつざい》⇔降圧剤《こうあつざい》	Vasopressor ⇔ Depressor drug	Thuốc tăng huyết áp ⇔ thuốc giảm huyết áp

毎日《まいにち》患者《かんじゃ》さんの血圧《けつあつ》や脈拍《みゃくはく》などのバイタルチェックを行《おこな》っている。
I check patients' vital signs, such as blood pressure and pulse, every day.
Hàng ngày, tôi kiểm tra các chỉ số sinh tồn của người bệnh như huyết áp, mạch.

□視 シ
(11)

□ 近視《きんし》⇔遠視《えんし》	Myopia ⇔ Hyperopia	Cận thị ⇔ viễn thị
□ 視力検査《しりょくけんさ》	Eye test	Đo thị lực
□ 視覚障害《しかくしょうがい》	Visual impairment	Chứng suy giảm thị lực
□ 内視鏡検査《ないしきょうけんさ》	Endoscopy	Khám nội soi

加齢《かれい》に伴《ともな》い、視力《しりょく》が低下《ていか》したり、視野《しや》が狭《せま》くなったりする傾向《けいこう》がある。
With aging, people's eyesight tends to decline, and the field of vision narrows.
Theo tuổi tác, con người có xu hướng bị suy giảm thị lực, tầm nhìn cũng bị thu hẹp hơn.

☐ 骨 ほね コツ
(10)

☐ 骨《ほね》	Bone	Xương
☐ 骨折《こっせつ》	Fracture	Gãy xương
☐ 骨密度《こつみつど》	Density of bone	Mật độ xương
☐ *骨《こつ》粗《そ》鬆症《しょうしょう》	Osteoporosis	Bệnh loãng xương

骨密度《こつみつど》が低下《ていか》すると、骨折《こっせつ》しやすくなる。

Bone density loss increases the potential for bone fractures.

Mật độ xương thấp dễ dẫn đến gãy xương.

☐ 筋 すじ キン
(12)

☐ 首筋《くびすじ》	Back of the neck	Gáy
☐ 筋肉《きんにく》	Muscle	Cơ bắp
☐ 大胸筋《だいきょうきん》	Pectoralis major muscle	Cơ ngực lớn
☐ 心筋梗塞《しんきんこうそく》	Myocardial infarction	Nhồi máu cơ tim

冬場《ふゆば》の入浴《にゅうよく》は、心筋梗塞《しんきんこうそく》のリスクがあるため注意《ちゅうい》が必要《ひつよう》だ。

As taking a bath in winter carries a risk of myocardial infarction, attention needs to be paid.

Tắm bồn vào mùa lạnh có nguy cơ gây nhồi máu cơ tim, do đó cần hết sức chú ý.

☐ 脂 あぶら シ
(10)

☐ 脂《あぶら》っこい	Fatty	Nhiều mỡ, béo ngậy
☐ 脂質異常症《ししついじょうしょう》≒高脂血症《こうしけつしょう》	Hyperlipidemia	Rối loạn lipid máu (bệnh mỡ máu cao)
☐ 脱脂乳《だっしにゅう》	Skim milk	Sữa tách béo
☐ 植物性油脂《しょくぶつせいゆし》	Vegetable oil	Dầu thực vật

脂質異常症《ししついじょうしょう》の治療《ちりょう》には食事制限《しょくじせいげん》が重要《じゅうよう》だ。

Diet is important for treatment of hyperlipidemia.

Để điều trị bệnh mỡ máu cao, cần kiểm soát chế độ ăn.

☐ 肪 ボウ
(8)

☐ 脂肪《しぼう》	Fat	Mỡ
☐ 減脂肪食《げんしぼうしょく》	Low fat diet	Chế độ ăn (bữa ăn) cắt giảm chất béo
☐ 中性脂肪《ちゅうせいしぼう》	Neutral fat	Chất béo trung tính
☐ 飽和脂肪酸《ほうわしぼうさん》	Saturated fatty acid	Chất béo bão hòa

中性脂肪《ちゅうせいしぼう》が増《ふ》えすぎると肥満症《ひまんしょう》を引《ひ》き起《お》こす恐《おそ》れがある。

Excessive intake of neutral fat carries a risk of obesity.

Khi lượng chất béo trung tính cao quá mức, sẽ có nguy cơ mắc bệnh béo phì.

☐ 脳 ノウ
(11)

☐ 脳《のう》	Brain	Não
☐ 脳性麻痺《のうせいまひ》	Cerebral palsy	Chứng liệt não
☐ 脳卒中《のうそっちゅう》	Stroke	Đột quỵ, tai biến mạch máu não
☐ 脳梗塞《のうこうそく》	Brain infarction	Nhồi máu não

祖母《そぼ》は脳梗塞《のうこうそく》の後遺症《こういしょう》で、片麻痺《かたまひ》が残《のこ》っている。
Due to aftereffects of a brain infarction, my grandmother has hemiplegia.
Bà tôi bị liệt nửa người, do biến chứng của bệnh nhồi máu não.

☐ 胃 イ
(9)

☐ 胃《い》もたれ	Stodginess, (feeling of) indigestion	Đầy bụng
☐ 胃潰瘍《いかいよう》	Gastric ulcer	Loét dạ dày, viêm dạ dày
☐ 胃《い》ろう	Gastrostomy	Ăn xông
☐ 胃食道逆流症《いしょくどうぎゃくりゅうしょう》	Gastroesophageal reflux disease	Chứng trào ngược dạ dày

加齢《かれい》とともに胃《い》の働《はたら》きが低下《ていか》すると、胃《い》もたれが起《お》きやすくなる。
With aging, stomach function declines and this makes it easier to feel heaviness in the stomach.
Theo tuổi tác, chức năng của dạ dày suy giảm, dễ dẫn tới đầy bụng, khó tiêu.

☐ 肺 ハイ
(9)

☐ 肺炎《はいえん》	Pneumonia	Viêm phổi
☐ 肺結核《はいけっかく》	Lung tuberculosis	Lao phổi
☐ 肺気腫《はいきしゅ》	Emphysema	Khí phế thũng (hay giãn phế nang)
☐ 心肺停止《しんぱいていし》	Cardiopulmonary arrest	Chứng ngừng tim phổi

父《ちち》は心肺停止《しんぱいていし》の状態《じょうたい》から奇跡的《きせきてき》に一命《いちめい》をとりとめた。
My father miraculously survived a cardiopulmonary arrest situation.
Bố tôi đã hồi sinh một cách kỳ tích sau cơn ngừng tim phổi.

☐ 腸 チョウ
(13)

☐ 胃腸《いちょう》	Stomach and intestines	Ruột và dạ dày (đường tiêu hóa)
☐ 浣腸《かんちょう》	Enema	Thụt tháo đại tràng
☐ 胃腸炎《いちょうえん》	Gastroenteritis	Viêm đường ruột
☐ 腸閉塞《ちょうへいそく》	Intestinal obstruction	Tắc ruột

ウイルス性胃腸炎《せいいちょうえん》は子《こ》どもがかかりやすく、11月《がつ》ごろから流行《りゅうこう》し始《はじ》める。
Viral gastroenteritis is more likely to affect children, and the season starts from around November.
Chứng viêm đường ruột do virus dễ gặp ở trẻ em, và sẽ bắt đầu lây lan mạnh vào khoảng tháng 11.

□腺 セン

(13)

□ 汗腺《かんせん》	Sweat gland	Tuyến mồ hôi
□ 前立腺《ぜんりつせん》	Prostate gland	Tuyến tiền liệt
□ *扁桃腺《へんとうせん》	Tonsil	Amidan
□ 乳腺《にゅうせん》	Mammary gland	Tuyến vú

高橋《たかはし》さんの発熱《はつねつ》は、扁桃腺《へんとうせん》の腫《は》れによるものだった。

Ms. Takahashi's fever was caused by swelling of the tonsil.

Bà Takahashi bị sốt do sưng Amidan.

□臓 ゾウ

(19)

□ 心臓《しんぞう》	Heart	Tim
□ 内臓《ないぞう》	Viscera, Internal organs	Nội tạng
□ 臓器移植《ぞうきいしょく》	Organ transplant	Cấy ghép nội tạng
□ 心臓発作《しんぞうほっさ》	Heart attack	Đau tim

母《はは》が「最近《さいきん》、よく胸《むね》が痛《いた》くなる」と言《い》うので、心臓《しんぞう》の検査《けんさ》を勧《すす》めた。

My mother often said, "I often have a heart pain recently," so I recommended her to test for heart problems.

Mẹ tôi than thở gần đây hay bị đau tức ngực, nên tôi đã khuyên bà làm xét nghiệm tim.

□腎 ジン

(12)

□ 腎臓《じんぞう》	Kidney	Thận
□ 腎炎《じんえん》	Kidney inflammation	Chứng viêm thận
□ 腎不全《じんふぜん》	Renal failure	Suy thận
□ 副腎皮質《ふくじんひしつ》ステロイド	Corticosteroid	Thuốc chống viêm Corticosteroid

糖尿病《とうにょうびょう》や高血圧《こうけつあつ》などは慢性腎臓病《まんせいじんぞうびょう》の原因《げんいん》となる。

Diabetes and high blood pressure are causes of chronic kidney disease.

Tiểu đường, huyết áp cao v.v là những nguyên nhân gây ra bệnh thận mãn tính.

□肝 きも カン

(7)

□ 肝臓《かんぞう》	Liver	Gan
□ C型肝炎《シーがたかんえん》	Hepatitis C	Viêm gan C
□ 肝硬変《かんこうへん》	Cirrhosis	Bệnh xơ gan
□ 脂肪肝《しぼうかん》	Fatty liver	Bệnh gan nhiễm mỡ

アルコールの飲《の》みすぎは肝臓病《かんぞうびょう》を引《ひ》き起《お》こす恐《おそ》れがある。

Too much alcohol consumption carries a risk of liver disease.

Uống quá nhiều chất có cồn có nguy cơ gây ra bệnh gan.

□脚

あし
キャク
キャ
(11)

□ 脚《あし》	Leg	Chân
□ O脚《オーきゃく》・X脚《エックスきゃく》	Bow-legs/ Knock-knees	Chân vòng kiềng chữ O, chân chữ X
□ 脚力《きゃくりょく》	Leg strength	Sức mạnh của chân
□ 脚立《きゃたつ》	Stepladder	Thang chữ A

脚力《きゃくりょく》を鍛《きた》えるために、毎日《まいにち》スクワットを続《つづ》けている。
To improve the strength of my legs, I do squats every day.
Để rèn luyện sức mạnh của đôi chân, hàng ngày, tôi duy trì tập squat.

□肢

シ
(8)

□ 上《じょう》肢《し》⇔下《か》肢《し》	Upper limb ⇔ Lower limb	Chi trên (tay) ⇔ Chi dưới (chân)
□ 義《ぎ》肢《し》	Prosthetic limb	Chân tay giả
□ 四《し》肢《し》麻《ま》痺《ひ》	Quadriplegia	Liệt tứ chi

上《じょう》肢《し》トレーニングは座《すわ》ったままでもできる。
Upper limb training is possible even seated in a chair.
Có thể tập tay trong tư thế ngồi.

□節

ふし
セツ
セチ
(13)

□ 節々《ふしぶし》	Joints	Khớp (xương, cây v.v.)
□ 関節《かんせつ》	Joint	Cơ khớp
□ 関節炎《かんせつえん》	Arthritis	Viêm cơ khớp
□ お節《せち》料《りょう》理《り》	Traditional New Year's food	Osechi (món ăn truyền thống ngày tết)

寝《ね》たきりなどによって筋肉《きんにく》が固《かた》まると、関節《かんせつ》が動《うご》かしにくくなる。
Stiffening muscles caused by being bedridden makes it difficult to move joints.
Khi cơ bắp co cứng do nằm liệt giường lâu ngày, các khớp sẽ trở nên khó cử động hơn.

□眼

まなこ
ガン
ゲン
(11)

□ 眼《がん》科《か》	Department of ophthalmology	Khoa mắt
□ 眼圧《がんあつ》	Eye pressure	Nhãn áp
□ 点眼薬《てんがんやく》	Eye-drops	Thuốc nhỏ mắt
□ ※眼鏡《めがね》	Eyeglasses	Kính

朝《あさ》起《お》きると目《め》が腫《は》れていたため、眼《がん》科《か》を受診《じゅしん》した。
As I had a swollen eye when I woke up in the morning, I went to see an eye doctor.
Buổi sáng ngủ dậy, vì thấy mắt sưng, tôi đã đi khám tại viện mắt.

復《ふく》習《しゅう》

【1】＿＿＿＿の読《よ》み方《かた》を書《か》きましょう。

例《れい》） 脚力 強化《きょうか》のために毎日《まいにち》3km散歩《さんぽ》している。

1. 不整《せい》脈の早期《そうき》発見《はっけん》には日々《ひび》の測定《そくてい》が欠《か》かせない。

2. 最近《さいきん》はスマホでも心拍数が測定《そくてい》できる。

3. 年《とし》を重《かさ》ねると、骨折しやすくなる。

4. 同《おな》じ部分《ぶぶん》が圧迫《ぱく》され続《つづ》けると、褥瘡《じょくそう》ができやすい。

5. 高橋《たかはし》さんが「首筋が痛《いた》い」と言《い》うので、検査《けんさ》をした。

6. 脂っこいラーメンが好《す》きで、つい食《た》べすぎてしまう。

7. 乳腺外科《げか》へ行《い》き、超音波検査《ちょうおんぱけんさ》を受《う》けた。

8. 腎臓病の食事療法《しょくじりょうほう》の1つに減塩《げんえん》がある。

9. C型《シーがた》肝炎《えん》を放置《ほうち》すると、がんに進行《しんこう》する恐《おそ》れがある。

10. 床《ゆか》が傷《きず》つかないように、いすの脚にカバーをつけた。

11. この運動《うんどう》は下肢麻痺《まひ》の患者《かんじゃ》さんも簡単《かんたん》にできそうだ。

12. お正月《しょうがつ》に家族《かぞく》みんなでお節料理《りょうり》を食《た》べた。

例《れい》	きゃくりょく
1	
2	
3	
4	
5	
6	
7	
8	
9	
10	
11	
12	

【2】＿＿＿＿を漢字《かんじ》で書《か》きましょう。

例《れい》）てびょうしをしながら利用者《りようしゃ》さんの歌《うた》を聞《き》いた。

1. 父《ちち》は毎朝《まいあさ》 けつあつを測《はか》って健康管理《けんこうかんり》をしている。

2. テレビの見《み》すぎのせいか、しりょくが落《お》ちてきた。

3. ほねを丈夫《じょうぶ》にする食《た》べ物《もの》を意識的《いしきてき》に摂取《せっしゅ》する。

4. きんりょく 低下《ていか》を防止《ぼうし》するためにマッサージを行《おこな》う。

5. 中性《ちゅうせい》しぼうの数値《すうち》が高《たか》い、と医者《いしゃ》から注意《ちゅうい》を受《う》けた。

6. 祖父《そふ》はのうそっちゅうの後遺症《こういしょう》もなく、毎日元気《まいにちげんき》だ。

7. みぞおち辺《あた》りが痛《いた》くなり、いちょうやくを飲《の》んだ。

8. しんぱい停止状態《ていしじょうたい》の患者《かんじゃ》さんが運《はこ》ばれてきた。

9. みゃくはくに異常《いじょう》がないかをチェックする。

10. しんぞうマッサージやＡＥＤ《エーイーディー》の救命訓練《きゅうめいくんれん》を受《う》けた。

11. 冬《ふゆ》になると、寒《さむ》さでかんせつが痛《いた》みやすくなる。

12. 木村《きむら》さんは朝晩《あさばん》 てんがんやくを使用《しよう》している。

例《れい》	手拍子
1	
2	
3	
4	
5	
6	
7	
8	
9	
10	
11	
12	

3・4章《しょう》　クイズ

【1】顔《かお》の部位《ぶい》の名称《めいしょう》を漢字《かんじ》で書《か》きましょう。

①	
②	

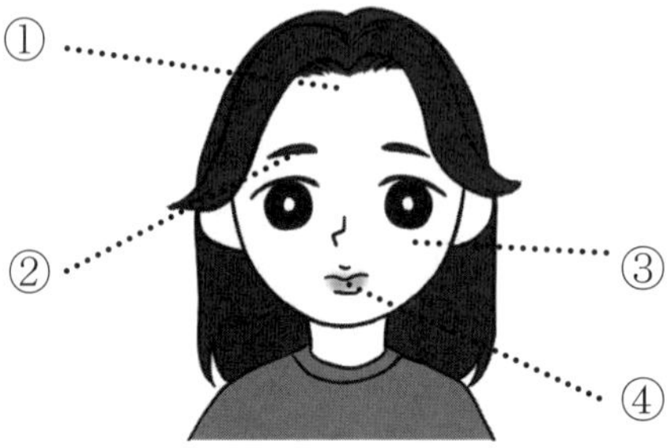

③	
④	

【2】体《からだ》の部位《ぶい》の名称《めいしょう》を漢字《かんじ》で書《か》きましょう。

前《まえ》

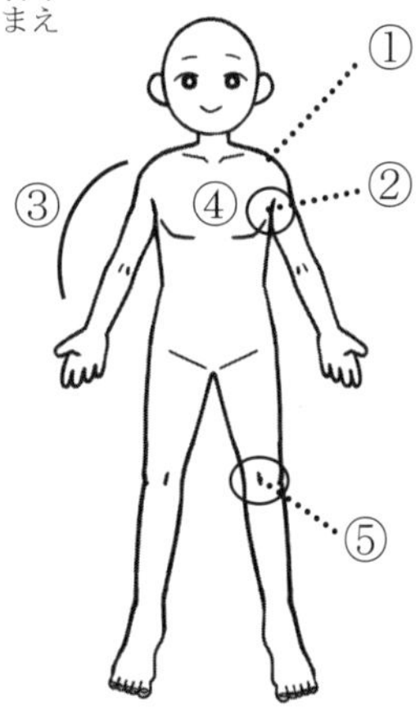

①	
②	
③	
④	
⑤	

後《うし》ろ

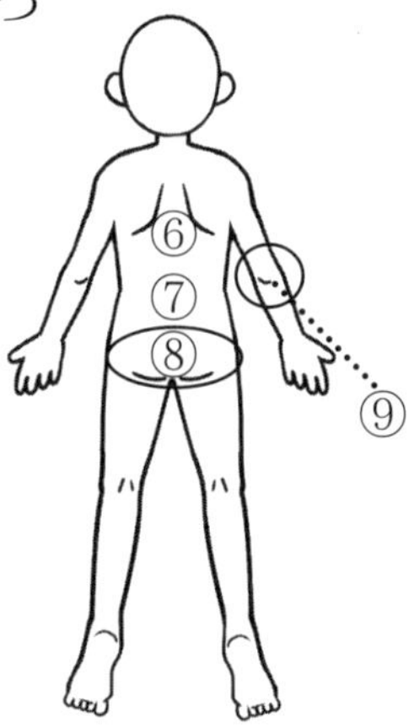

⑥	
⑦	
⑧	
⑨	

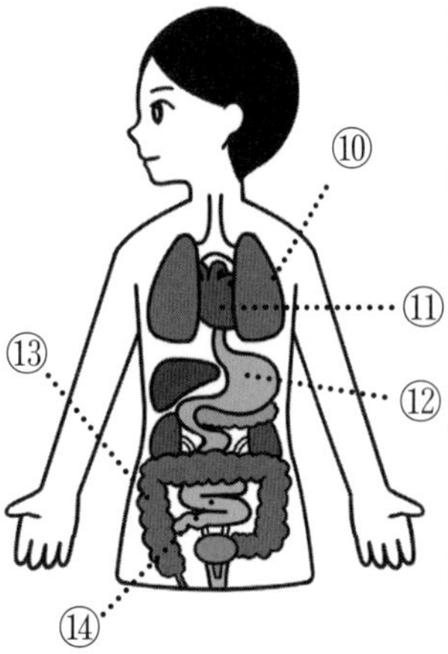

⑩	
⑪	
⑫	
⑬	
⑭	

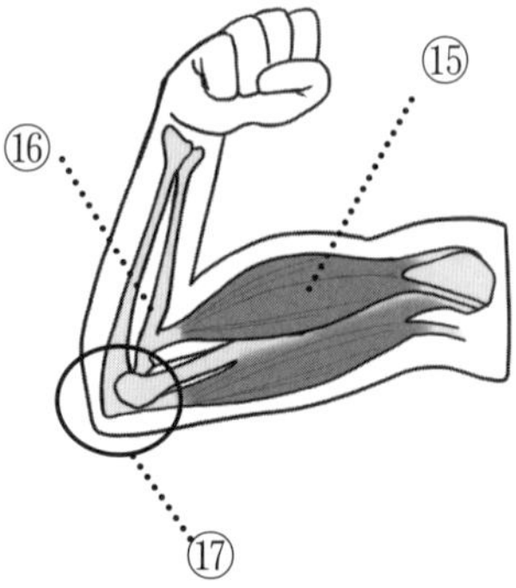

⑮	
⑯	
⑰	

【3】説明文《せつめいぶん》に合《あ》うものを線《せん》で結《むす》びましょう。

例《れい》）脳《のう》の血管《けっかん》が詰《つ》まったり破《やぶ》れたりして、脳《のう》が障害《しょうがい》を受《う》ける病気《びょうき》 ― b）脳卒中《のうそっちゅう》

① 目《め》に差《さ》して使《つか》う薬《くすり》
② 物《もの》の見《み》え方《かた》を測《はか》る目《め》の検査《けんさ》
③ 医師《いし》が喉《のど》を見《み》るときに、舌《した》を押《お》さえるために使《つか》う道具《どうぐ》
④ 手首《てくび》や首《くび》を触《さわ》ると感《かん》じるドクドクという血《ち》の流《なが》れの速《はや》さ
⑤ 失《うしな》った体《からだ》の一部《いちぶ》を補《おぎな》う人工《じんこう》の手足《てあし》
⑥ 赤《あか》ちゃんが飲《の》む母乳《ぼにゅう》を作《つく》り出《だ》すところ
⑦ ブドウ糖《とう》が不足《ふそく》したときに、代《か》わりにエネルギーのもとになるもの
⑧ お酒《さけ》の飲《の》みすぎなどが原因《げんいん》で、この臓器《ぞうき》が硬《かた》くなる症状《しょうじょう》

a）脈拍《みゃくはく》
b）脳卒中《のうそっちゅう》
c）点眼薬《てんがんやく》
d）舌圧子《ぜつあつし》
e）中性脂肪《ちゅうせいしぼう》
f）視力検査《しりょくけんさ》
g）肝硬変《かんこうへん》
h）乳腺《にゅうせん》
i）義肢《ぎし》

【4】状況説明《じょうきょうせつめい》を読《よ》んで、内容《ないよう》に合《あ》うイラストをA～Eから選《えら》びましょう。
また、①～⑩の漢字《かんじ》と読《よ》み方《かた》を書《か》きましょう。

状況《じょうきょう》・症状《しょうじょう》	絵《え》
利用者《りようしゃ》の高橋《たかはし》さんは、最近耳《さいきんみみ》が聞《き》こえにくいようで診断《しんだん》の結果《けっか》、加齢性《かれいせい》（例《れい》）難聴だと判明《はんめい》した。	B
訪問介護先《ほうもんかいごさき》の田中《たなか》さんは一度《いちど》①骨粗鬆症が原因《げんいん》で骨折《こっせつ》してから、②脚力が弱《よわ》くなってしまっている。③りょうあしに力《ちから》が入《はい》らないようで、出歩《である》くのも嫌《いや》がっている。	
患者《かんじゃ》の山本《やまもと》さんは④皮膚のかゆみや咳《せき》などから、ダニアレルギーであることがわかり、医師《いし》からダニ抗原《こうげん》⑤舌下免疫療法《めんえきりょうほう》の説明《せつめい》を受《う》けた。かゆみのある部分《ぶぶん》をかかないように、⑥つめを短《みじか》く切《き》るように指導《しどう》を受《う》けた。	
患者《かんじゃ》の中村《なかむら》さんは最近《さいきん》、食事《しょくじ》に時間《じかん》がかかるようになった。口《くち》を開《あ》けるのが辛《つら》いようで、検査《けんさ》をしてみると⑦顎関節症《しょう》だとわかり、治療《ちりょう》を始《はじ》めた。	
⑧のどが痛《いた》い、と⑨耳鼻咽喉科に行《い》った佐藤《さとう》さんは急性《きゅうせい》⑩咽頭炎《えん》であると診断《しんだん》された。	

【A】

【B】

【C】

【D】

【E】

例《れい》）なんちょう	①	②	③
④	⑤	⑥	⑦
⑧	⑨	⑩	

COLUMN

知《し》っトク　体《からだ》・人体図《じんたいず》

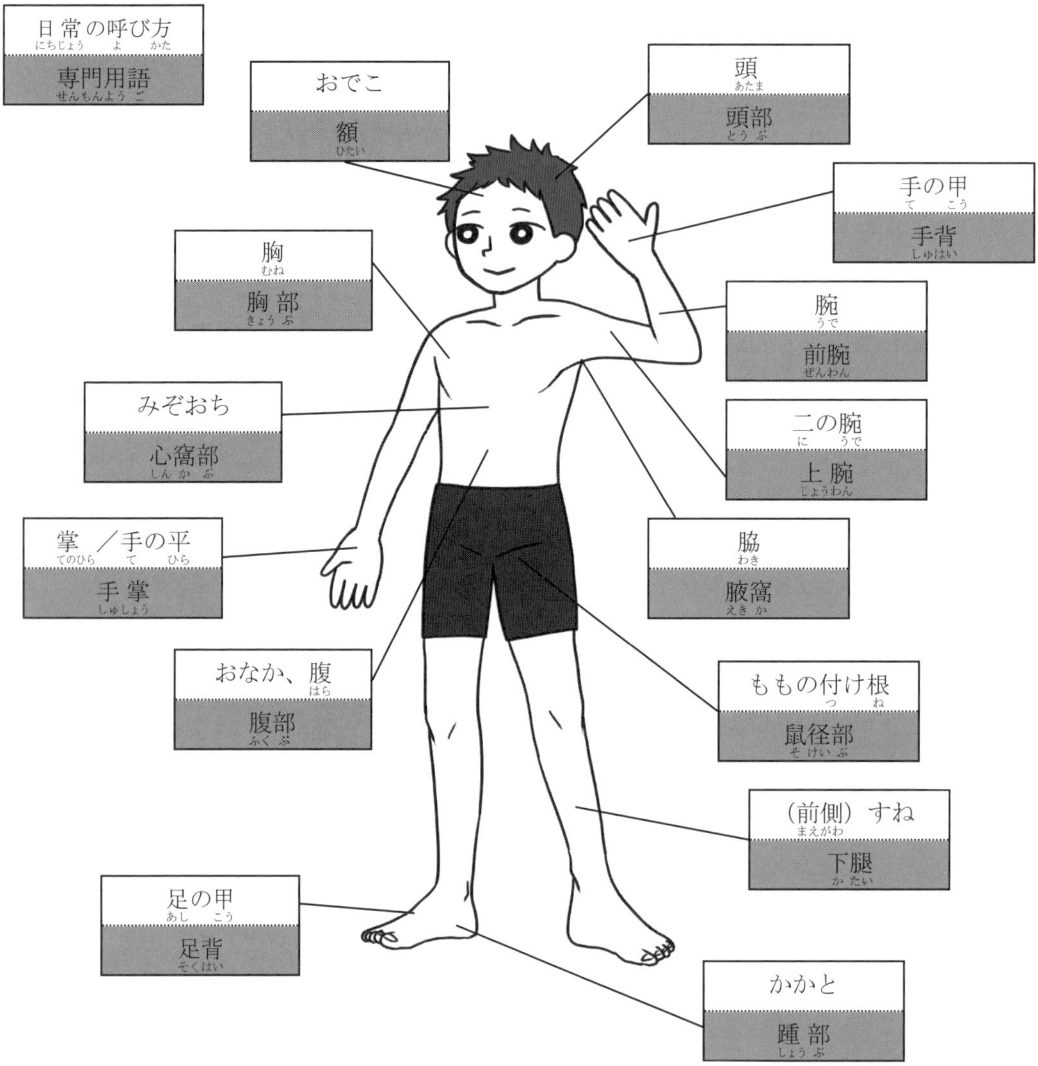

■ 体《からだ》の部位《ぶい》を使《つか》った表現《ひょうげん》（1）

部位《ぶい》	表現《ひょうげん》	例文《れいぶん》
頭《あたま》	**頭《あたま》**を冷《ひ》やす	カッとなった**頭《あたま》を冷《ひ》やす**ために、外《そと》の空気《くうき》を吸《す》う。
顔《かお》	**顔《かお》**が広《ひろ》い	山田《やまだ》さんは**顔《かお》が広《ひろ》く**、施設内《しせつない》でいろんな人《ひと》と立《た》ち話《ばなし》をしている。
目《め》	**目《め》**を盗《ぬす》む	糖尿病《とうにょうびょう》の患者《かんじゃ》さんが、看護師《かんごし》の**目《め》を盗《ぬす》んで**お菓子《かし》を食《た》べていた。
	目頭《めがしら》が熱《あつ》くなる	患者《かんじゃ》さんが退院《たいいん》するのを見送《みお》って、**目頭《めがしら》が熱《あつ》くなった**。
胸《むね》	**胸《むね》**に刻《きざ》む	今回《こんかい》の失敗《しっぱい》を**胸《むね》に刻《きざ》んで**、同《おな》じミスをしないように努《つと》める。
手《て》	**手《て》**がかかる	犬《いぬ》や猫《ねこ》は、**手《て》がかかれば**かかるほどかわいいとも言《い》われている。

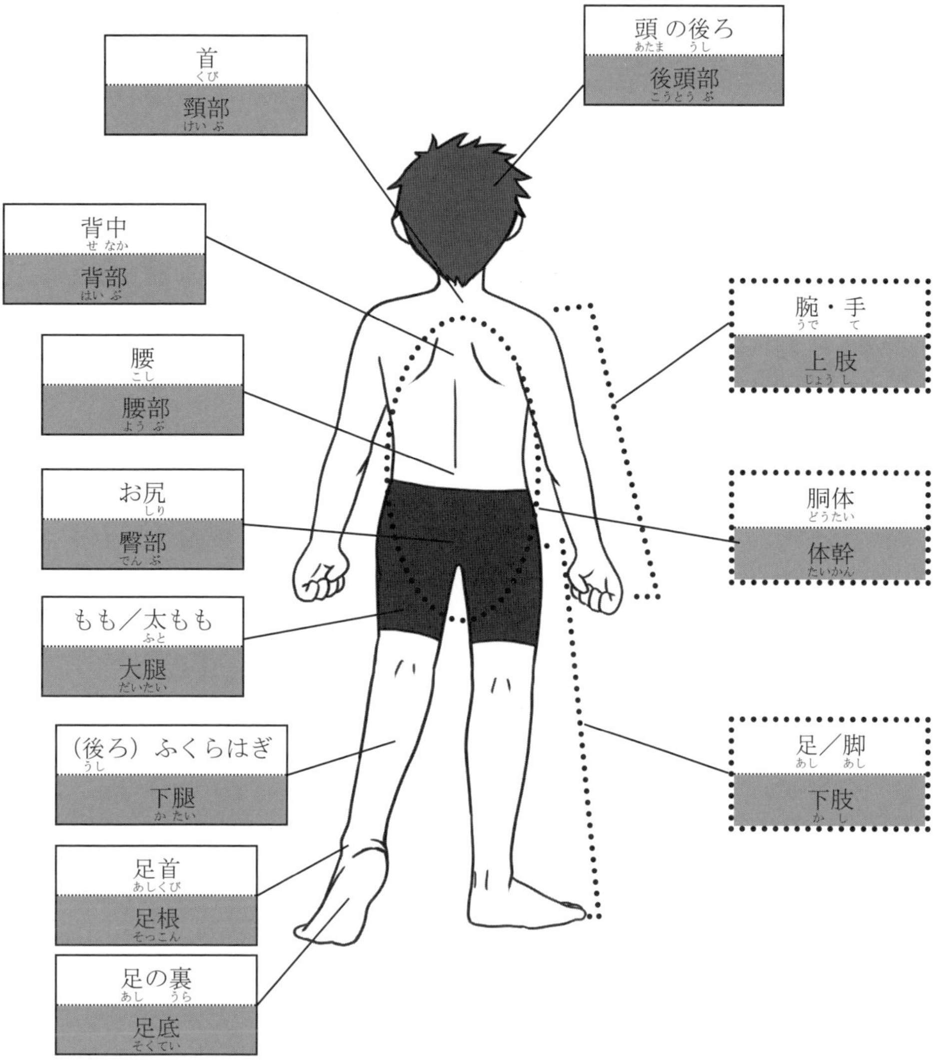

■ 体《からだ》の部位《ぶい》を使《つか》った表現《ひょうげん》（2）

部位《ぶい》	表現《ひょうげん》	例文《れいぶん》
体《からだ》	**体《からだ》**に障《さわ》る	「夜風《よかぜ》は、**お体《からだ》に障《さわ》ります**。そろそろお部屋《へや》に戻《もど》りましょう。」
肩《かた》	**肩《かた》**で息《いき》をする	木村《きむら》さんは、少《すこ》し散歩《さんぽ》しただけなのに**肩《かた》で息《いき》をしている**。
	肩身《かたみ》が狭《せま》い	山田《やまだ》清《きよし》さんは「ここは女性《じょせい》が多《おお》くて、我々《われわれ》は**肩身《かたみ》が狭《せま》いよ**」と言《い》っていた。
腰《こし》	**腰《こし》**が重《おも》い	田中《たなか》さんは**腰《こし》が重《おも》く**、なかなかお風呂《ふろ》に入《はい》りたがらない。
	腰《こし》が抜《ぬ》ける	すぐ近《ちか》くに雷《かみなり》が落《お》ち、びっくりして**腰《こし》が抜《ぬ》けた**。
足《あし》	**足《あし》**が棒《ぼう》になる	今日《きょう》は立《た》ちっぱなしで、**足《あし》が棒《ぼう》になった**。

5章《しょう》　食事《しょくじ》・献立《こんだて》

①日本人《にほんじん》は朝《あさ》、昼《ひる》、晩《ばん》の食事《しょくじ》でどんな物《もの》を食《た》べますか。
あなたの国《くに》と同《おな》じですか。

②施設《しせつ》・病院《びょういん》の食事《しょくじ》にはどんなものがありますか。

③味《あじ》や好《この》みを表《あらわ》すことばを知《し》っていますか。

□ 豚　ぶた　トン
(11)

豚

□ 豚肉《ぶたにく》	Pork	Thịt lợn
□ 豚《とん》カツ	Pork cutlet	Món thịt lợn chiên xù

豚肉《ぶたにく》のしょうが焼《や》きは、利用者《りようしゃ》さんに人気《にんき》のメニューだ。
Pork ginger is a popular dish among users.
Món thịt heo xào gừng nướng (Shogayaki) là món mà người sử dụng dịch vụ rất yêu thích.

□ 鶏　にわとり　ケイ
(19)

鶏

□ 鶏《にわとり》	Chicken	Gà
□ 鶏卵《けいらん》	Chicken egg	Trứng gà

鶏卵《けいらん》の摂取《せっしゅ》でアナフィラキシーショックを起《お》こした。
Eating chicken eggs led to anaphylactic shock.
Tôi bị sốc phản vệ sau khi ăn trứng gà.

□ 芋　いも
(6)

芋

□ 芋《いも》	Potato	Khoai
□ 里芋《さといも》	Taro	Khoai sọ
□ 焼《や》き芋《いも》	Baked sweet potato	Khoai nướng

さつまいもをたくさん収穫《しゅうかく》したため、施設《しせつ》で焼《や》き芋《いも》イベントを開催《かいさい》した。
Harvesting a lot of sweet potatoes, we held a baked sweet potato event at the facility.
Vì thu hoạch được nhiều khoai lang, cơ sở đã tổ chức buổi tiệc nướng khoai.

□ 藻　も　ソウ
(19)

藻

□ 藻《も》	Algae	Thực vật sống trong nước (rong, tảo)
□ 海藻《かいそう》	Seaweed	Rong, tảo biển

わかめなどの海藻類《かいそうるい》は消化《しょうか》に悪《わる》いため、食《た》べ過《す》ぎに注意《ちゅうい》する。
As seaweed including brown seaweed is difficult to digest, we need to be careful about overconsumption.
Các loại rong, tảo như tảo biển tươi (wakame) không tốt cho tiêu hóa, nên cần tránh ăn nhiều.

☐ 汁 (5)

しる
ジュウ

☐	味噌汁《みそしる》	Miso soup	Súp Miso
☐	汁物《しるもの》	Soup	Súp, canh
☐	お汁粉《しるこ》	Sweet red-bean soup with rice cakes	Chè mochi (bánh dày) đậu đỏ
☐	果汁《かじゅう》	Fruit juice	Nước ép hoa quả

この病院《びょういん》では塩分《えんぶん》バランスを考慮《こうりょ》し、減塩《げんえん》味噌汁《みそしる》を提供《ていきょう》している。

This hospital provides low-salt miso soup, taking into consideration of salt balance.

Cân nhắc tới sự cân bằng về lượng muối, bệnh viện này thường đưa món súp Miso giảm muối vào thực đơn.

☐ 丼 (5)

どんぶり
どん

☐	丼《どんぶり》	Bowl	Bát sứ lòng sâu, cơm Donburi
☐	丼飯《どんぶりめし》	Rice bowl dish	Cơm Donburi
☐	牛丼《ぎゅうどん》	Bowl of rice topped with beef	Cơm thịt bò
☐	天丼《てんどん》	Bowl of rice topped with tempura	Cơm Tempura

土用《どよう》の丑《うし》の日《ひ》の献立《こんだて》は、うな丼《どん》と汁物《しるもの》だ。

The menu of the “day of the ox in mid-summer” is an eel bowl and soup.

Thực đơn vào ngày Doyono Ushinohi (ngày nóng nhất trong năm), sẽ là cơm lươn và súp.

☐ 麺 (16)

メン

☐	麺《めん》	Noodle	Mỳ
☐	素麺《そうめん》	Thin wheat noodles	Mỳ Somen
☐	麺類《めんるい》	Noodles	Các loại mỳ, miến

麺類《めんるい》をすすったり噛《か》んだりするのが難《むずか》しい場合《ばあい》は、とろみをつけるとよい。

When it is difficult to slurp up or chew noodles, adding thickness is a good idea.

Nên tạo độ sánh cho món mỳ trong trường hợp người sử dụng gặp khó khăn khi hút, cắn sợi mỳ.

☐ 粥 (12)

かゆ

☐	粥《かゆ》	Rice porridge	Cháo
☐	五分粥《ごぶがゆ》・全粥《ぜんがゆ》	Rice porridge with ratio of 0.5 rice to 5 water Rice porridge with ratio of 1 rice to 5 water	Cháo nấu với tỷ lệ 1 gạo : 10 nước (五分粥)/ 1 gạo : 5 nước (全粥)
☐	七草粥《ななくさがゆ》	Rice porridge with seven herbs	Món cháo truyền thống nấu cùng 7 loại rau mùa xuân, ăn vào ngày mồng 7 tết

お粥《かゆ》は噛《か》む力《ちから》が低下《ていか》していても食《た》べやすく、さまざまな味付《あじつ》けも楽《たの》しめる。

Rice porridge is easy to eat with lower chewing strength, and also enjoyable with various seasonings.

Cháo là món dễ ăn với cả những người bị suy giảm chức năng nhai, và có thể thưởng thức với nhiều cách nêm gia vị khác nhau.

☐ 甘 (5)
あま－い
あま－える
あま－やかす
カン

☐ 甘《あま》い	Sweet	Ngọt
☐ 甘《あま》み	Sweetness	Vị ngọt
☐ 甘《あま》える	Behave like a spoilt child, Presume upon	Nhõng nhẽo, nũng nịu
☐ 甘《かん》味《み》料《りょう》	Sweetener	Gia vị ngọt

中村《なかむら》さんは甘《あま》い物《もの》に目《め》がなく、毎日《まいにち》のデザートを楽《たの》しみにしているそうだ。
It is said that Ms. Nakamura is awful fond of sweets and looks forward to desserts every day.
Nghe nói bà Nakamura rất thích đồ ngọt, nên hàng ngày bà luôn háo hức mong chờ món tráng miệng.

☐ 辛 (7)
から－い
シン

☐ 辛《から》い	Hot	Cay
☐ 塩辛《しおから》い	Salty	Mặn
☐ 唐辛《とうがら》子《し》	Hot pepper	Quả ớt, ớt bột
☐ 香辛料《こうしんりょう》	Spice	Chất tạo hương

中《ちゅう》華《か》料《りょう》理《り》が好《す》きな祖《そ》母《ぼ》のために、辛《から》さ控《ひか》えめのマーボー豆《どう》腐《ふ》を作《つく》った。
I cooked less-spicy mapo tofu for my grandmother who loves Chinese cuisine.
Tôi đã làm món đậu hũ tứ xuyên (Mabo Dofu) không cay cho bà tôi vì bà rất thích món Trung Quốc.

☐ 濃 (16)
こ－い
ノウ

☐ 濃《こ》い	Thick	(Vị) đậm
☐ 濃厚《のうこう》な	Rich	Đậm (vị, màu, hương, mùi)
☐ 濃《のう》度《ど》	Density	Nồng độ
☐ 酸《さん》素《そ》濃縮《のうしゅく》器《き》	Oxygen concentrator	Máy tạo oxy

年齢《ねんれい》が高《たか》くなると味《み》覚《かく》が低《てい》下《か》し、濃《こ》い味《あじ》付《つ》けを好《この》むようになる。
With age, people have a decreased sense of taste and tend to like thick tastes.
Khi có tuổi, vị giác bị suy giảm, và dễ có xu hướng thích những món đậm đà.

☐ 薄 (16)
うす－い
うす－める
うす－まる
うす－れる
ハク

☐ 薄《うす》い⇔濃《こ》い	Thin ⇔ Thick	Mỏng, nhạt ⇔ đậm
☐ 薄《うす》まる／薄《うす》める	Dilute/ Dilute	Nhạt, loãng đi / Làm loãng, làm nhạt
☐ 薄《うす》着《ぎ》	Light clothing	Sự ăn mặc mỏng manh
☐ 薄力《はくりき》粉《こ》	Soft flour, Pastry flour	Bột mềm (dùng làm bánh gato, bánh ngọt, tempura)

酸《さん》味《み》の強《つよ》い料《りょう》理《り》はむせやすいため、だし汁《じる》などで薄《うす》めるとよい。
As acidic food is easy to choke over, diluting with dashi soup stock and the like is a good idea.
Những món có vị chua gắt, dễ gây sặc, nghẹn, do đó nên làm loãng bằng các loại nước dùng.

☐ 粒 つぶ / リュウ

(11)

☐ 粒《つぶ》	Grain	Hạt, hột
☐ 米粒《こめつぶ》	Rice grain	Hạt gạo
☐ 豆粒《まめつぶ》	Pea grain	Hạt đậu
☐ *顆粒剤《かりゅうざい》	Granule	Thuốc dạng hạt nhỏ

お茶碗《ちゃわん》にご飯粒《はんつぶ》を残《のこ》さないように、きれいに食《た》べる。

I eat up all the rice without any rice grains remaining in the bowl.

Tôi ăn sạch sẽ, không để lại hạt cơm trong bát.

☐ 裏 うら / リ

(13)

☐ 裏《うら》	Bottom	Mặt sau
☐ 足《あし》の裏《うら》	Sole of a foot	Lòng bàn chân
☐ 裏《うら》ごし	Puree, Pureeing	Nghiền nhuyễn
☐ 裏口《うらぐち》	Back door	Cửa sau

ゆでた野菜《やさい》を裏《うら》ごしすると、舌触《したざわ》りがよくなり飲《の》み込《こ》みやすくなる。

Straining boiled vegetables gives them a smooth texture and makes them easier to eat.

Rau luộc nếu được nghiền nhuyễn, sẽ làm tăng cảm nhận ở lưỡi, và giúp dễ nuốt hơn.

☐ 製 セイ

(14)

☐ 乳製品《にゅうせいひん》	Dairy	Sản phẩm chế biến từ sữa
☐ 血液製剤《けつえきせいざい》	Blood product	Sản phẩm (chế phẩm) từ máu
☐ 電気製品《でんきせいひん》	Electric appliance	Hàng điện tử
☐ 日本製《にほんせい》	Made-in-Japan	Hàng Nhật

田中《たなか》さんは乳製品《にゅうせいひん》アレルギーがあり、いつも豆乳《とうにゅう》ヨーグルトを食《た》べている。

Ms. Tanaka has a dairy allergy and always eats soy yogurt.

Bà Tanaka bị dị ứng với các sản phẩm từ sữa bò, nên bà luôn ăn sữa chua đậu nành.

☐ 腐 くさ - る / くさ - れる / くさ - らす / フ

(14)

☐ 腐《くさ》る	Go rotten	Thiu, thối
☐ 防腐剤《ぼうふざい》	Preservative	Chất bảo quản
☐ 豆腐《とうふ》	Tofu (bean curd)	Đậu phụ

今日《きょう》の揚《あ》げ出《だ》し豆腐《どうふ》は塩分《えんぶん》と油分《ゆぶん》が控《ひか》えめで、おいしい。

Today's agedashi-dofu (lightly deep-fried tofu with soy broth) is tasty with less salt and oil.

Món đậu chiên phủ sốt hôm nay được cắt giảm muối và chất béo, nên rất ngon.

□酢 　す／サク

(12)

酢

□ 酢《す》	Vinegar	Giấm
□ 酢《す》の物《もの》	Vinegared food	Đồ chua, món ngâm giấm
□ 甘酢《あまず》	Sugared vinegar	Giấm ngọt
□ 酢酸《さくさん》	Acetic acid	acetic acid

夏《なつ》になると、さっぱりとした酢《す》の物《もの》が食《た》べたくなる。
In summer, I like to eat refreshing vinegared food.
Cứ đến mùa hè, tôi lại muốn ăn những món chua thanh mát.

□糖 　トウ

(16)

糖

□ 砂糖《さとう》	Sugar	Đường (gia vị)
□ 糖分《とうぶん》	Sugar	Lượng đường
□ 糖尿病《とうにょうびょう》	Diabetes	Bệnh tiểu đường
□ 血糖値《けっとうち》	Blood sugar level	Giá trị đường huyết

食後《しょくご》の血糖値《けっとうち》の上昇《じょうしょう》を防《ふせ》ぐためには、バランスのよい食事《しょくじ》が欠《か》かせない。
To avoid blood sugar level rise after eating, a balanced diet is indispensable.
Để phòng tránh tăng đường huyết sau ăn, không thể thiếu một chế độ ăn cân bằng dinh dưỡng.

□渋 　しぶ／しぶ-い／しぶ-る／ジュウ

(11)

渋

□ 渋《しぶ》い	Bitter	Đắng, chát, cau có
□ 渋《しぶ》み	Tartness	Vị đắng, chát
□ 苦渋《くじゅう》	Bitterness	Nỗi ưu phiền, khổ não

利用者《りようしゃ》さんに「今日《きょう》のお茶《ちゃ》はちょっと渋《しぶ》いね」と言《い》われてしまった。
I was told by a user, “Today’s tea is a little bitter.”
Tôi nghe người sử dụng nói rằng "trà hôm nay hơi đắng".

□漬 　つ-ける／つ-かる

(14)

漬

□ 漬物《つけもの》	Pickle	Dưa muối
□ 南蛮漬《なんばんづ》け	Deep-fried fish or meat marinated in a sweet and spicy sauce	Món ăn tẩm sốt Nanban (loại sốt hành chua cay)
□ ぬか漬《づ》け	Pickles made in brine and fermented rice bran	Dưa muối cám gạo

祖父《そふ》は、昔《むかし》から自分《じぶん》で育《そだ》てた野菜《やさい》でぬか漬《づ》けを作《つく》っている。
My grandfather makes nukazuke (pickles made in brine and fermented rice bran) using vegetables he has grown himself.
Ông tôi từ xưa vẫn hay làm món dưa muối cám gạo từ những loại rau mà mình tự trồng.

復《ふく》習《しゅう》

【1】________の読《よ》み方《かた》を書《か》きましょう。

例《れい》）薄力粉を使《つか》って、おいしいケーキを焼《や》いた。

1.　柔《やわ》らかい豚カツにするために、肉《にく》を叩《たた》いておく。

2.　鶏の鳴《な》き声《ごえ》で目《め》が覚《さ》めた。

3.　焼き芋はオーブントースターで簡単《かんたん》にできる。

4.　海藻サラダはミネラルや食物繊維《しょくもつせんい》が豊富《ほうふ》だ。

5.　果汁 100%のジュースで寒天《かんてん》ゼリーを作《つく》った。

6.　うどんなどの麺類は短《みじか》く切《き》ると食《た》べやすくなる。

7.　柔《やわ》らかすぎるお粥は、誤嚥《ごえん》の原因《げんいん》になる。

8.　糖質制限《とうしつせいげん》のため、低糖質《ていとうしつ》の甘味料を使《つか》う。

9.　濃厚 流動食《りゅうどうしょく》は少量《しょうりょう》で栄養《えいよう》が十分《じゅうぶん》に摂取《せっしゅ》できる。

10.　野菜《やさい》は食《た》べやすいように豆粒くらいの大《おお》きさに刻《きざ》む。

11.　豆腐を使《つか》ったハンバーグはヘルシーで人気《にんき》だ。

12.　塩分《えんぶん》を制限《せいげん》するために、低塩《ていえん》の漬物を提供《ていきょう》している。

例《れい》	はくりきこ
1	
2	
3	
4	
5	
6	
7	
8	
9	
10	
11	
12	

【2】＿＿＿＿を漢字《かんじ》で書《か》きましょう。

例《れい》）夏《なつ》は食材《しょくざい》がくさりやすいので注意《ちゅうい》が必要《ひつよう》だ。

1. スポーツドリンクはうすめて飲《の》むとちょうどいい。

2. 「最初《さいしょ》におみそしるを飲《の》んでいただけますか。」

3. うちの近《ちか》くのぎゅうどん屋《や》は安《やす》くておいしい。

4. 食《た》べる順番《じゅんばん》により、けっとうちの上昇《じょうしょう》を抑《おさ》えられる。

5. 疲《つか》れたときにあまい物《もの》を食《た》べるとリラックスできる。

6. こい味付《あじつ》けの料理《りょうり》は、塩分《えんぶん》や糖分《とうぶん》が高《たか》い。

7. 肉《にく》の中《なか》で、ぶたにくが一番《いちばん》好《す》きだ。

8. うちの庭《にわ》で採《と》れた柿《かき》はしぶくて食《た》べられない。

9. からい食《た》べ物《もの》は食《た》べすぎるとよくない。

10. すのものはさっぱりしていて、暑《あつ》い夏《なつ》も食《た》べやすい。

11. にほんせいの介護用品《かいごようひん》は利用者《りようしゃ》さんから評判《ひょうばん》がいい。

12. 「時間外《じかんがい》は夜間用《やかんよう》のうらぐちからお入《はい》りください。」

例《れい》	腐り
1	
2	
3	
4	
5	
6	
7	
8	
9	
10	
11	
12	

6章《しょう》　食《しょく》事《じ》介《かい》助《じょ》

①みなさんは料《りょう》理《り》をしますか。

②利《り》用《よう》者《しゃ》さん・患《かん》者《じゃ》さんにおいしく食《しょく》事《じ》をしていただくために、
どんな工《く》夫《ふう》が必《ひつ》要《よう》ですか。

③食《しょく》事《じ》は心《こころ》や体《からだ》にどんな影響《えいきょう》を与《あた》えますか。

□ 養

やしな－う
ヨウ

(15)

□ 養《やしな》う	Nurture	Nuôi dưỡng
□ 静養《せいよう》	Rest	Tĩnh dưỡng
□ 扶養《ふよう》	Support	Sự cấp dưỡng, sự nuôi dưỡng

山田《やまだ》さんに高血圧者用《こうけつあつしゃよう》の療養食《りょうようしょく》を準備《じゅんび》した。
I prepared a therapeutic diet for hypertensive patients for Mr. Yamada.
Tôi đã chuẩn bị bữa ăn dùng trong trị liệu cao huyết áp cho ông Yamada.

□ 栄

さか－える
は－え
は－える
エイ

(9)

□ 栄《さか》える	Prosper	Phồn vinh, thịnh vượng
□ 見栄《みば》えがいい	Looks good	Nhìn nổi bật, bắt mắt
□ 栄養《えいよう》	Nourishment	Dinh dưỡng
□ 栄養失調《えいようしっちょう》	Malnutrition	Suy dinh dưỡng

高齢者《こうれいしゃ》の低栄養《ていえいよう》を予防《よぼう》するために、バランスよく栄養《えいよう》をとる。
To prevent undernutrition of the elderly, take balanced nourishment.
Để phòng tránh thiếu hụt dinh dưỡng ở người cao tuổi, cần ăn uống cân bằng dưỡng chất.

□ 摂

セツ

(13)

□ 摂取《せっしゅ》	Intake, Ingestion	Hấp thụ
□ 自立摂取《じりつせっしゅ》	Independent intake	Ăn uống tự chủ
□ 摂生《せっせい》	Taking care of one's health	Việc giữ gìn sức khỏe
□ 摂食障害《せっしょくしょうがい》	Eating disorder	Rối loạn ăn uống

食事《しょくじ》の前《まえ》と後《あと》に、水分摂取《すいぶんせっしゅ》を心《こころ》がける。
Keep in mind fluid intake before and after eating.
Trước và sau khi ăn, cần lưu ý uống đủ nước.

□ 偏

かたよ－る
ヘン

(11)

□ 偏食《へんしょく》	Unbalanced diet	Việc ăn uống không cân đối
□ 偏見《へんけん》	Bias	Thành kiến
□ 偏屈《へんくつ》	Narrow-mindedness	Lập dị, cứng đầu
□ 偏頭痛《へんずつう》	Migraine	Chứng đau nửa đầu

高齢者《こうれいしゃ》は偏食《へんしょく》や欠食《けっしょく》によって栄養《えいよう》が偏《かたよ》りがちだ。
The elderly tend to have unbalanced nourishment due to unbalanced diet and meal skipping.
Người cao tuổi dễ bị mất cân bằng dinh dưỡng do ăn uống không cân đối hay bỏ bữa.

☐ 健 すこ－やか
ケン
(11)

☐	健《すこ》やかな	Healthy	Khỏe mạnh
☐	健側《けんそく》	Unaffected side	Bên cơ thể khỏe mạnh
☐	保健《ほけん》	Health	Sự bảo vệ sức khỏe
☐	保健師《ほけんし》	Public health nurse	Chuyên viên tư vấn sức khỏe cộng đồng

顔面《がんめん》に麻痺《まひ》がある場合《ばあい》、健側《けんそく》の舌《した》の上《うえ》に食《た》べ物《もの》を置《お》くようにする。
When a patient has facial paralysis, we should put food on the unaffected tongue.
Với người bệnh bị liệt một phần gương mặt, cần chú ý đưa đồ ăn vào bên lưỡi không bị liệt.

☐ 康 コウ
(11)

☐	健康《けんこう》	Health	Sức khỏe; sự khỏe mạnh
☐	健康保険《けんこうほけん》	Health insurance	Bảo hiểm y tế
☐	健康寿命《けんこうじゅみょう》	Healthy life span	Số năm sống khỏe mạnh
☐	特定健康診査《とくていけんこうしんさ》	Special medical checkup	Khám sức khỏe đặc biệt (Dành cho đối tượng từ 40~74 tuổi)

健康的《けんこうてき》な生活《せいかつ》を送《おく》るために適度《てきど》な食事《しょくじ》と運動《うんどう》を心《こころ》がける。
To have a healthy life, keep in mind having an appropriate diet and exercise.
Để có một cuộc sống khỏe mạnh, cần chú ý tới ăn uống và vận động thích hợp.

☐ 患 わずら－う
カン
(11)

☐	患《わずら》う	Ill with, suffer from	Bị ốm, mắc bệnh
☐	患側《かんそく》⇔健側《けんそく》	Affected side ⇔ Unaffected side	Bên cơ thể có bệnh ⇔ bên cơ thể khỏe mạnh
☐	疾患《しっかん》	Disease	Bệnh tật
☐	急患《きゅうかん》	Emergency	Người bệnh cần cấp cứu

木村《きむら》さんは内臓《ないぞう》の病気《びょうき》を患《わずら》っているため、食事管理《しょくじかんり》が必要《ひつよう》だ。
As Mr. Kimura suffers from a visceral problem, he needs dietary management.
Ông Kimura có bệnh về cơ quan nội tạng, nên cần quản lý chế độ ăn uống.

☐ 誤 あやま－る
ゴ
(14)

☐	誤《あやま》る	Go wrong, mistake	Nhầm lẫn, sai sót
☐	*誤嚥《ごえん》	Pulmonary aspiration, mis-swallowing	Nghẹn do thức ăn trôi vào đường khí quản
☐	誤解《ごかい》	Misunderstanding	Hiểu lầm
☐	錯誤《さくご》	Error	Sự nhầm lẫn

一口《ひとくち》を少《すく》なめにして食《た》べ物《もの》を口《くち》に入《い》れると、誤嚥《ごえん》が生《しょう》じにくい。
Eating food in small bits lessens the rsik of pulmonary aspiration.
Bằng cách giảm lượng thức ăn trong 1 lần đưa vào miệng, sẽ giúp giảm nguy cơ bị nghẹn, sặc.

□ 献

ケン
コン

(13)

□ 献立《こんだて》	Menu	Thực đơn
□ 献身的《けんしんてき》	Dedicated	Cống hiến, tận tâm
□ 献血《けんけつ》	Blood donation	Hiến máu
□ 貢献《こうけん》	Contribution	Sự cống hiến, sự đóng góp

今日《きょう》の献立《こんだて》は焼《や》き魚《ざかな》とかぼちゃの煮物《にもの》だ。
Today's menu is broiled fish and simmered squash.
Thực đơn hôm nay gồm cá nướng và canh bí ngô hầm.

□ 箸

はし

(15)

□ 箸《はし》	Chopsticks	Đũa
□ 割《わ》り箸《ばし》	Disposable chopsticks	Đũa dùng một lần
□ 菜箸《さいばし》	Chopsticks for cooking and serving food	Đũa dài (dùng khi nấu nướng)
□ 火箸《ひばし》	Metal chopsticks for handling charcoal	Kẹp/đũa sắt nướng thịt

高橋《たかはし》さんは箸《はし》の持《も》ち方《かた》がとても上手《じょうず》だ。
Ms. Takahashi is very good at use of chopsticks.
Bà Takahashi sử dụng đũa một cách thuần thục.

□ 膳

ゼン

(16)

□ 膳《ぜん》	Tray	Bàn/khay để đồ ăn
□ 配膳《はいぜん》⇔下膳《げぜん/さげぜん》	Setting the table ⇔ Clearing away leftover food and dishes	Đưa món ăn lên, bày biện bàn ăn ⇔ Thu dọn bàn ăn
□ 食膳《しょくぜん》	Dining table	Bàn ăn, món ăn
□ 配膳車《はいぜんしゃ》	Serving wagon	Xe đẩy đồ ăn

「マリアさん、食器《しょっき》を配膳車《はいぜんしゃ》に戻《もど》してください。」
"Maria, please return plates to the serving wagon."
"Maria ơi, mang bát đũa để lại vào xe đẩy đồ ăn nhé!"

□ 召

め-す
ショウ

(5)

□ 召《め》し上《あ》がる	Eat , Drink	Ăn, uống (tôn kính ngữ)
□ お召《め》しになる	Wear	Mặc (tôn kính ngữ)
□ お召《め》し物《もの》	Clothing	Trang phục (tôn kính ngữ)
□ 召集《しょうしゅう》	Call-up	Sự triệu tập

「木村《きむら》さん、飲《の》み物《もの》は何《なに》を召《め》し上《あ》がりますか。」
"Mr. Kimura, what do you like to drink?"
"Ông Kimura ơi, ông dùng đồ uống gì ạ?"

□ 炊

たｰく
スイ

(8)

□	炊《た》く	Cook	Thổi, nấu (cơm, đậu v.v.)
□	自炊《じすい》	Cook for oneself	Tự nấu ăn
□	雑炊《ぞうすい》	Porridge of rice and vegetables	Cháo thập cẩm
□	炊飯器《すいはんき》	Rice cooker	Nồi cơm điện

今日《きょう》の晩《ばん》ご飯《はん》は、旬《しゅん》の野菜《やさい》を使《つか》った炊《た》き込《こ》みご飯《はん》だ。

Today's supper is rice seasoned and cooked with seasonal vegetables.

Cơm tối nay là cơm trộn với các loại rau theo mùa.

□ 煮

にｰる
にｰえる
にｰやす
シャ

(12)

□	煮《に》える／煮《に》る	Simmer/ Simmer	Được hầm, được ninh / Hầm, ninh
□	生煮《なまに》え	Half-cooked	(đồ ăn) sống, chưa chín kỹ
□	雑煮《ぞうに》	Rice cake soup	Súp mochi (bánh gạo nếp)
□	煮沸《しゃふつ》	Boiling	Sự sôi

田中《たなか》さんは里芋《さといも》の煮物《にもの》が大好《だいす》きだ。

Ms. Tanaka likes simmered taro.

Bà Tanaka rất yêu thích món khoai sọ hầm.

□ 揚

あｰげる
あｰがる
ヨウ

(12)

□	揚《あ》がる／揚《あ》げる	Be deep-fried/ Deep-fry	Được chiên rán/ Chiên rán
□	唐揚《からあ》げ	Deep-fried food	Món gà rán
□	揚《あ》げ物《もの》	Fried food	Đồ chiên rán
□	抑揚《よくよう》	Intonation	Ngữ điệu, âm điệu

胃腸《いちょう》など内臓《ないぞう》に障害《しょうがい》がある場合《ばあい》は、揚《あ》げ物《もの》は避《さ》ける。

When having problems of the viscera, such as stomach and intestines, avoid fried food.

Trường hợp mắc các chứng rối loạn về cơ quan nội tạng như đường ruột, nên tránh ăn đồ chiên rán.

□ 炒

いｰる
いたｰめる

(8)

□	炒《い》る	Roast	Rang
□	炒《いた》める	Stir-fry	Xào
□	炒《い》り豆《まめ》	Roasted soybeans	Đậu tương rang
□	野菜炒《やさいいた》め	Sauteed vegetables	Món rau xào

野菜《やさい》を食《た》べやすい大《おお》きさに切《き》って、炒《いた》め物《もの》を作《つく》る。

Cut vegetables into bite size pieces and stir-fry.

Tôi xắt rau thành miếng nhỏ dễ ăn, sau đó chế biến món rau xào.

□ 盛 (11)

もーる
さかーる
さかーん
セイ
ジョウ

□ 盛《も》る	Place on a dish	Xếp, múc đồ ăn ra chén, đĩa
□ 盛《も》り付《つ》ける	Dish out	Bày biện, trang trí món ăn
□ 盛《さか》ん	Thriving	Phổ biến, thịnh hành
□ 盛大《せいだい》	Prosperous	Long trọng, linh đình, hoành tráng

田中《たなか》さんが食事《しょくじ》の盛《も》り付《つ》けを手伝《てつだ》ってくれた。

Ms. Tanaka helped dish out the meal.

Bà Tanaka đã giúp tôi bày biện đồ ăn.

□ 彩 (11)

いろどーる
サイ

□ 彩《いろど》る	Color	Tô màu, tô điểm
□ 彩《いろど》り	Color	Sự tô màu, sự phối màu
□ 色彩《しきさい》	Color, Hue	Sắc màu, sự phối màu
□ 水彩画《すいさいが》	Watercolor	Tranh màu nước

食欲《しょくよく》がわくように、食事《しょくじ》は彩《いろど》りよく盛《も》る。

To boost appetite, meals are served colorfully.

Để tăng cảm giác thèm ăn, tôi trang trí món ăn với màu sắc bắt mắt.

□ 隣 (16)

となーる
となり
リン

□ 隣《となり》	Neighbor	Bên cạnh
□ 隣《とな》り合《あ》う	Neighboring	Kế bên, kề cận
□ 隣人《りんじん》	Neighbor	Hàng xóm
□ 近隣《きんりん》	Neighborhood	Khu vực lân cận

食事《しょくじ》は隣《となり》の人《ひと》とおしゃべりしながら楽《たの》しくすることで、満足感《まんぞくかん》や安心感《あんしんかん》が得《え》られる。

Enjoying eating while talking with people around you gives a sense of satisfaction and relief.

Trong bữa ăn, bằng việc trò chuyện vui vẻ với người bên cạnh, chúng ta sẽ cảm thấy an tâm và hài lòng hơn với việc ăn uống.

□ 粗 (11)

あらーい
ソ

□ 粗《あら》い	Coarse	Thô, ráp, (hạt) to, lổn nhổn
□ 粗食《そしょく》	Plain food	Chế độ ăn đơn giản, hoặc chế độ ăn nghèo nàn
□ 粗茶《そちゃ》	Tea	Loại trà bình dân, giá rẻ
□ 粗末《そまつ》	Coarse, Meager (meal)	Đơn giản, xoàng xĩnh

高齢者《こうれいしゃ》は粗食《そしょく》にならないよう注意《ちゅうい》する。

The elderly should keep in mind not to eat only plain food.

Cần chú ý để người cao tuổi không rơi vào chế độ ăn nghèo nàn, không đủ dinh dưỡng.

復習《ふくしゅう》

【1】＿＿＿＿の読《よ》み方《かた》を書《か》きましょう。

例《れい》）子《こ》どもの健やかな成長《せいちょう》を願《ねが》う。

1. 栄養のバランスが取《と》れた食事《しょくじ》をする。

2. 今日《きょう》のメニューはとりの唐《から》揚げだ。

3. 箸で食《た》べにくいときは、フォークなどを使《つか》うとよい。

4. 食器《しょっき》は煮沸《ふつ》消毒《しょうどく》をして、十分《じゅうぶん》に乾《かわ》かす。

5. 食事《しょくじ》は健康を保《たも》つためにとても重要《じゅうよう》だ。

6. 季節《きせつ》の食材《しょくざい》が食卓《しょくたく》を彩っている。

7. おやつと飲《の》み物《もの》を配膳する時間《じかん》になった。

8. 利用者《りようしゃ》さん同士《どうし》が隣に座《すわ》ってお茶《ちゃ》を飲《の》んでいる。

9. 誤嚥《えん》を防《ふせ》ぐため、飲《の》み物《もの》を少量《しょうりょう》ずつとるといい。

10. 健人《けんと》くんは好《す》き嫌《きら》いが多《おお》く、偏食ぎみだ。

11. 木村《きむら》さんは糖尿病《とうにょうびょう》の基礎《きそ》疾《しっ》患がある。

12. 食《た》べ物《もの》を粗末にしてはいけない。

例《れい》	すこやかな
1	
2	
3	
4	
5	
6	
7	
8	
9	
10	
11	
12	

【2】＿＿＿＿を漢字《かんじ》で書《か》きましょう。

例《れい》）ゆで卵《たまご》をあらく刻《きざ》んで、サラダを作《つく》る。

1. 今日《きょう》の晩《ばん》ご飯《はん》は、焼《や》き魚《ざかな》と野菜《やさい》いためだ。

2. 体調《たいちょう》が悪《わる》いときは、せいようすることが大切《たいせつ》だ。

3. 娘《むすめ》さんはけんしんてきにお母《かあ》さんの世話《せわ》をしている。

4. かんじゃさんとしっかりコミュニケーションをとる。

5. おいしそうにもりつけると、食欲《しょくよく》がわく。

6. 晩《ばん》ご飯《はん》に赤飯《せきはん》をたいた。

7. 野菜《やさい》をよくにて、やわらかくした。

8. あげものは消化《しょうか》によくないので、食《た》べすぎに注意《ちゅうい》する。

9. 風邪《かぜ》を引《ひ》かないようにビタミンをせっしゅする。

10. 昼食《ちゅうしょく》の準備中《じゅんびちゅう》にあやまって水《みず》をこぼしてしまった。

11. かたよった食生活《しょくせいかつ》は体調《たいちょう》を崩《くず》す原因《げんいん》になる。

12. 「デザートにプリンをめしあがりますか。」

例《れい》	粗く
1	
2	
3	
4	
5	
6	
7	
8	
9	
10	
11	
12	

5・6章《しょう》　クイズ

【1】①～⑤の漢字《かんじ》と読《よ》み方《かた》を書《か》きましょう。

①芋きんとんのレシピ

■材料《ざいりょう》

- さつまいも…中《ちゅう》1本《ぼん》
- 牛乳《ぎゅうにゅう》………大《おお》さじ2
- ②さとう……適量《てきりょう》
- バター………20g

■作《つく》り方《かた》

1. さつまいもを一口大《ひとくちだい》に切《き》り、柔《やわ》らかくなるまでゆでる。
2. 1をざるにあげ、温《あたた》かいうちに他《ほか》の材料《ざいりょう》を加《くわ》えて、
③麺棒でつぶしながら混《ま》ぜる。
※④つぶ感《かん》を残《のこ》したい場合《ばあい》は、そのままで。
お好《この》みで⑤裏ごししてもよい。
※あまみが足《た》りない場合《ばあい》は、さらにさとうを加《くわ》える。
3. ラップ等《とう》で形《かたち》を整《ととの》えて、完成《かんせい》。

①	②	③	④	⑤

【2】1か所《しょ》だけ漢字《かんじ》が間違《まちが》っているところがあります。
間違《まちが》っている漢字《かんじ》に下線《かせん》を引《ひ》いて、例《れい》のように正《ただ》しく直《なお》しましょう。

例《れい》）この病気《びょうき》は、正《ただ》しい治《ち》僚《りょう》を受《う》ければ、治《なお》るはずだ。

① 一日《いちにち》に必要《ひつよう》なエネルギー接取量《せっしゅりょう》を意識《いしき》した食生活《しょくせいかつ》を送《おく》る。

② 編食《へんしょく》にならないように、栄養《えいよう》のバランスに気《き》をつける。

③ 敬老《けいろう》の日《ひ》にお赤飯《せきはん》を炒《た》いて、みんなで食《た》べた。

④ 私《わたし》の父《ちち》は水採画《すいさいが》が趣味《しゅみ》で、家《いえ》にたくさんの作品《さくひん》がある。

⑤「お箸《はし》を一善《いちぜん》持《も》って来《き》てください。」

⑥ 陽《あ》げ物《もの》はカロリーが高《たか》いので、食《た》べ過《す》ぎないようにしている。

⑦ 検査《けんさ》を行《おこな》い、乳製品《にゅうせいひん》アレルギーと診断《しんだん》された。

×		○
僚	➡	療
	➡	
	➡	
	➡	
	➡	
	➡	
	➡	
	➡	

【3】料理《りょうり》の名前《なまえ》を漢字《かんじ》で書《か》きましょう。

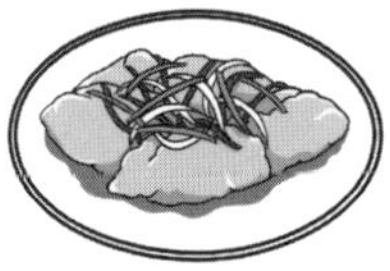

ヒント：みそしる ＋ ぶた肉《にく》	ヒント：こんにゃく、人参《にんじん》、ごぼう、とり肉《にく》、れんこんなどの料理《りょうり》	ヒント：小麦《こむぎ》からできた、夏《なつ》によく食《た》べられるもの	ヒント：魚《さかな》をからあげにして、三杯酢《さんばいず》につけたもの
① □□	② 筑《ちく》□□	③ □□	④ □蛮《ばん》□け

【4】栄養士《えいようし》の森田《もりた》さんと介護主任《かいごしゅにん》の清水《しみず》さんが行事《ぎょうじ》の食事準備《しょくじじゅんび》について話《はな》しています。
①～⑫の漢字《かんじ》と読《よ》み方《かた》を書《か》きましょう。

7月《がつ》
夏《なつ》

清水《しみず》：もうすぐ土用《どよう》の丑《うし》の日《ひ》ですね。①献立、何《なに》か案《あん》がありますか。

森田《もりた》：去年《きょねん》は…うなぎのかば焼《や》きでしたね。
今年《ことし》は②うな丼はどうでしょうか。③豆腐のおすいものも一緒《いっしょ》に。

清水《しみず》：いいですね！あ、この前利用者《まえりようしゃ》さんから「おすいものが④うすい」ってご意見《いけん》があって…。

森田《もりた》：それを聞《き》いて、塩《しお》を増《ふ》やしたら、今度《こんど》は「⑤しおからい！」と言《い》われてしまったそうですね。
使《つか》う塩《しお》によって、味《あじ》もちょっと変《か》わりますし、気《き》をつけますね。

清水《しみず》：はい。あと、副菜《ふくさい》は…⑥酢の物とかどうでしょうか。

森田《もりた》：いいですね。夏《なつ》はさっぱりしたもののほうが食欲《しょくよく》もアップしますしね。

12月《がつ》
冬《ふゆ》

清水《しみず》：お正月《しょうがつ》の準備《じゅんび》をそろそろ始《はじ》めないと…。お節《せち》の他《ほか》に何《なに》がいいでしょうね。

森田《もりた》：う～ん…。中村《なかむら》さんは⑦あまいものに目《め》がないし、⑧お汁粉でも作《つく》りましょうか。

清水《しみず》：いいですね！お汁粉なら木村《きむら》さんは「⑨渋めのお茶《ちゃ》がほしい」って言《い》いそうですね。
⑩こいコーヒーとか紅茶《こうちゃ》も準備《じゅんび》したりして。

森田《もりた》：楽《たの》しそうですね。お節《せち》を食《た》べて1年《ねん》の⑪けんこうをちゃんとお祈《いの》りして、
1月《がつ》7日《か》は⑫七草粥を作《つく》って、胃《い》を休《やす》ませてあげましょう。

清水《しみず》：そうですね、ではそれで準備《じゅんび》していきましょう。

①	②	③	④
⑤	⑥	⑦	⑧
⑨	⑩	⑪	⑫

7章《しょう》　体《たい》位《い》変《へん》換《かん》・移《い》動《どう》の介《かい》助《じょ》

①体《たい》位《い》変《へん》換《かん》のとき、どんなことに気《き》をつけますか。

②移《い》動《どう》のとき、どのような声《こえ》かけをしますか。

□ **枕** まくら

(8)

□	枕《まくら》	Pillow	Gối
□	ドーナツ 枕《まくら》	Doughnut-shaped pillow	Gối hình bánh Donut
□	低反発 枕《ていはんぱつまくら》	Memory foam pillow	Gối có tính đàn hồi chậm
□	枕《まくら》 カバー	Pillowcase	Vỏ gối

「伊藤《いとう》さん、枕《まくら》カバーを替《か》えましょうか。」

“Ms. Ito, shall I change the pillowcase?”

"Bà Ito ơi, cháu thay vỏ gối cho bà nhé!"

□ **椅** イ

(12)

□	椅子《いす》	Chair	Ghế
□	椅座位《いざい》	Sitting position	Tư thế ngồi tựa lưng vào ghế
□	車 椅子《くるまいす》	Wheelchair	Xe lăn
□	風呂椅子《ふろいす》	Bath chair	Ghế ngồi tắm

「山田《やまだ》さん、車椅子《くるまいす》で食堂《しょくどう》へ行《い》きましょう。」

“Mr. Yamada, would you go to the dining hall in a wheelchair?”

"Ông Yamada ơi, bây giờ mình sẽ di chuyển tới nhà ăn bằng xe lăn nhé ạ!"

□ **掛** か-ける か-かる かかり

(11)

□	掛《か》かる／掛《か》ける	Hang/ Hang	Được treo, được móc lên / Treo, móc
□	腰掛《こしか》ける	Take a seat	Ngồi
□	掛《か》け布団《ぶとん》	Comforter	Chăn đắp
□	膝掛《ひざか》け	Lap robe	Chăn/khăn đắp chân

体位変換《たいいへんかん》をするときは、必《かなら》ず声《こえ》を掛《か》けてから行《おこな》う。

When changing body position, be sure to do after saying so.

Khi hỗ trợ thay đổi tư thế, nhất định phải thông báo, giải thích với người sử dụng trước khi thực hiện thao tác.

□ **杖** つえ ジョウ

(7)

□	杖《つえ》	(Walking) Stick	Gậy chống
□	杖歩行《つえほこう》	Walking with a cane	Đi bộ bằng gậy chống
□	三点杖《さんてんづえ》	Three-point cane	Gậy chống 3 chân
□	白 杖《はくじょう》	White cane	Gậy chống cho người khiếm thị

「田中《たなか》さん、今日《きょう》は杖《つえ》を使《つか》ってラウンジまで歩《ある》きましょうか。」

“Ms. Tanaka, would you walk to the lounge using a stick?”

"Bà Tanaka ơi, hôm nay mình sẽ chống gậy đi bộ ra phòng khách được không ạ?"

□ 障

さわ - る
ショウ

(14)

障

□	障《さわ》る	Affect, Harm (health)	Trở ngại, có hại
□	障害《しょうがい》	Difficulty	Sự khó khăn, cản trở
□	故障《こしょう》	Breakdown	Sự hỏng hóc

障害《しょうがい》を持《も》ち、体《からだ》を自由《じゆう》に動《うご》かせなくなると、寝返《ねがえ》りが打《う》てなくなる。

When people are unable to move their own body freely due to difficulties, they will not be able to turn over in bed.

Người có khuyết tật, không thể cử động cơ thể một cách tự do, sẽ không tự trở mình được.

□ 害

ガイ

(10)

害

□	障害物《しょうがいぶつ》	Obstacle	Chướng ngại vật
□	被害《ひがい》	Damage	Việc bị hại, bị nạn, thiệt hại
□	災害《さいがい》	Disaster	Thảm họa, thiên tai, tai họa
□	阻害《そがい》	Impediment, Inhibition	Sự cản trở, sự gây trở ngại

車椅子《くるまいす》を押《お》すときは障害物《しょうがいぶつ》に気《き》をつける。

When pushing a wheelchair, be careful of obstacles.

Khi đẩy xe lăn, cần chú ý tới các chướng ngại vật.

□ 摩

マ

(15)

摩

□	摩擦《まさつ》	Friction	Sự ma sát

圧迫《あっぱく》や摩擦《まさつ》で褥瘡《じょくそう》にならないように、こまめに体位変換《たいいへんかん》をする。

Change body position frequently to prevent bedsores from pressure and friction.

Thực hiện thay đổi tư thế liên tục để không bị lở loét do áp lực và ma sát.

□ 擦

す - る
す - れる
サツ

(17)

擦

□	擦《す》る	Chafe, Rub against	Chà xát
□	擦《す》りむく	Scrape, Skin	Làm xây xát, làm trầy xước
□	擦《す》り傷《きず》	Scratch	Vết xước
□	擦過傷《さっかしょう》	Abrasion	Vết trầy xước

田中《たなか》さんは階段《かいだん》で転《ころ》んで、足《あし》を擦《す》りむいてしまった。

Ms. Tanaka fell on stairs and scraped her leg.

Bà Tanaka bị trầy xước chân do bị ngã ở cầu thang.

□ 勢

いきお - い
セイ
(13)

□ 勢《いきお》い	Momentum	Khí thế, xu thế
□ 大勢《おおぜい》	Crowd	Nhiều người, đông người
□ 体勢《たいせい》	Posture, (Body) Balance	Tư thế cơ thể

無理《むり》な体勢《たいせい》による介助《かいじょ》は、腰痛《ようつう》の原因《げんいん》になる。
Care assistance with labored posture causes a backache.
Việc hỗ trợ sai tư thế sẽ là nguyên nhân gây đau lưng.

□ 姿

すがた
シ
(9)

□ 姿《すがた》	Figure	Hình dáng, bóng dáng
□ 姿見《すがたみ》	Full-length mirror	Gương lớn (soi được cả người)
□ 姿勢《しせい》	Posture	Tư thế, tâm thế
□ 容姿《ようし》	Looks	Diện mạo, vẻ ngoài

介助者《かいじょしゃ》は体位変換時《たいいへんかんじ》に重心《じゅうしん》を低《ひく》くすると姿勢《しせい》が安定《あんてい》する。
When changing body posture, helpers' posture will keep stable with a lower center of gravity.
Khi hỗ trợ thay đổi tư thế, bằng việc nhân viên chăm sóc hạ thấp trọng tâm cơ thể, sẽ giúp ổn định tư thế thao tác.

□ 片

かた
ヘン
(4)

□ 片麻痺《かたまひ》	Hemiplegia	Liệt nửa người
□ 片肘立《かたひじだ》ち	Raising oneself on an elbow	Việc ngồi dậy bằng cách chống một khuỷu tay
□ 片《かた》づけ	Tidying up	Sự dọn dẹp
□ 片言《かたこと》	Talking in broken language	Sự nói năng bập bẹ

歩行介助《ほこうかいじょ》のとき、利用者《りようしゃ》さんに片麻痺《かたまひ》がある場合《ばあい》、介助者《かいじょしゃ》は患側《かんそく》に立《た》つ。
When helping in walking, a helper should stand on the affected side of a patient who has hemiplegia.
Trong hỗ trợ đi bộ, nếu người sử dụng bị liệt nửa người, nhân viên chăm sóc cần đứng về phía cơ thể bị liệt của người sử dụng.

□ 仰

あお - ぐ
おお - せ
ギョウ
コウ
(6)

□ 仰《あお》ぐ	Look up	Ngước lên, nhìn lên
□ 仰向《あおむ》け	Facing upward	Tư thế nằm ngửa
□ 仰視《ぎょうし》	Supine position	Nhìn lên, tôn kính
□ *仰臥位《ぎょうがい》	Looking up to	Tư thế nằm ngửa (từ chuyên môn)

「木村《きむら》さん、ご自分《じぶん》で仰向《あおむ》けになれますか。」
"Mr. Kimura, can you turn on your back by yourself?"
"Ông Kimura ơi, ông có tự nằm ngửa ra được không ạ?"

□ 腹

はら
フク

(13)

腹

□	腹《はら》	Stomach	Bụng
□	腹部《ふくぶ》	Abdomen	Vùng bụng
□	腹痛《ふくつう》	Abdominal pain	Đau bụng
□	*腹臥位《ふくがい》	Prone position	Tư thế nằm sấp

腹臥位《ふくがい》を長時間《ちょうじかん》保《たも》つため、専用《せんよう》のマットを使《つか》う。

To keep in a prone position for a long time, use a special mat.

Vì sẽ nằm sấp trong thời gian dài, tôi sử dụng thảm chuyên dụng.

□ 握

にぎ－る
アク

(12)

握

□	握《にぎ》る	Grip, grasp	Nắm, tóm lấy
□	握手《あくしゅ》	Handclasp	Bắt tay
□	握力《あくりょく》	Grip	Lực nắm
□	把握《はあく》	Grasping	Nắm bắt

「右手《みぎて》で車椅子《くるまいす》の肘掛《ひじか》けをしっかり握《にぎ》っていただけますか。」

“Would you firmly grip the armrest of the wheelchair with your right hand?”

"Ông (bà) dùng tay phải, bám chắc vào tay vịn xe lăn giúp cháu được không ạ?"

□ 触

ふ－れる
さわ－る
ショク

(13)

触

□	触《ふ》れる	Touch lightly	Chạm, tiếp xúc
□	触《さわ》る	Touch	Sờ, chạm vào
□	肌触《はだざわ》り	Texture	cảm giác qua da; sự tiếp xúc qua da
□	触診《しょくしん》	Palpation	Phương pháp chuẩn đoán bằng việc sờ nắn vùng bị bệnh

麻痺《まひ》や拘縮《こうしゅく》がある部分《ぶぶん》に触《ふ》れる際《さい》は、力《ちから》を入《い》れすぎないようにする。

When touching a paralyzed body part or contracture, don’t apply too much strength.

Khi chạm vào những phần bị liệt hoặc co rút, tôi cố gắng không dùng quá nhiều lực.

□ 踏

ふ－む
ふ－まえる
トウ

(15)

踏

□	踏《ふ》む	Step	Giẩm lên, giẩm vào
□	踏《ふ》み外《はず》す	Miss one’s step	Bước hụt, giẩm trượt
□	踏《ふ》ん張《ば》る	Extend both feet and plant firmly on the ground	Xuống tấn
□	足踏《あしぶ》み	Stepping in place	Sự giậm chân

ステッピングバーを踏《ふ》み、車椅子《くるまいす》の前輪《ぜんりん》をあげる。

Tread on the stepping bar and raise the front wheels of the wheelchair.

Tôi dẫm chân vào thanh cân bằng phía sau xe lăn để nâng bánh trước xe lên.

□ 傾

かたむ－く
かたむ－ける
ケイ

(13)

□ 傾《かたむ》く／傾《かたむ》ける	Lean/ Lean	Nghiêng về, lệch về/làm cho nghiêng, lệch
□ 傾斜《けいしゃ》	Slope	Sự nghiêng, sự dốc
□ 前傾《ぜんけい》	Leaning forward	Tư thế đổ người, ưỡn người về phía trước
□ 傾向《けいこう》	Tendency	Xu hướng, khuynh hướng

介護《かいご》ベッドは水平《すいへい》から垂直《すいちょく》まで傾《かたむ》けることができる。

A care bed can be slanted from horizontal to vertical positions.

Với giường chuyên dụng trong ngành chăm sóc, có thể thay đổi độ dốc của giường từ vị trí bằng phẳng đến vị trí lưng giường dựng thẳng đứng.

□ 端

はし
は
はた
タン

(14)

□ 端《はし》	Edge	Đầu (cầu, phố), mép (đường)
□ 中途半端《ちゅうとはんぱ》	Unfinished	Dở dang, nửa vời
□ 端座位《たんざい》	Sitting upright on the edge of the bed	Tư thế ngồi ở mép giường/ghế, thả chân xuống mặt đất
□ 末端《まったん》	End	Đầu, đỉnh, đoạn cuối

利用者《りようしゃ》さんが端座位《たんざい》になったら、足底《そくてい》が床《ゆか》についているか確認《かくにん》する。

When a user has a sitting upright position on the edge of the bed, confirm that the soles of the feet reach the floor.

Sau khi người sử dụng đã ngồi ở vị trí mép giường, cần xác nhận xem lòng bàn chân đã chạm chắc chắn xuống sàn chưa.

□ 換

か－える
か－わる
カン

(12)

□ 換《か》わる／換《か》える	Replace/ Replace	Thay đổi, đổi thành / Đổi, thay
□ 換気《かんき》	Ventilation	Làm thông gió, thoáng khí
□ 交換《こうかん》	Replacing	Đổi, thay thế
□ 気分転換《きぶんてんかん》	Change of pace, refreshment	Thay đổi không khí (tâm trạng)

体位変換《たいいへんかん》のあとは、めまいなどの体調不良《たいちょうふりょう》がないか確認《かくにん》する。

After changing the patient's posture, confirm whether the patient has some physical discomfort, such as dizziness, or not.

Sau khi thay đổi tư thế, cần xác nhận tình trạng sức khỏe người sử dụng, như có bị chóng mặt hay không.

□ 差

さ－す
サ

(10)

□ 差《さ》し込《こ》む	Insert	Lồng vào, chèn vào
□ 日差《ひざ》し	Sunshine	Ánh nắng, có ánh nắng chiếu vào
□ 段差《だんさ》	Level difference	Điểm có sự chênh lệch độ cao với sàn nhà (như gờ, bậc v.v.)
□ 差別《さべつ》	Discrimination	Sự phân biệt

敷居《しきい》やカーペットなどのわずかな段差《だんさ》が転倒《てんとう》につながる。

A slight difference in level such as a threshold or carpet can lead to a fall.

Những nơi có độ cao chênh lệch một chút so với sàn nhà như ngưỡng cửa, thảm, dễ gây ra té, ngã.

復習《ふくしゅう》

【1】＿＿＿＿の読《よ》み方《かた》を書《か》きましょう。

例《れい》)「手《て》すりをしっかり握ってくださいね。」

1. 高橋《たかはし》さんは枕の高《たか》さが合《あ》わないと言《い》った。

2. 祖父《そふ》は窓辺《まどべ》に腰掛けて、読書《どくしょ》をしている。

3. 杖を選《えら》ぶときは、体《からだ》に合《あ》った物《もの》を選《えら》ぶとよい。

4. 利用者《りようしゃ》さんの健康状態《けんこうじょうたい》を把握することが大切《たいせつ》だ。

5. 廊下《ろうか》で歩行練習《ほこうれんしゅう》をするときは、障害物に気《き》をつける。

6. 木村《きむら》さんは散歩中《さんぽちゅう》に転《ころ》んで、膝《ひざ》を擦りむいた。

7. 椅座位からゆっくり立《た》ち上《あ》がり、立位《りつい》になる。

8. 「そこに段差があるので、気《き》をつけてください。」

9. 摩擦やシーツのしわが原因《げんいん》で褥瘡《じょくそう》ができる。

10. 1日《にち》に何度《なんど》か部屋《へや》の空気《くうき》を入れ換える。

11. 田中《たなか》さんは靴《くつ》のかかとを踏む癖《くせ》がある。

12. 腹臥《が》位マットを使《つか》うと体《からだ》への負担《ふたん》が軽減《けいげん》される。

例《れい》	にぎって
1	
2	
3	
4	
5	
6	
7	
8	
9	
10	
11	
12	

【2】＿＿＿＿＿を漢字《かんじ》で書《か》きましょう。

例《れい》）シーツをたたむときは、はしを持《も》つ。

1. 「ご自分《じぶん》であおむけになっていただけますか。」

2. 車椅子《くるまいす》を動《うご》かす前《まえ》に、利用者《りようしゃ》さんに声《こえ》をかける。

3. 部屋《へや》のかたづけをしたら、気持《きも》ちが明《あか》るくなった。

4. 高橋《たかはし》さんが夜中《よなか》に、ふくつうを訴《うった》えた。

5. あくりょくが低下《ていか》すると、蓋《ふた》が開《あ》けづらくなる。

6. 利用者《りようしゃ》さんにふれるときには、声《こえ》をかけてから行《おこな》う。

7. 気分《きぶん》てんかんに庭《にわ》を散歩《さんぽ》した。

8. 立《た》ったしせいを立位《りつい》という。

9. 手足《てあし》だけが冷《ひ》える症状《しょうじょう》をまったん冷《ひ》え性《しょう》という。

10. 階段《かいだん》をふみはずして、大《おお》けがをしてしまった。

11. ひざしが強《つよ》いので、カーテンを閉《し》めた。

12. 田中《たなか》さんは麻痺側《まひがわ》に体《からだ》がかたむいている。

例《れい》	端
1	
2	
3	
4	
5	
6	
7	
8	
9	
10	
11	
12	

８章《しょう》　衣類《いるい》着脱《ちゃくだつ》の介助《かいじょ》

①今日《きょう》はどんな服《ふく》を着《き》ていますか。

②利用者《りようしゃ》さん・患者《かんじゃ》さんに気持《きも》ちよく着替《きが》えをしてもらうために、どんな配慮《はいりょ》が必要《ひつよう》ですか。

□ 靴

くつ
カ

(13)

□ 靴《くつ》	Shoes	Giày
□ 靴下《くつした》	Socks	Tất
□ 長靴《ながぐつ》	Boots	Ủng, bốt
□ 靴《くつ》擦《ず》れ	Shoe sore	Rộp chân, xước chân do giày chật

「高橋《たかはし》さん、寒《さむ》いので靴下《くつした》を履《は》きましょう。」
“Ms. Takahashi, let’s wear socks because it is cold.”
"Bà Takahashi ơi, trời lạnh nên bà đi tất vào nhé!"

□ 帽

ボウ

(12)

□ 帽子《ぼうし》	Hat, Cap	Mũ
□ ニット帽《ぼう》	Knit cap	Mũ len
□ 野球帽《やきゅうぼう》	Baseball cap	Mũ lưỡi chai, mũ chơi bóng chày
□ ケア帽子《ぼうし》	Care hat	Mũ dành cho bệnh nhân đang điều trị bệnh

熱中症《ねっちゅうしょう》予防《よぼう》のため、外《そと》へ出《で》るときは帽子《ぼうし》をかぶる。
For protection from heat-related illness, wear a hat when going outside.
Để phòng tránh bị shock nhiệt, tôi đội mũ khi đi ra ngoài.

□ 鏡

かがみ
キョウ

(19)

□ 鏡《かがみ》	Mirror	Gương
□ 鏡餅《かがみもち》	Round rice cake	Bánh dày Kagami Mochi
□ 鏡台《きょうだい》	Dresser	Bàn trang điểm, kệ trang điểm
□ 老眼鏡《ろうがんきょう》	Reading glasses	Kính lão

山本《やまもと》さんは、いつも老眼鏡《ろうがんきょう》をかけて新聞《しんぶん》を読《よ》む。
Mr. Yamamoto usually wears reading glasses when reading a newspaper.
Ông Yamamoto đeo kính lão để đọc báo.

□ 紐

ひも

(10)

□ 紐《ひも》	String	Dây
□ 帯紐《おびひも》	Waist cord	Dây và đai lưng Obi (của Kimono hoặc Yukata)
□ 靴紐《くつひも》	Shoelace	Dây giày
□ ゴム紐《ひも》	Elastic cord	Dây cao su

「ズボンの紐《ひも》がほどけていますね。ご自分《じぶん》で結《むす》べますか。」
“The string of your pants is untied. Can you tie it by yourself?”
"Dây quần bị tuột rồi ạ. Ông (bà) có tự buộc lại được không ạ?"

☐ 整 (16)

ととの－える
ととの－う
セイ

☐	整《ととの》える	Arrange, Set (up)	Sắp xếp vào trật tự, chuẩn bị đầy đủ
☐	整理《せいり》	Arrangement, (Putting in) Order	Sự dọn dẹp, sắp xếp gọn gàng
☐	整形外科《せいけいげか》	Orthopedics	Khoa ngoại chỉnh hình
☐	調整《ちょうせい》	Adjustment	Sự điều chỉnh

伊藤《いとう》さんは毎朝《まいあさ》時間《じかん》をかけて髪《かみ》を整《ととの》える。

Ms. Ito takes time to do her hair every morning.

Bà Ito sáng nào cũng dành thời gian để chỉnh trang đầu tóc.

☐ 袖 (10)

そで
シュウ

☐	袖《そで》	Sleeve	Ống tay áo
☐	半袖《はんそで》⇔長袖《ながそで》	Short sleeve ⇔ Long sleeve	(Áo) ngắn tay ⇔ dài tay
☐	袖口《そでぐち》	Cuff	Cổ tay áo

「ご自分《じぶん》で左袖《ひだりそで》を通《とお》していただけますか。」

“Would you put your arm through the left sleeve?”

"Ông (bà) tự xỏ tay trái qua ống tay áo được không ạ?"

☐ 裾 (13)

すそ

☐	裾《すそ》	Hem	Gấu áo, gấu quần
☐	裾《すそ》を折《お》る	Fold a hem	Xắn gấu quần
☐	裾《すそ》を通《とお》す	Put the foot into the leg of the pants	Xỏ chân qua gấu quần
☐	お裾分《すそわ》け	Share some with	Chia sẻ, san sẻ (lợi nhuận, phần thưởng v.v)

利用者《りようしゃ》さんの患側《かんそく》の足《あし》をやさしく持《も》ち上《あ》げ、ズボンの裾《すそ》を通《とお》す。

Lift the affected foot of a user gently and put it into the leg of the pants.

Tôi nhẹ nhàng giúp người sử dụng nâng bên chân yếu lên và xỏ chân qua ống quần.

☐ 襟 (18)

えり
キン

☐	襟付《えりつ》きシャツ	Shirt with a collar	Áo sơ mi có cổ
☐	襟《えり》ぐり	Neckline (of a dress, etc.)	Đường cổ áo
☐	襟元《えりもと》	Collar	Phần cổ áo phía trước
☐	襟足《えりあし》	Neckline (at the nape of the neck)	Tóc gáy

介護士《かいごし》が上着《うわぎ》の襟《えり》ぐりを広《ひろ》げることで、利用者《りようしゃ》さんは頭《あたま》を通《とお》しやすくなる。

When a helper widens the neckline of an upper body garment, a user can easily put his/her head through the neckline.

Bằng cách nhân viên chăm sóc mở rộng cổ áo, người sử dụng sẽ dễ dàng chui đầu qua áo hơn.

□ 脱 (11)

ぬ－ぐ
ぬ－げる
ダツ

□ 脱《ぬ》げる／脱《ぬ》ぐ	Slip off/ Take off	Có thể cởi được, bị tuột ra/ Cởi ra
□ 脱衣《だつい》	Undressing	Việc cởi trang phục, quần áo
□ 着脱《ちゃくだつ》	Attach and detach	Việc cởi và mặc (thay) quần áo
□ 脱水《だっすい》	Dehydration	Sự mất nước

上着《うわぎ》は被《かぶ》りのタイプではなく、前開《まえあ》きの方《ほう》が着脱《ちゃくだつ》しやすい。
Front-opening outer wear is easier to put on and take off compared to pullover wear.
Áo cài cúc sẽ dễ thay mặc hơn áo chui đầu.

□ 履 (15)

は－く
リ

□ 履《は》く	Put on, Wear	Mặc (quần), đi/ xỏ (giày)
□ 履物《はきもの》	Footwear	Giày dép
□ 草履《ぞうり》	Japanese sandals	Dép xỏ ngón Zori
□ 上履《うわば》き	Slippers, Indoor shoes	Giày Uwabaki (giày đi trong nhà, thường được sử dụng tại trường học, bệnh viện v.v.)

マジックテープの靴《くつ》は履《は》きやすい。
Velcro shoes are easily put on.
Giày sử dụng miếng nhám dính sẽ dễ sử dụng hơn.

□ 替 (12)

か－える
か－わる
タイ

□ 替《か》わる／替《か》える	Change/ Change	Thay đổi/ Đổi, thay
□ 着替《きが》える	Change	Thay trang phục
□ 衣替《ころもが》え	Seasonal change of clothing	Việc thay đổi trang phục theo mùa
□ 入《い》れ替《か》え	Replacement, Changing	Sự thay thế

利用者《りようしゃ》さんの身体清潔《しんたいせいけつ》を保《たも》つため、衣服《いふく》の着替《きが》えは大切《たいせつ》だ。
For the bodily hygiene of users, changing clothes is important.
Để giúp người sử dụng giữ vệ sinh cơ thể sạch sẽ, việc thay quần áo là rất quan trọng.

□ 巻 (9)

ま－く
まき
カン

□ 巻《ま》く	Wrap	Cuộn, cuốn, gói
□ らせん巻《ま》き	Spiral winding	Việc cuộn theo đường xoắn ốc
□ 腹巻《はらま》き	Stomach warmer	Cái nịt bụng
□ 巻《ま》き爪《づめ》	Ingrown nail	Móng quặp, móng mọc ngược

衣類《いるい》でかぶれたときは、その部分《ぶぶん》に包帯《ほうたい》を巻《ま》いたり、ガーゼをあてるとよい。
When a rash is gotten from clothes, putting a bandage or a piece of gauze on the rash is helpful.
Khi bị dị ứng, phát ban do trang phục, có thể quấn băng hoặc đặt gạc lót vào nơi dễ bị dị ứng.

締

しーまる
しーめる
テイ

(15)

締《し》まる／締《し》める	Tighten/ Tighten	Được (bị) buộc, thắt,/ Buộc, thắt
締《し》め付《つ》ける	Fasten	Thắt chặt, buộc chặt
気《き》を引《ひ》き締《し》める	Brace oneself	Lên tinh thần, tập trung cao độ
戸《と》締《じま》り	Locking up (doors and windows)	Việc khóa cửa

おむつをあまり締《し》め付《つ》けないように気《き》をつける。

Be careful of not to over-tighten a diaper.

Chú ý không dán bỉm quá chặt.

緩

ゆるーい
ゆるーやか
ゆるーむ
ゆるーめる
カン

(15)

緩《ゆる》い	Loose	Rộng, lỏng
緩《ゆる》める	Ease	Nới lỏng, thả lỏng
緩《かん》和《わ》ケア	Palliative care	Chăm sóc giảm nhẹ dành cho bệnh nhân mắc bệnh nan y
弛《し》緩《かん》	Relaxation (of a muscle), Flaccidity	Thư giãn, thả lỏng

ズボンのゴムが緩《ゆる》すぎると、歩行《ほこう》のときに転倒《てんとう》の危険《きけん》がある。

If the elastic code of the pants is too loose, there is a risk of a fall when walking.

Chun quần quá lỏng, sẽ dẫn tới nguy cơ bị ngã khi đi bộ.

涼

すずーしい
すずーむ
リョウ

(11)

涼《すず》しい	Cool	Mát mẻ
夕涼《ゆうすず》み	Feeling cool breeze and air in the evening	Việc đi hóng mát vào buổi chiều tối
清涼剤《せいりょうざい》	Freshener	Thuốc (chất) mang tới sự sảng khoái, tươi mát
清涼飲料水《せいりょういんりょうすい》	Soft drink	Nước giải khát

今日《きょう》は涼《すず》しいので、カーディガンを羽織《はお》った。

As it is cool today, I put on a cardigan.

Hôm nay mát mẻ, nên tôi khoác một chiếc áo len nhẹ.

縫

ぬーう
ホウ

(16)

縫《ぬ》う	Sew	Khâu, vá, thêu
縫《ぬ》い目《め》	Seam	Mũi khâu, đường may
裁縫《さいほう》	Sewing	Sự may vá, sự khâu vá
縫製《ほうせい》	Sewing (by machine)	Việc may, sản xuất các sản phẩm may mặc (thường là bằng máy may)

下着《したぎ》の縫《ぬ》い目《め》が原因《げんいん》で、褥瘡《じょくそう》ができることがある。

Seams of underwear may cause decubitus (pressure ulcers).

Đường may của quần áo lót cũng có thể là nguyên nhân gây ra lở loét do tiếp xúc.

□ 華
はな
カ
(10)

□ 華《はな》やかな	Glamorous	Tươi thắm, lộng lẫy, tráng lệ
□ 華《か》麗《れい》な	Gorgeous	Lộng lẫy, tráng lệ
□ 昇《しょう》華《か》	Sublimation	(Tâm trạng, cảm xúc) thăng hoa
□ 中《ちゅう》華《か》料《りょう》理《り》	Chinese cuisine	Món ăn Trung Quốc

華《はな》やかな色《いろ》の服《ふく》を着《き》ると、気《き》分《ぶん》が明《あか》るくなる。
Wearing colorful clothes makes you feel happy.
Mặc trang phục có màu sắc tươi sáng, sẽ khiến tâm trạng tươi vui hơn.

□ 柄
がら
え
ヘイ
(9)

□ 花柄《はながら》	Flower pattern	Họa tiết có hoa
□ 人柄《ひとがら》	Personality	Tính cách, nhân cách
□ 大柄《おおがら》⇔小《こ》柄《がら》	Large build ⇔ Small build	Tạng người to lớn ⇔ Tạng người nhỏ bé
□ 横柄《おうへい》	Arrogance	Kiêu căng, ngạo mạn

高橋《たかはし》さんは花柄《はながら》のスカートがお気《き》に入《い》りで、毎日《まいにち》履《は》いている。
Ms. Takahashi is fond of a flower-pattern skirt and wears it every day.
Bà Takahashi yêu thích những chiếc chân váy hoa, vì thế ngày nào bà cũng mặc chúng.

□ 紫
むらさき
シ
(12)

□ 紫《むらさき》	Purple, Violet	Màu tím
□ 紫《し》外線《がいせん》	Ultraviolet ray	Tia cực tím
□ 紫《し》蘇《そ》	Perilla	Cây tía tô
□ 紫《し》斑病《はんびょう》	Purpura (rash)	Bệnh ban xuất huyết

「高橋《たかはし》さん、今日《きょう》は 紫《むらさき》のシャツにしますか。チェックのシャツにしますか。」
“Ms. Takahashi, will you wear a purple shirt or a checked shirt?”
"Bà Takahashi ơi, hôm nay bà muốn mặc áo tím hay áo kẻ sọc ạ?”

□ 装
よそお-う
ソウ
ショウ
(12)

□ 装《よそお》う	Dress up	Làm dáng, làm đẹp
□ 服装《ふくそう》	Clothes	Trang phục (quần áo và phụ kiện)
□ 装着《そうちゃく》	Fitting	Mặc, đeo, gắn
□ 衣《い》装《しょう》	Costume	Y phục

季《き》節《せつ》の変《かわ》わり目《め》には、利《り》用者《ようしゃ》さんの服装《ふくそう》に注《ちゅう》意《い》が必要《ひつよう》だ。
When the seasons change, pay attention to users’ clothing.
Cần chú ý tới trang phục của người sử dụng những khi thời tiết thay đổi.

復《ふく》習《しゅう》

【1】＿＿＿＿の読《よ》み方《かた》を書《か》きましょう。

例《れい》）伊藤《いとう》さんの装いはとても素敵《すてき》だ。

1. 季節《きせつ》に合《あ》った服装を選《えら》ぶことが大切《たいせつ》だ。

2. フンさんは中華 料理《りょうり》が好《す》きだそうだ。

3. いらない服《ふく》を整理する。

4. 食事《しょくじ》のとき、汚《よご》れないように袖をまくる。

5. ズボンが長《なが》いので、裾を少《すこ》し上《あ》げた。

6. タオルを手洗《てあら》いして、洗濯機《せんたくき》で脱水した。

7. シャツは襟元が汚《よご》れやすい。

8. ぬいだ履物をきちんと揃《そろ》えましょう。

9. 山本《やまもと》さんは紫色のトレーナーがお気《き》に入《い》りだ。

10. あの花柄のシャツは、高橋《たかはし》さんのものだ。

11. 体《からだ》に熱《ねつ》がこもるときは、服《ふく》の胸元《むなもと》を緩めるとよい。

12. 髪《かみ》をきつく結《ゆ》ったせいか、頭《あたま》が締め付けられる。

例《れい》	よそおい
1	
2	
3	
4	
5	
6	
7	
8	
9	
10	
11	
12	

【2】＿＿＿＿を漢字《かんじ》で書《か》きましょう。

例《れい》）下着《したぎ》のぬいめが気《き》になる。

1. 伊藤《いとう》さんは、毎朝《まいあさ》かがみを見《み》るのが日課《にっか》だ。

2. 足《あし》のけがを防止《ぼうし》するため、くつしたを履《は》く。

3. 「寒《さむ》いのでニットぼうをかぶりましょうか。」

4. 冬《ふゆ》になる前《まえ》に、ころもがえをしておく。

5. 靴《くつ》のサイズが合《あ》わず、ぬげてしまった。

6. 玄関《げんかん》でうわばきに履《は》き替《か》える。

7. 高橋《たかはし》さんの娘《むすめ》さんは、さいほうが得意《とくい》だそうだ。

8. 日焼《ひや》け防止《ぼうし》にしがいせんを通《とお》さない素材《そざい》の服《ふく》を着《き》る。

9. 「今日《きょう》のお召《め》し物《もの》、はなやかできれいですね。」

10. すずしくなりそうなので、上着《うわぎ》で体温調節《たいおんちょうせつ》をする。

11. 身《み》なりをととのえてから、外出《がいしゅつ》する。

12. 汗《あせ》をかきやすいので、首《くび》にタオルをまいている。

例《れい》	縫い目
1	
2	
3	
4	
5	
6	
7	
8	
9	
10	
11	
12	

7・8章《しょう》　クイズ

【1】絵《え》を見《み》て、体位《たいい》を選《えら》びましょう。

例《れい》)　①　②　③　④　⑤

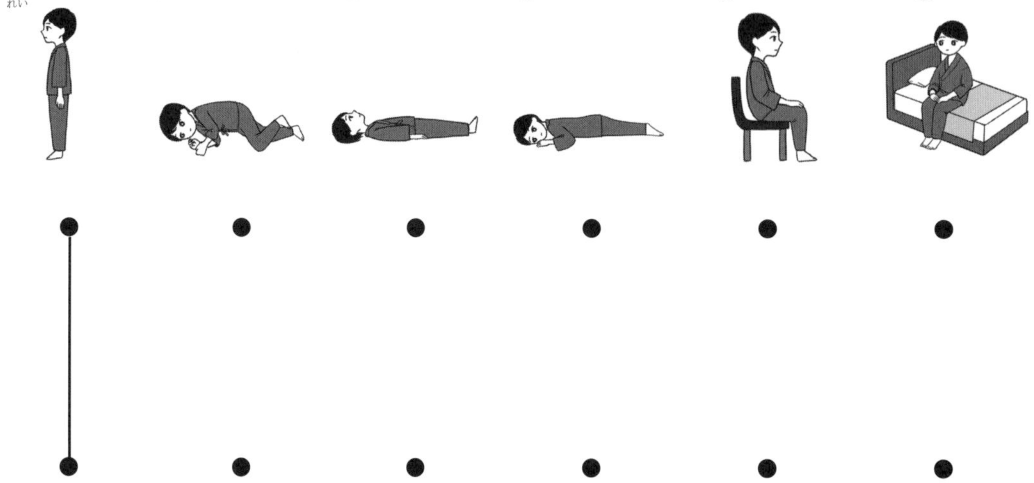

a）立位《りつい》　b）腹臥位《ふくがい》　c）仰臥位《ぎょうがい》　d）端座位《たんざい》　e）側臥位《そくがい》　f）椅座位《いざい》

【2】□から選《えら》んで、ことばを完成《かんせい》させましょう。また、(　　)に下線部《かせんぶ》の読《よ》み方《かた》も書《か》きましょう。

~~縫~~	触	替	脱	巻	緩	整

例《れい》)「娘《むすめ》さんが 縫 ってくれたスカート、すてきですね。」　(　ぬって　)

① 「田中《たなか》さん、汗《あせ》をかいたので新《あたら》しい服《ふく》に着《き》□えましょうか。」　(　　)

② 「ご自分《じぶん》で服《ふく》のしわを□えていただけますか。」　(　　)

③ 「ご自分《じぶん》で右足《みぎあし》からズボンを□いでいただけますか。」　(　　)

④ 「皮膚《ひふ》が赤《あか》くなっていますね。□ると痛《いた》いですか。」　(　　)

⑤ 「山田《やまだ》さん、おむつは□くないですか。」　(　　)

⑥ 「包帯《ほうたい》を□いた部分《ぶぶん》に汗疹《あせも》ができてしまいましたね。」　(　　)

【3】線《せん》が指《さ》している部分《ぶぶん》の呼《よ》び方《かた》を漢字《かんじ》で書《か》きましょう。＜　＞には物《もの》の名前《なまえ》を漢字《かんじ》で書《か》きましょう。

＜シャツ＞

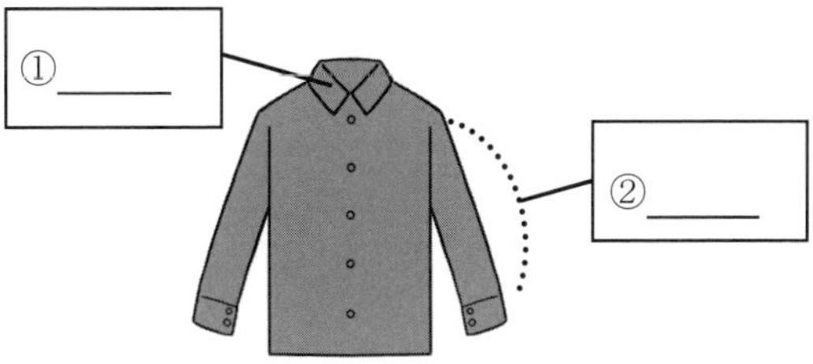

＜ズボン＞

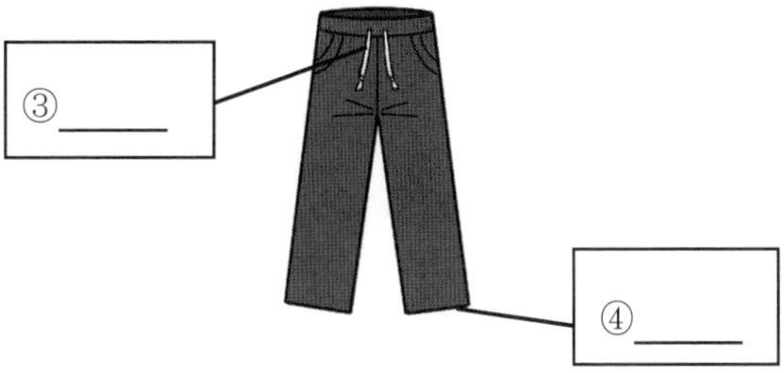

＜⑤____ ____＞

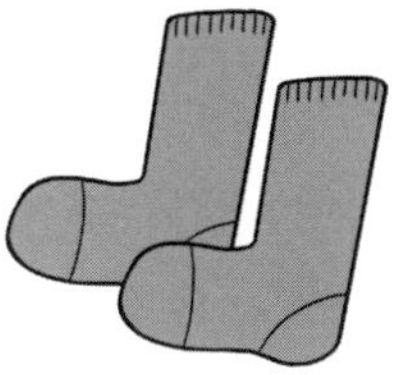

＜⑥____ ____＞

＜⑦____ ____＞

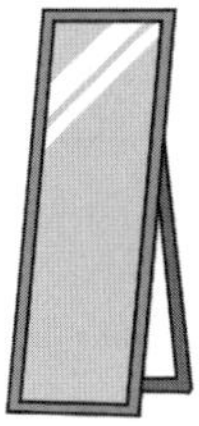

【4】メモを読《よ》んで、①〜⑫の漢字《かんじ》と読《よ》み方《かた》を書《か》きましょう。

＜移《い》乗《じょう》介助《かいじょ》のポイントメモ＞

・①端座位になったときに利用者《りようしゃ》さんの足《あし》がしっかり床《ゆか》についているか確認《かくにん》する。

・②片麻痺がある場合《ばあい》、できるだけ健側《けんそく》の手《て》と足《あし》を使《つか》っていただく。健側《けんそく》の足《あし》のほうは、ご自分《じぶん》で③靴を④はいてもらう。

・健側《けんそく》の手《て》で⑤車椅子の⑥肘掛けをしっかりと⑦にぎってもらう。

＜移動介助《いどうかいじょ》のポイントメモ＞

・移乗《いじょう》をした後《あと》は、車椅子に深《ふか》く座《すわ》っているか確認《かくにん》する。

・⑧だんさがあるところは、ステッピングバーを⑨踏んで、前輪《ぜんりん》を上《あ》げる。
車椅子が⑩かたむかないようにする。

・⑪つえを使《つか》う利用者《りようしゃ》さんの場合《ばあい》、利用者《りようしゃ》さんの患側《かんそく》に立《た》って介助《かいじょ》する。

・通路《つうろ》に⑫障害物がないか、安全《あんぜん》を確《たし》かめてから移動《いどう》する。

①	②	③	④
⑤	⑥	⑦	⑧
⑨	⑩	⑪	⑫

COLUMN

知《し》っトク　日本《にほん》の四季《しき》

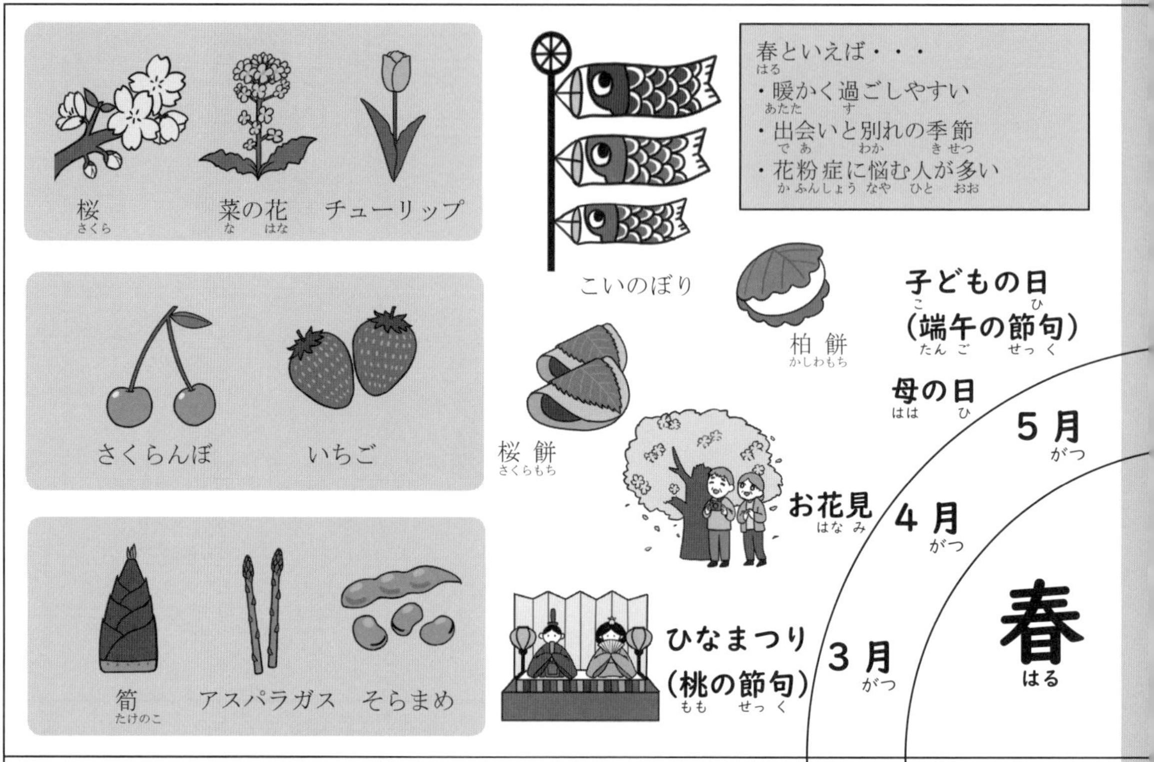

春《はる》といえば・・・
- 暖《あたた》かく過《す》ごしやすい
- 出会《であ》いと別《わか》れの季節《きせつ》
- 花粉症《かふんしょう》に悩《なや》む人《ひと》が多《おお》い

冬《ふゆ》といえば・・・
- 寒《さむ》さが厳《きび》しく、雪《ゆき》が降《ふ》るところも
- 空気《くうき》が乾燥《かんそう》するので、火《ひ》の用心《ようじん》！
- 年末《ねんまつ》に大掃除《おおそうじ》をして、新年《しんねん》を迎《むか》える

夏《なつ》といえば・・・
・気温《きおん》が上《あ》がるため、熱中症《ねっちゅうしょう》に注意《ちゅうい》
・梅雨《つゆ》で湿度《しつど》が高《たか》くなる時期《じき》も
・夏祭《なつまつ》りや花火《はなび》など、屋外《おくがい》のイベントがたくさん！

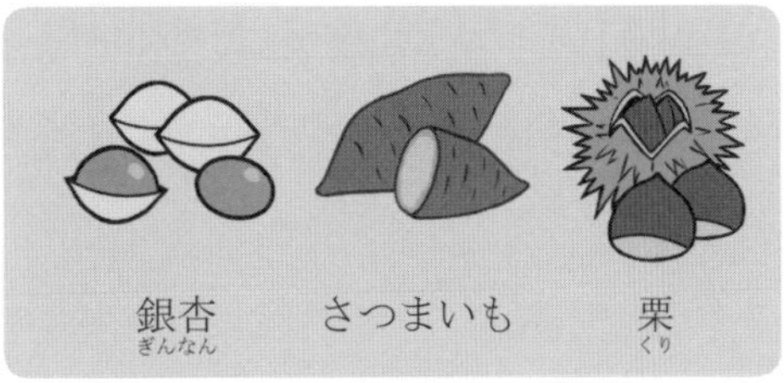

秋《あき》といえば・・・
・暑《あつ》さが落《お》ち着《つ》いて、過《す》ごしやすい
・「食欲《しょくよく》の秋《あき》」、「読書《どくしょ》の秋《あき》」「芸術《げいじゅつ》の秋《あき》」「スポーツの秋《あき》」など、何《なに》かに集中《しゅうちゅう》しやすい季節《きせつ》

9章《しょう》　排《はい》泄《せつ》の介《かい》助《じょ》

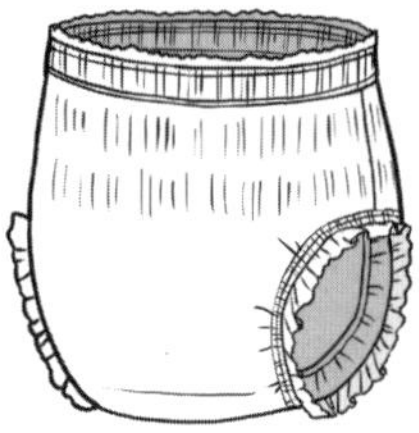
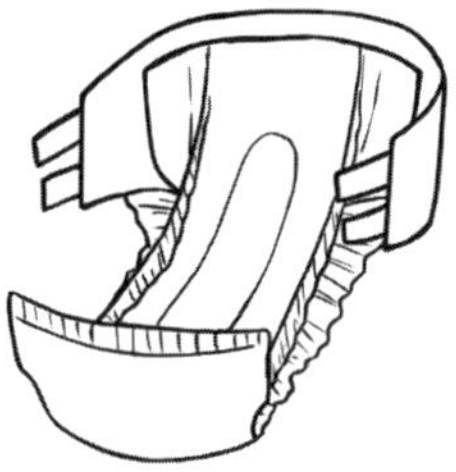

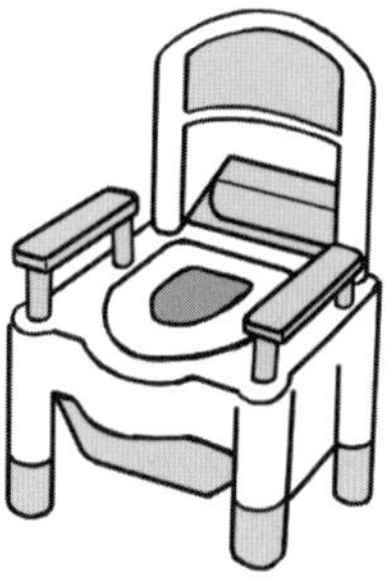

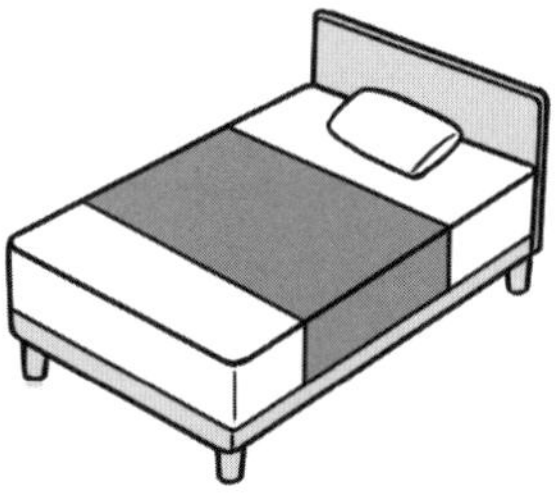

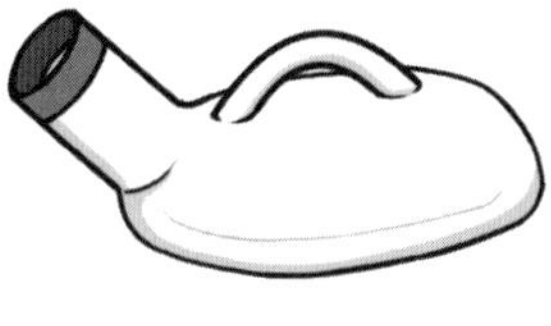
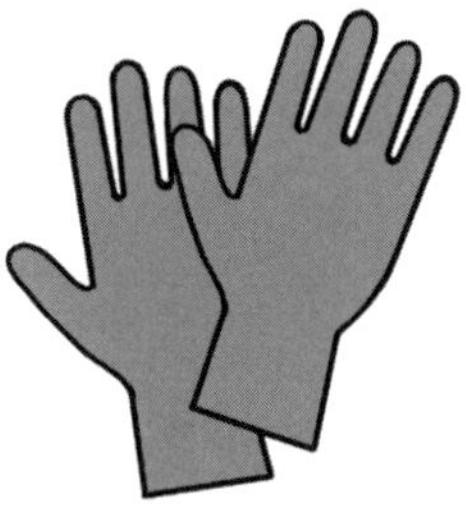

①排泄介助《はいせつかいじょ》ではどのようなことに気《き》をつけますか。

②「配慮《はいりょ》」とはどんな意味《いみ》でしょうか。
具体的《ぐたいてき》に考《かんが》えてみましょう。

□ 恥 (10)

はーじる
はじ
はーじらう
はーずかしい
チ

□ 恥《はじ》	Shame	Sự xấu hổ, sự ngượng ngùng
□ 恥《は》じらう	Feel shy	Cảm thấy xấu hổ, ngượng ngùng
□ 恥《は》ずかしい	Embarrassed	Xấu hổ, ngượng ngùng
□ 恥骨《ちこつ》	Pubic bone	Xương mu

側《そば》に人《ひと》がいると、恥《は》ずかしくて排泄《はいせつ》がスムーズにできない人《ひと》もいる。
Some people can't excrete smoothly because they feel ashamed if someone is beside them.
Có người sẽ cảm thấy xấu hổ và không thể đi vệ sinh một cách tự nhiên khi có người đứng bên cạnh.

□ 配 (10)

くばーる
ハイ

□ 配《くば》る	Hand out	Chia, phân phát
□ 気《き》を配《くば》る	Pay attention	Chú ý, quan tâm
□ 手配《てはい》	Arrangement	Sự bố trí, sắp xếp
□ 心配《しんぱい》	Concern, Worry	Lo lắng

排泄介助時《はいせつかいじょじ》は、便器《べんき》など直接的《ちょくせつてき》な言葉《ことば》を使《つか》わないよう気《き》を配《くば》る。
In excretion assistance, pay attention to not using direct expressions such as toilet bowl or bed pan.
Trong hỗ trợ bài tiết, cần lưu tâm tránh sử dụng từ ngữ trực tiếp như "bồn cầu".

□ 慮 (15)

リョ

□ 配慮《はいりょ》	Consideration	Sự quan tâm, sự để tâm
□ 遠慮《えんりょ》	Restraint	Sự e ngại, làm khách; tránh không thực hiện một việc gì
□ 考慮《こうりょ》	Reserve, Restraint	Sự xem xét, suy tính

トイレは転倒《てんとう》や転落《てんらく》が起《お》こりやすいので、安全面《あんぜんめん》に配慮《はいりょ》する。
As tumbling or falling tend to occur while at toilet, pay consideration to safety.
Nhà vệ sinh là nơi dễ bị té, ngã, do đó cần chú ý về mặt an toàn.

□ 羞 (11)

シュウ

□ 羞恥心《しゅうちしん》	A sense of shame	Cảm giác xấu hổ, ngượng ngùng

排泄介助《はいせつかいじょ》の声《こえ》かけは羞恥心《しゅうちしん》に配慮《はいりょ》しながら行《おこな》う。
In excretion assistance, pay consideration to the users' sense of shame when speaking to them.
Khi giải thích về hỗ trợ bài tiết, cần lưu ý tới tâm lý ngại ngùng, xấu hổ của đối phương.

□ 尿 ニョウ (7)

□	尿《にょう》	Urine	Nước tiểu
□	尿意《にょうい》	Need to urinate	Cảm giác muốn đi tiểu
□	尿道《にょうどう》	Urethra	Niệu đạo
□	尿路結石《にょうろけっせき》	Urinary calculus	Sỏi tiết niệu

認知症《にんちしょう》の場合《ばあい》、尿意《にょうい》や便意《べんい》をうまく伝《つた》えられないことがある。

Some senile people are unable to communicate their need to urinate or defecate.

Người mắc chứng sa sút trí tuệ đôi khi không tự truyền đạt được ý muốn đi tiểu, đi đại tiện của mình.

□ 瓶 ビン (11)

□	*尿瓶《しびん》	Chamber pot	Bình tiểu, bô tiểu
□	花瓶《かびん》	Vase	Bình hoa
□	瓶詰《びんづめ》	Bottled	Đồ đóng chai/lọ thủy tinh

尿瓶《しびん》は男性用《だんせいよう》と女性用《じょせいよう》で形状《けいじょう》が異《こと》なる。

Chamber pots' shapes are different for men and women.

Bô tiểu có hình dạng khác nhau tùy theo người dùng là nam hay nữ.

□ 漏 も-る も-れる も-らす ロウ (14)

□	漏《も》れる／漏《も》らす	Leak/ Wet	Rò, rỉ ra/ Làm rò, rỉ
□	尿《にょう》漏《も》れ	Leakage of urine	Sự rò rỉ (tràn) nước tiểu, việc đái dầm
□	雨《あま》漏《も》り	Leaking of rain	(Nhà) bị dột nước mưa
□	漏電《ろうでん》	Electrical leakage	Sự rò điện, sự hở điện

尿《にょう》を吸収《きゅうしゅう》したパッドを長時間使用《ちょうじかんしよう》することは、尿《にょう》漏《も》れや尿臭《にょうしゅう》の原因《げんいん》になる。

Using a pad that absorbs urine for a long time causes urine leakage and odor.

Sử dụng một miếng thấm nước tiểu trong thời gian dài, sẽ là nguyên nhân gây ra tràn nước tiểu và mùi khai.

□ 浄 ジョウ (9)

□	洗浄剤《せんじょうざい》	Detergent	Chất tẩy, rửa
□	温水洗浄便座《おんすいせんじょうべんざ》	Warm-water washing toilet seat	Nắp bồn cầu có chế độ rửa nước ấm
□	浄水器《じょうすいき》	Water filter	Thiết bị lọc nước, máy lọc nước
□	浄化《じょうか》する	Purify	Làm sạch

この施設《しせつ》は温水洗浄便座《おんすいせんじょうべんざ》を完備《かんび》している。

This facility is fully equipped with a warm-water washing toilet seat.

Cơ sở này đã lắp đặt toàn bộ nắp bồn cầu có chế độ rửa nước ấm.

□排 ハイ (11)

排

□ 排尿《はいにょう》	Urination	Việc đi tiểu
□ 排便《はいべん》	Defecation	Việc đi đại tiện
□ 排卵日《はいらんび》	Date of ovulation	Ngày rụng trứng
□ 排水《はいすい》	Draining	Nước thải

便秘《べんぴ》や便失禁《べんしっきん》など、排便《はいべん》に支障《ししょう》がある状態《じょうたい》を排便障害《はいべんしょうがい》という。

Problems in defecation, such as constipation and fecal incontinence, are called defecation disorder.

Tình trạng có những bất thường trong đại tiện, như táo bón, đại tiện mất tự chủ, được gọi là rối loạn đại tiện.

□泄 セツ (8)

泄

□ 排泄《はいせつ》	Elimination	Việc bài tiết
□ 排泄物《はいせつぶつ》	Excrement	Chất thải, chất bài tiết
□ 排泄《はいせつ》ケア	Excretion care	Chăm sóc, hỗ trợ bài tiết
□ 排泄《はいせつ》パターン	Elimination pattern	Thói quen bài tiết (thời gian, lượng bài tiết v.v.)

健康状態《けんこうじょうたい》をチェックするために、排泄物《はいせつぶつ》の状態《じょうたい》を確認《かくにん》する。

To check the health condition, confirm the excrement condition.

Kiểm tra tình trạng chất bài tiết để xác nhận tình hình sức khỏe.

□汚 けが-す きたな-い よご-す よご-れる オ (6)

汚

□ 汚《よご》れる／汚《よご》す	Stain/ Soil	Bị bẩn / Làm bẩn, làm hoen ố
□ 汚《きたな》い	Dirty	Bẩn, nhơ bẩn
□ 汚《よご》れ物《もの》	Dirty things	Đồ dùng bị bẩn (thường dùng với bát đũa, quần áo bị bẩn)
□ 汚物《おぶつ》	Filth (esp. excrement, urine)	Rác (đặc biệt dùng với rác thải vệ sinh như bỉm, băng vệ sinh, phân v.v.)

使《つか》い捨《す》て手袋《てぶくろ》を外《はず》すとき、汚《よご》れた面《めん》が内側《うちがわ》になるようにする。

When taking off disposable gloves, turn the dirty side inside.

Khi tháo găng tay dùng 1 lần, phải cuộn mặt găng tay bẩn vào phía trong.

□臭 くさ-い にお-う シュウ (9)

臭

□ 臭《くさ》い	Smelly	Hôi, thối, tanh
□ 臭《にお》う	Smell	Bốc mùi hôi, thối
□ 臭覚《しゅうかく》	Sense of smell	Khứu giác
□ 異臭《いしゅう》	Offensive smell	Mùi lạ, mùi khó chịu

ポータブルトイレを使用《しよう》する場合《ばあい》、臭《にお》いが気《き》になるため換気《かんき》を十分《じゅうぶん》に行《おこな》う。

When using a portable toilet, make sure of adequate ventilation because odor is annoying.

Khi sử dụng bồn cầu di động, cần làm thoáng khí phòng đầy đủ vì lo ngại sẽ để lại mùi.

□ 硬

かた－い
コウ

(12)

□ 硬《かた》い	Hard	Cứng, rắn
□ 硬便《こうべん》	Hard feces	Phân cứng
□ 硬膜下血腫《こうまくかけっしゅ》	Subdural hematoma	Máu tụ dưới màng cứng
□ 硬直《こうちょく》	Being stiff	(Cơ bắp) co cứng

便《べん》が硬《かた》い場合《ばあい》、水溶性食物繊維《すいようせいしょくもつせんい》をとるとよい。
When feces are hard, intake of soluble fiber is a good idea.
Khi đại tiện phân cứng, nên ăn nhiều chất xơ hòa tan.

□ 軟

やわ－らか
やわ－らかい
ナン

(11)

□ 軟《やわ》らかい	Loose, Soft	Mềm, mềm mại
□ 軟便《なんべん》	Loose feces	Phân mềm
□ 軟骨《なんこつ》	Cartilage	Sụn
□ *軟膏《なんこう》	Ointment	Thuốc mỡ

食生活《しょくせいかつ》の乱《みだ》れやストレスが便秘《べんぴ》や軟便《なんべん》の原因《げんいん》となる。
Bad diet or stress can cause constipation or loose stools.
Ăn uống không điều độ và căng thẳng sẽ là nguyên nhân gây ra táo bón hay phân mềm.

□ 痢

リ

(12)

□ 下痢《げり》	Diarrhea	Tiêu chảy
□ 下痢止《げりど》め	Antidiarrheic	Thuốc cầm tiêu chẩy
□ 赤痢《せきり》	Dysentery	Bệnh lỵ trực khuẩn
□ 疫痢《えきり》	Children's dysentery	Chứng lỵ ở trẻ em (Dạng cấp tính của 赤痢)

下痢《げり》によって脱水症状《だっすいしょうじょう》やおむつかぶれが起《お》きる。
Diarrhea causes symptom of dehydration and diaper rash.
Tiêu chảy kéo theo các triệu chứng mất nước và hăm bỉm.

□ 混

ま－じる
ま－ざる
ま－ぜる
こ－む
コン

(11)

□ 混《ま》ざる／混《ま》ぜる	Mix / Mix	Bị, được hòa trộn/ Trộn lẫn, hòa trộn
□ 混《こ》む	Be crowded	Đông đúc
□ 混入《こんにゅう》	Contamination	Sự pha trộn, trộn lẫn
□ 混在《こんざい》	Mixture, Existing alongside each other	Sự hòa trộn, sự cùng tồn tại

便《べん》に血《ち》が混《ま》じっている場合《ばあい》、消化器官《しょうかきかん》で出血《しゅっけつ》が起《お》こっている可能性《かのうせい》がある。
When feces are tinged with blood, there is a possibility that the digestive system has bleeding.
Phân dính máu là hiện tượng cho thấy có khả năng đã xảy ra xuất huyết ở cơ quan tiêu hóa.

□ 敷

しーく
フ

(15)

敷

□ 敷《し》く	Spread	Trải, lát, đệm
□ 敷物《しきもの》	Mat	Thảm (thảm trải nhà, đệm ngồi, thảm lót v.v)
□ 敷布団《しきぶとん》	Mattress	Cái nệm giường
□ 敷設《ふせつ》	Laying (sheets, pipes, etc.)	Sự lắp đặt, xây dựng trên diện rộng

失禁《しっきん》などによって布団《ふとん》が汚《よご》れるのを防《ふせ》ぐために防水《ぼうすい》シーツを敷《し》く。
To prevent futons from getting dirty from incontinence, lay a waterproof bed sheet.
Trải tấm chống thấm để tránh làm bẩn chăn do người bệnh mất tự chủ đại tiểu tiện.

□ 隠

かくーす
かくーれる
イン

(14)

隠

□ 隠《かく》れる／隠《かく》す	Hide/Hide	Bị che giấu, bị che đậy / Che giấu, che đậy
□ 隠居《いんきょ》	Retirement (from work)	Sự thôi việc và về hưu, sự ở ẩn
□ 隠語《いんご》	Jargon	Ngôn ngữ mật của một nhóm người, tiếng lóng

ベッド上《じょう》での排泄中《はいせつちゅう》は下半身《かはんしん》をタオルで隠《かく》す配慮《はいりょ》が必要《ひつよう》だ。
When there is elimination on the bed, consideration to hide the lower body with a towel is necessary.
Khi hỗ trợ bài tiết tại giường, cần chú ý dùng khăn che phần cơ thể phía dưới của người sử dụng.

□ 股

また
コウ

(8)

股

□ 股《また》	Crotch	Đũng, háng
□ 股下《またした》	Inseam	Chiều dài từ đũng quần tới gấu quần
□ 股関節《こかんせつ》	Hip joint	Khớp háng
□ 股間《こかん》	Groin	Háng

おむつ替《が》えのときは、股関節《こかんせつ》を脱臼《だっきゅう》しないように気《き》をつける。
When changing diapers, care must be taken not to dislocate the hip joint.
Khi thay bỉm, chú ý để không làm người sử dụng bị trật khớp háng.

□ 陰

かげ
かげーる
イン

(11)

陰

□ 陰《かげ》る	Get dark	Bị khuất (ánh sáng), trở nên tối tăm, u ám
□ 陰部《いんぶ》	Private parts	Vùng kín
□ 陰部洗浄《いんぶせんじょう》	Private parts cleaning	Vệ sinh vùng kín
□ 陰性《いんせい》	Negative (result of a test)	Âm tính

陰部洗浄《いんぶせんじょう》は清潔感《せいけつかん》を得《え》られるが、プライバシーに十分《じゅうぶん》に注意《ちゅうい》して行《おこな》う。
Though private parts cleaning provides a sense of cleanliness, pay due attention to privacy considerations.
Vệ sinh vùng kín sẽ mang lại sự sạch sẽ, nhưng cần hết sức chú ý tới sự riêng tư của người sử dụng.

復《ふく》習《しゅう》

【1】________の読《よ》み方《かた》を書《か》きましょう。

例《れい》）隣《となり》の部屋《へや》から異臭がしたので、急《いそ》いで見《み》に行《い》った。

1. 何日《なんにち》も排便《はいべん》がないので、心配だ。

2. 「遠慮しないで、何《なん》でも言《い》ってくださいね。」

3. 利用者《りようしゃ》さんに羞恥心を感《かん》じさせないケアを目指《めざ》す。

4. トイレに間《ま》に合《あ》わず、漏らしてしまうことがある。

5. 陰部に洗《あら》い残《のこ》しがないよう、きれいに洗《あら》う。

6. 尿瓶を使用《しよう》したら、尿量《にょうりょう》を確認《かくにん》する。

7. 食事《しょくじ》のときに、洋服《ようふく》を汚してしまった。

8. 山本《やまもと》さんは昨日《きのう》から下痢をしている。

9. 床《ゆか》に新聞紙《しんぶんし》などを広《ひろ》げ、汚物置《お》き場《ば》を確保《かくほ》する。

10. 便《べん》に異物《いぶつ》や血《ち》が混じっていないか確認《かくにん》する。

11. 股関節のストレッチをすると、血流《けつりゅう》がよくなる。

12. 自分《じぶん》で排泄ができるように、介護士《かいごし》が支援《しえん》する。

例《れい》	いしゅう
1	
2	
3	
4	
5	
6	
7	
8	
9	
10	
11	
12	

【2】＿＿＿＿を漢字《かんじ》で書《か》きましょう。

例《れい》）かびんに花《はな》を生《い》けたら、部屋《へや》が明《あか》るくなった。

1. 介助《かいじょ》が必要《ひつよう》になったことをはずかしいと思《おも》う人《ひと》もいる。

2. 介助時《かいじょじ》は、利用者《りようしゃ》さんの気持《きも》ちにはいりょして行《おこな》う。

3. にょうろ感染症《かんせんしょう》は、細菌《さいきん》が侵入《しんにゅう》することで起《お》こる。

4. 防水《ぼうすい》シーツは繰《く》り返《かえ》ししいて使《つか》えるものもある。

5. 歯《は》が悪《わる》いので、やわらかいものしか食《た》べられない。

6. 温水《おんすい》せんじょう便座《べんざ》を使《つか》うと、介助《かいじょ》の負担《ふたん》が減《へ》る。

7. においが部屋《へや》にこもらないように、換気《かんき》をする。

8. なんべんのときは、消化《しょうか》の良《よ》いものを食《た》べるといい。

9. 部屋《へや》がきたなかったので、掃除《そうじ》した。

10. にょうもれや失禁《しっきん》をしてしまい、落《お》ち込《こ》む人《ひと》もいる。

11. 視力《しりょく》を測《はか》るときに、片目《かため》をかくした。

12. 便秘《べんぴ》でかたいコロコロ便《べん》しか出《で》ない。

例《れい》	花瓶
1	
2	
3	
4	
5	
6	
7	
8	
9	
10	
11	
12	

10章《しょう》　身体《しんたい》清潔《せいけつ》の介助《かいじょ》

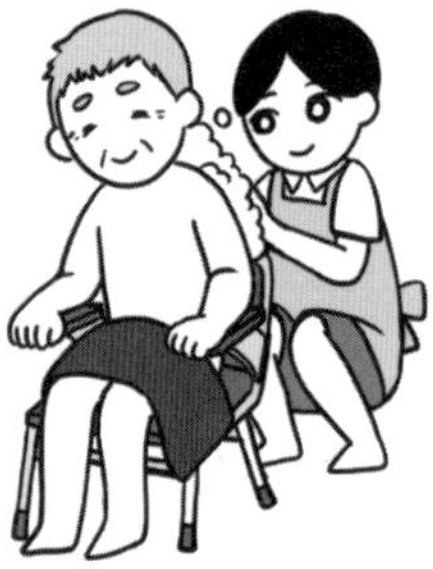

①毎日《まいにち》、シャワーを浴《あ》びますか。
浴槽《よくそう》に入《はい》ったことがありますか。どんな気持《きも》ちですか。

②身体清潔《しんたいせいけつ》（入浴《にゅうよく》、清拭《せいしき》など）にはどんな効果《こうか》がありますか。

☐ 清 (11)

きよ-い
きよ-まる
きよ-める
セイ

☐ 清《きよ》まる／清《きよ》める	Be cleansed/ Cleanse	Thanh khiết, trong sạch/ Rửa sạch, tẩy sạch
☐ 清涼《せいりょう》	Refreshing	Sảng khoái, tươi mát
☐ 血清《けっせい》	Blood serum	Huyết thanh
☐ 空気清浄機《くうきせいじょうき》	Air cleaner	Máy lọc không khí

入浴《にゅうよく》ができないときは、蒸《む》しタオルで体《からだ》を拭《ふ》くと清涼感《せいりょうかん》を得《え》られる。
When taking a bath is impossible, wiping the body with a steaming towel provides a refreshing feeling.
Khi không thể đi tắm, lau người bằng khăn ấm cũng sẽ giúp mang lại sự sảng khoái.

☐ 拭 (9)

ふ-く
ぬぐ-う
ショク
*シキ

☐ 拭《ふ》く	Wipe	Lau chùi, làm sạch
☐ 払拭《ふっしょく》	Dispelling, Sweeping away	Xóa tan, xua tan (nỗi bất an, hủ tục, v.v.)
☐ *清拭《せいしき》	Bed bath	Việc lau người

上半身《じょうはんしん》の清拭《せいしき》は指先《ゆびさき》から心臓《しんぞう》に向《む》かって行《おこな》う。
Bed bath of the upper body is done from fingertips to heart.
Khi lau thân trên, tiến hành lau theo thứ tự từ ngón tay, tiến dần về tim.

☐ 潔 (15)

いさぎよ-い
ケツ

☐ 潔《いさぎよ》い	Vigor, Energy	Dứt khoát, thẳng thắn, không chần chừ
☐ 清潔《せいけつ》な	Clean	Sạch sẽ, trong sạch
☐ 清潔保持《せいけつほじ》	Keeping cleanliness	Giữ vệ sinh sạch sẽ
☐ 不潔《ふけつ》な	Dirty	Không sạch sẽ, thiếu vệ sinh

皮膚《ひふ》の清潔《せいけつ》を保持《ほじ》することは、皮膚《ひふ》の新陳代謝《しんちんたいしゃ》を高《たか》め感染《かんせん》を防止《ぼうし》する。
Maintaining skin cleanliness increases metabolism of the skin and prevents infection.
Duy trì làn da sạch sẽ giúp tăng cường trao đổi chất trên da, phòng tránh lây nhiễm.

☐ 髪 (14)

かみ
ハツ

☐ 髪《かみ》	Hair	Tóc
☐ 整髪《せいはつ》	Trimming (of hair)	Việc chỉnh trang đầu tóc
☐ 散髪《さんぱつ》	Haircut	Việc cắt tóc
☐ ※白髪《しらが》	White (gray) hair	Tóc bạc

「山田《やまだ》さん、髪《かみ》と体《からだ》とどちらを先《さき》に洗《あら》いますか。」
“Mr. Yamada, which shall we wash first, hair or body?”
"Ông Yamada ơi, ông muốn gội đầu trước hay tắm trước ạ?"

□ 肌 (6)

はだ

□ 肌《はだ》	Skin	Da, làn da
□ 地肌《じはだ》	Natural skin (without make-up, etc.)	Nước da tự nhiên (không trang điểm)
□ 素肌《すはだ》	Bare skin	Làn da trần (khi không mặc gì)
□ 肌《はだ》着《ぎ》	Underwear	Đồ mặc lót bên trong

高齢者《こうれいしゃ》に多《おお》い肌《はだ》トラブルに「老人性乾皮 症《ろうじんせいかんぴしょう》」がある。
One of skin troubles many elderly people have is senile xerosis (lack of moisture).
Chứng khô da do lão hóa là một trong những chứng bệnh về da thường thấy ở người cao tuổi.

□ 乾 (11)

かわ－く
かわ－かす
カン

□ 乾《かわ》く／乾《かわ》かす	Dry/ Dry	Khô, cạn/ làm khô, sấy khô
□ 乾燥《かんそう》	Dryness	Khô, khô cằn
□ 乾燥肌《かんそうはだ》	Dry skin	Da khô
□ 乾杯《かんぱい》	Toast	Cạn ly

体《からだ》 が冷《ひ》えないように、清拭《せいしき》の最後《さいご》は乾《かわ》いたタオルで水気《みずけ》を拭《ふ》き取《と》る。
To prevent the body from becoming cold, dry the body with a dry towel to finish a bed bath.
Để cơ thể không bị nhiễm lạnh, sau khi lau người xong, cần dùng khăn khô thấm sạch hơi nước còn lại trên người.

□ 湿 (12)

しめ－る
しめ－す
シツ

□ 湿《しめ》る	Wet, Moisten	Ẩm, ẩm ướt
□ 湿疹《しっしん》	Eczema	Bệnh chàm (eczema)
□ 湿度《しつど》	Humidity	Độ ẩm
□ 保湿《ほしつ》	Moisturizing	Cấp ẩm, dưỡng ẩm

おむつをつける前《まえ》に保湿剤《ほしつざい》を塗《ぬ》ると、湿疹《しっしん》を予防《よぼう》できる。
Applying a moisturizer before putting on diapers prevents eczema.
Bằng cách bôi kem dưỡng ẩm trước khi mặc bỉm, sẽ giúp phòng tránh bệnh chàm.

□ 荒 (9)

あら－い
あ－れる
あ－らす
コウ

□ 荒《あ》れる／荒《あ》らす	Become rough/ Ruin	Trở nên cuồng điên, mất kiểm soát/Làm lộn xộn; làm rối loạn
□ 手《て》荒《あ》れ	Rough hands	Da tay thô ráp, nứt nẻ
□ 肌《はだ》荒《あ》れ	Rough skin	Da dẻ thô ráp, nứt nẻ

肌《はだ》が乾燥《かんそう》するとバリア機能《きのう》が低下《ていか》し、肌《はだ》荒《あ》れや細菌感染《さいきんかんせん》の原因《げんいん》になる。
When the skin dries out, barrier function decreases and this becomes a cause of skin disorders and bacterial infection.
Khi da bị khô, chức năng che chắn, bảo vệ cơ thể sẽ bị suy yếu, dẫn tới da dẻ bị nứt nẻ và dễ nhiễm khuẩn.

☐ **蒸**
むｰす
むｰれる
むｰらす
ジョウ
(13)

☐ 蒸《む》れる／蒸《む》らす	Get steamed, Steamy/ Steam	Được hấp chín, hấp hơi/ Hấp chín bằng hơi (bằng cách tắt lửa, đậy vung)
☐ 蒸《む》し暑《あつ》い	Steaming hot	Nóng oi bức
☐ 不感蒸泄《ふかんじょうせつ》	Insensible water loss	Lượng nước mất đi mà cơ thể con người không nhận biết được
☐ 蒸発《じょうはつ》	Evaporation	Sự bay hơi

蒸《む》しタオルを皮膚《ひふ》に当《あ》てるときは、必《かなら》ず温度《おんど》を確認《かくにん》する。
When applying a steaming towel on the skin, be sure to confirm its temperature.
Trước khi đặt khăn ấm lên da, nhất định phải xác nhận nhiệt độ khăn.

☐ **沸**
わｰく
わｰかす
フツ
(8)

☐ 沸《わ》く／沸《わ》かす	Boil/ Boil	Sôi/ Đun sôi
☐ 沸騰《ふっとう》	Boiling	Sự sôi

「お風呂《ふろ》が沸《わ》きましたよ。浴室《よくしつ》へ行《い》きましょうか。」
"The bath is ready. Shall we go to the bathroom?"
"Nước bồn tắm đã nóng rồi ạ. Mình vào phòng tắm thôi ạ!"

☐ **爽**
さわｰやか
ソウ
(11)

☐ 爽《さわ》やかな	Fresh, Refreshing	Dễ chịu, sảng khoái
☐ 爽快《そうかい》な	Refreshing, Invigorating	Khoan khoái, sảng khoái
☐ 爽快感《そうかいかん》	Invigorated feeling	Cảm giác khoan khoái, tươi tỉnh

足浴《そくよく》は、爽快感《そうかいかん》を得《え》られる効果《こうか》がある。
Foot bathing brings a feeling of refreshment.
Ngâm chân có hiệu quả mang đến sự khoan khái, dễ chịu.

☐ **鈍**
にぶｰい
にぶｰる
ドン
(12)

☐ 鈍《にぶ》い	Dull	Cùn (dao, kéo), chậm chạp (hành động, phản ứng)
☐ 鈍痛《どんつう》	Dull pain	Cơn đau âm ỉ
☐ 鈍感《どんかん》	Insensitivity	Sự thiếu nhạy cảm, không nhanh nhạy

年齢《ねんれい》とともに皮膚感覚《ひふかんかく》が鈍感《どんかん》になる。
With aging, skin sensibility declines.
Theo tuổi tác, làn da sẽ trở nên thiếu nhạy cảm hơn.

□ 呂 ロ
(7)

□ 風呂《ふろ》	Bath	Bồn tắm, phòng tắm bồn
□ 風呂敷《ふろしき》	Cloth for wrapping things	Khăn gói đồ, khăn bọc đồ
□ 移動式風呂《いどうしきぶろ》	Mobile bath	Bồn tắm di động
□ 露天風呂《ろてんぶろ》	Open-air bath	Bồn tắm lộ thiên

「山本《やまもと》さん、お風呂《ふろ》に入《はい》ってさっぱりしましょうか。」

“Mr. Yamamoto, would you like to take a bath to refresh?”

"Bà Yamamoto ơi, bà có muốn đi tắm cho thoải mái không ạ?"

□ 槽 ソウ
(15)

□ 浴槽《よくそう》	Bathtub	Bồn tắm
□ 水槽《すいそう》	Tank	Dụng cụ chứa nước như thùng, bể v.v.
□ 歯槽膿漏《しそうのうろう》	Alveolar pyorrhea	Viêm nha chu

「浴槽《よくそう》の手《て》すりにつかまっていただけますか。」

“Would you hold on to the handrail of the bathtub?”

"Ông (bà) bám vào tay vịn bồn tắm giúp cháu được không ạ?"

□ 溺 おぼ－れる デキ
(13)

□ 溺《おぼ》れる	Drown	Chết đuối, chìm đắm, ham mê
□ 溺愛《できあい》	Blind love	Hết mực yêu chiều, yêu thương mù quáng
□ 溺死《できし》	Drowning death	Chết đuối
□ 溺水《できすい》	Near-drowning	Sự đuối nước

高齢者《こうれいしゃ》が入浴中《にゅうよくちゅう》に意識《いしき》を失《うしな》い、溺《おぼ》れる事故《じこ》が多《おお》くなっている。

There are more and more accidents where the elderly lose consciousness and drown while taking a bath.

Ngày càng có nhiều vụ tai nạn người cao tuổi chết đuối do mất ý thức trong khi ngâm bồn.

□ 縮 ちぢ－む ちぢ－まる ちぢ－める ちぢ－れる シュク
(17)

□ 縮《ちぢ》まる／縮《ちぢ》める	Shrink/ Shrink	Bị nén lại, co lại/ Nén lại, thu gọn lại
□ 縮《ちぢ》む	Shrink	Co lại, rút ngắn, thu nhỏ lại
□ 拘縮《こうしゅく》	Contracture	sự co cứng, co rút
□ 収縮《しゅうしゅく》	Contraction	Sự co, teo lại, thu nhỏ lại

入浴《にゅうよく》によって血行《けっこう》がよくなると、拘縮《こうしゅく》や褥瘡《じょくそう》が予防《よぼう》できる。

Improving blood circulation by taking a bath prevents contractures and bedsores.

Tắm bồn giúp lưu thông mạch máu, phòng tránh co cứng cơ và lở loét do tiếp xúc.

□ 浮 (10)
うｰく
うｰかれる
うｰかぶ
うｰかべる
フ

□ 体《からだ》が浮《う》く	The body floats.	Cơ thể nổi lơ lửng
□ 浮《う》かぶ／浮《う》かべる	Float/ Float	Nổi, trôi lơ lửng/ Thả trôi, làm nổi lên
□ 浮《う》かれる	Be merry, Be in high spirits	Hưng phấn, hào hứng, bị hút hồn
□ 浮力《ふりょく》	Buoyancy	Sức nổi, lực nổi

体《からだ》を洗《あら》う前《まえ》にかけ湯《ゆ》をすると、皮脂《ひし》が浮《う》き、汚《よご》れが落《お》ちやすくなる。
Pouring hot water on the body before washing, sebaceous matter rises to the skin surface and impurities get easier to remove.
Tráng người với nước ấm trước khi tắm giúp bã nhờn nổi lên, bụi bẩn bám trên da dễ được làm sạch hơn.

□ 腫 (13)
はｰれる
はｰらす
シュ

□ 腫《は》れる／腫《は》らす	Swell/ Swell	Phồng lên, sưng lên/ làm sưng lên, phồng lên
□ *浮《む》腫《く》み	Swelling	Sự sưng tấy, phù nề
□ 浮腫《ふしゅ》	Edema	Chứng phù nề
□ 子宮筋腫《しきゅうきんしゅ》	Fibroid	U sơ tử cung

長《なが》い時間《じかん》同《おな》じ姿勢《しせい》でいると、浮腫《ふしゅ》が生《しょう》じやすい。
Remaining in one position too long makes it easier for an edema to form.
Ở lâu trong một tư thế dễ gây ra phù nề.

□ 傷 (13)
きず
いたｰむ
いたｰめる
ショウ

□ 傷《きず》	Wound	Vết thương
□ 傷口《きずぐち》	Wound	Miệng vết thương, vết thương
□ 傷《いた》む／傷《いた》める	Hurt, Feel a pain/ Damage	Đau đớn do bị thương, bệnh tật/ làm bị thương, làm hỏng
□ 傷害《しょうがい》	Injury, Wound	Việc làm tổn thương, gây tổn hại

傷口《きずぐち》がある部位《ぶい》を、清潔《せいけつ》に保《たも》つことで細菌感染《さいきんかんせん》を防止《ぼうし》できる。
Keeping the region of a wound clean can prevent bacterial infection.
Giữ vệ sinh sạch sẽ những nơi có vết thương, sẽ giúp phòng tránh nhiễm khuẩn.

□ 異 (11)
こと
イ

□ 異《こと》なる	Different	Khác biệt
□ 異常《いじょう》	Abnormality	Bất thường
□ 変異《へんい》	Variation, Variant	Sự biến đổi, sự biến dị
□ 異形成《いけいせい》	Dysplasia	Chứng loạn sản

冬場《ふゆば》の入浴《にゅうよく》は、寒暖《かんだん》差《さ》による脈拍《みゃくはく》や心拍《しんぱく》の異常《いじょう》が起《お》こりやすい。
Bathing in winter can cause problems of pulse and heartbeat due to temperature difference.
Ngâm bồn vào mùa đông dễ dẫn tới loạn tim mạch do sự chênh lệch nhiệt độ.

復《ふく》習《しゅう》

【1】＿＿＿＿の読《よ》み方《かた》を書《か》きましょう。

例《れい》）手洗《てあら》い後《ご》、ハンカチで手《て》を拭く。

1. 太《ふと》ももの付《つ》け根《ね》と膝《ひざ》の裏《うら》に湿疹ができた。

2. シャワーで体《からだ》を清潔に保《たも》つ。

3. 最近《さいきん》、白髪が増《ふ》えてきた。

4. 空気《くうき》が乾燥しているので、静電気《せいでんき》が起《お》きやすい。

5. パジャマの下《した》に肌着を着《き》ると温《あたた》かい。

6. 浴室《よくしつ》で転《ころ》んでから、腰《こし》の鈍痛が続《つづ》いている。

7. 清拭の手順《てじゅん》を先輩《せんぱい》に教《おし》えてもらった。

8. 温《あたた》かいお湯《ゆ》に浸《つ》かると、筋肉《きんにく》の拘《こう》縮が緩《ゆる》む。

9. 起《お》き上《あ》がれなくても、部分浴《ぶぶんよく》で爽快感を得《え》られる。

10. 寒暖差《かんだんさ》で血管《けっかん》が収縮し、血圧《けつあつ》が一気《いっき》に上昇《じょうしょう》する。

11. 浮腫ができた足《あし》をマッサージする。

12. 蒸しタオルを目《め》に当《あ》てると、リラックスできる。

例《れい》	ふく
1	
2	
3	
4	
5	
6	
7	
8	
9	
10	
11	
12	

【2】＿＿＿＿を漢字《かんじ》で書《か》きましょう。

例《れい》）セーターを洗《あら》ったら、ちぢんでしまった。

1. 冬《ふゆ》は肌《はだ》のほしつを心《こころ》がける。

2. 健人《けんと》くんはかみを切《き》ってさっぱりしたようだ。

3. 「よくそうの手《て》すりをつかんでいただけますか。」

4. シャンプーのとき、じはだを指《ゆび》でマッサージする。

5. むしあつくて、寝汗《ねあせ》をかいてしまった。

6. 足《あし》がはれて、痛《いた》くて歩《ある》けない。

7. 汗《あせ》をかいた日《ひ》は、おふろに入《はい》ってさっぱりする。

8. お湯《ゆ》をわかして、コーヒーを入《い》れた。

9. きずぐちは流水《りゅうすい》で洗《あら》い流《なが》すとよい。

10. 入浴中《にゅうよくちゅう》、体調《たいちょう》にいじょうがないか確認《かくにん》する。

11. 手《て》があれないように、ハンドクリームを塗《ぬ》る。

12. 冬場《ふゆば》は浴室《よくしつ》でおぼれる事故《じこ》が多い。

例《れい》	縮んで
1	
2	
3	
4	
5	
6	
7	
8	
9	
10	
11	
12	

9・10章《しょう》　クイズ

【1】□から選《えら》んで、ことばを完成《かんせい》させましょう。また、(　　)に下線部《かせんぶ》の読《よ》み方《かた》も書《か》きましょう。

浮	漏	乾	沸	腫	配	溺	荒

① 目《め》にものもらいができて、大《おお》きく□れてしまった。　(　　　　)

② おやつの時間《じかん》にお湯《ゆ》を□かして、コーヒーを入《い》れた。　(　　　　)

③ 高齢者《こうれいしゃ》が風呂場《ふろば》で□れる事故《じこ》が増《ふ》えている。　(　　　　)

④ 旅行先《りょこうさき》で買《か》ったお土産《みやげ》のお菓子《かし》を施設《しせつ》の同僚《どうりょう》に□った。　(　　　　)

⑤ 施設《しせつ》の天井《てんじょう》から雨水《あまみず》が□れてきたので、屋根《やね》を修理《しゅうり》した。　(　　　　)

⑥ 風邪《かぜ》を引《ひ》かないように、髪《かみ》を洗《あら》ったあとはすぐに□かす。　(　　　　)

⑦ 洗《あら》い物《もの》をするときは手《て》が□れないように、ゴム手袋《てぶくろ》をする。　(　　　　)

⑧ 冬至《とうじ》にはお風呂《ふろ》に柚子《ゆず》を□かべて入浴《にゅうよく》する習慣《しゅうかん》がある。　(　　　　)

【2】□に入《はい》る漢字《かんじ》を書《か》きましょう。

例《れい》)
朝
真　[顔]　面

①
差
変　□　常

②
散
整　□　型

③
異
防　□　覚

④
負
軽　□　口

⑤
拘
収　□　小

【3】絵《え》を見《み》て漢字《かんじ》を書《か》きましょう。(　　)には読《よ》み方《かた》を書《か》きましょう。

例《れい》)

①

②

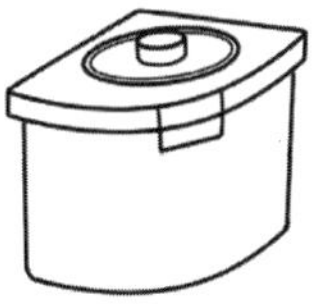

③

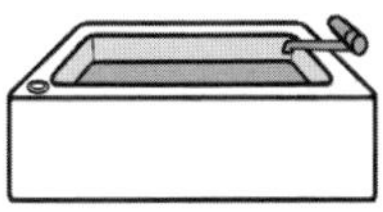

④

⑤

例《れい》) 湿 疹 (しっしん)	①____ ____ (　　　　　)	②____ 物入れ (　　　　　)
③ 浴 ____ (　　　　　)	④ 温水洗 ____ 便座 (　　　　　)	⑤____ 着 (　　　　　)

【4】フンさんは先輩《せんぱい》の清水《しみず》さんからアドバイスをもらいました。①〜⑫の漢字《かんじ》と読《よ》み方《かた》を書《か》きましょう。

①排泄介助《かいじょ》をするときは、②尿漏れなどを防《ふせ》ぐために、ベッドに防水《ぼうすい》シーツを必《かなら》ず③しいてください。患者《かんじゃ》さんの④羞恥心に⑤配慮するため、バスタオルをかけたり、カーテンで仕《し》切《き》りをしたりしましょう。差《さ》し込《こ》み便器《き》を使《つか》う場合《ばあい》は⑥肛門が便器《き》の中央《ちゅうおう》にくるようあててください。利用者《りようしゃ》さんが自分《じぶん》で⑦ふいたときは、手《て》をきれいに洗《あら》うよう介助《かいじょ》します。介助《かいじょ》のあと、尿や便の状態《じょうたい》を確認《かくにん》します。⑧軟便や⑨硬便、便に血《ち》が⑩まじっていないかなど、気《き》になることがあったらすぐに報告《ほうこく》するようにしてください。もし、シーツを⑪よごしてしまったら、すぐに⑫清潔なものに取《と》り替《か》えてください。

わからないことがあったら何《なん》でも聞《き》いてくださいね。

①	②	③	④
⑤	⑥	⑦	⑧
⑨	⑩	⑪	⑫

11章《しょう》　介護士《かいごし》・看護師《かんごし》の行動《こうどう》

①介護士《かいごし》・看護師《かんごし》の仕事《しごと》にはどんなものがありますか。

②上《うえ》のイラストの中《なか》で、経験《けいけん》した仕事《しごと》がありますか。

③上《うえ》のイラストの中《なか》で、難《むずか》しいと思《おも》った仕事《しごと》がありますか。
どうしてですか。

□ 協 (8)

キョウ

□ 協力《きょうりょく》	Cooperation	Hợp tác, hiệp lực
□ 妥協《だきょう》	Compromise	Thỏa hiệp, nhượng bộ lẫn nhau
□ 協調性《きょうちょうせい》	Cooperativeness	Có tinh thần hợp tác, có tình thần tập thể
□ 社会福祉協議会《しゃかいふくしきょうぎかい》	Social welfare council	Hội đồng phúc lợi xã hội

協力《きょうりょく》して仕事《しごと》をするために、情報《じょうほう》の共有《きょうゆう》が必要《ひつよう》だ。
For working together with others, information sharing is necessary.
Cần có sự chia sẻ thông tin, để mọi người có thể hợp tác làm việc cùng nhau.

□ 応 (7)

こた－える
オウ

□ 応答《おうとう》	Answer	Sự trả lời, sự đáp lại
□ 対応《たいおう》	Response	Sự đối ứng, ứng phó
□ 適応《てきおう》	Adaptation	Sự thích ứng
□ 反応《はんのう》	Reaction	Sự phản ứng

急変《きゅうへん》を知《し》らせるナースコールに即座《そくざ》に対応《たいおう》した。
I immediately responded to a nurse call informing of a sudden change in a patient's condition.
Tôi trả lời ngay lập tức khi có cuộc gọi từ nút gọi y tá khẩn cấp.

□ 導 (15)

みちび－く
ドウ

□ 指導《しどう》	Coaching	Sự chỉ đạo, hướng dẫn, chỉ dẫn
□ 導入《どうにゅう》	Introduction	Sự đưa vào sử dụng, áp dụng
□ 導尿《どうにょう》	Urethral catheterization	Ống dẫn nước tiểu nhân tạo
□ 盲導犬《もうどうけん》	Guide dog	Chó dẫn đường cho người khiếm thị

患者《かんじゃ》さんに食事指導《しょくじしどう》をして、毎日《まいにち》の食事《しょくじ》について一緒《いっしょ》に考《かんが》えた。
I provided dietary instruction to a patient and we thought together about everyday meals.
Tôi hướng dẫn người bệnh về chế độ ăn uống và cùng họ suy nghĩ về thực đơn hàng ngày.

□ 誘 (14)

さそ－う
ユウ

□ 誘《さそ》う	Invite	Mời, rủ rê, lôi kéo
□ 誘因《ゆういん》	Contributing cause, Trigger	Nguyên nhân trực tiếp
□ 誘導《ゆうどう》	Guidance	Sự dẫn dắt, sự hướng dẫn
□ 誘発《ゆうはつ》	Inducing, Causing	Sự gây ra, dẫn đến

食事前《しょくじまえ》に利用者《りようしゃ》さんをトイレに誘導《ゆうどう》するようにしている。
I make a rule to guide users to the bathroom before meals.
Trước bữa ăn, tôi thường đưa người sử dụng dịch vụ đi vệ sinh.

☐ 添 (11)

そ－える
そ－う
テン

☐ 添《そ》える	Add	Thêm vào, đính kèm thêm
☐ 付《つ》き添《そ》う	Accompany	Đi theo, đi cùng
☐ 添加物《てんかぶつ》	Additive	Chất phụ gia
☐ 添付《てんぷ》	Attachment	Đính kèm

片麻痺《かたまひ》の患者《かんじゃ》さんに付《つ》き添《そ》って、検査室《けんさしつ》へ行《い》った。

I went to the examination room accompanying a hemiplegia patient.

Tôi hộ tống người bệnh bị liệt nửa người tới phòng xét nghiệm.

☐ 渡 (12)

わた－る
わた－す
ト

☐ 道《みち》を渡《わた》る	Cross a road	Qua đường, sang đường
☐ 渡《わた》す	Pass	Trao cho, chuyển cho
☐ 手渡《てわた》す	Hand over	Trao, đưa tận tay
☐ 渡航《とこう》	Voyage, Travelling	Việc ra nước ngoài

食事《しょくじ》の前《まえ》に、田中《たなか》さんに温《あたた》かいおしぼりを渡《わた》した。

Before the meal, I handed Ms. Tanaka a warm wet towel.

Trước khi ăn, tôi đưa cho bà Takana một chiếc khăn tay ấm.

☐ 預 (13)

あず－ける
あず－かる
ヨ

☐ 預《あず》ける	Deposit	Nhờ/gửi giữ hộ, giao trách nhiệm
☐ 預《あず》かる	Keep	Giữ, trông nom, đảm nhận
☐ 預金《よきん》	Savings	Tiền gửi ngân hàng

「入院中《にゅういんちゅう》、貴重品《きちょうひん》をお預《あず》かりすることはできかねます。」

“During the hospitalization, the hospital can’t keep your valuables.”

"Trong thời gian nhập viện, bệnh viện không nhận trông giữ đồ vật cá nhân có giá trị của người bệnh."

☐ 戻 (7)

もど－す
もど－る
レイ

☐ 戻《もど》る／戻《もど》す	Return/ Return	Quay trở lại / Đưa về, để lại như ban đầu
☐ 後戻《あともど》り	Turn back	Sự quay ngược trở lại (thời gian, địa điểm, tình hình bệnh trạng ban đầu)
☐ 返戻《へんれい》	Refund	Sự hoàn trả, sự trả lại

利用者《りようしゃ》さんの杖《つえ》を元《もと》の位置《いち》に戻《もど》した。

I returned the user’s walking stick to the initial position.

Tôi đã để gậy chống của người sử dụng dịch vụ về vị trí ban đầu.

□ 制

セイ

(8)

制

□ 公的医療保険制度《こうてきいりょうほけんせいど》	Public health care insurance system	Chế độ bảo hiểm y tế công
□ 24時間制《じかんせい》	24-hour clock	Làm việc/kinh doanh 24/24
□ 制服《せいふく》	Uniform	Đồng phục
□ 制酸剤《せいさんざい》	Antacid	Antacid (thuốc kháng axit dạ dày)

毎朝《まいあさ》、更衣室《こういしつ》で制服《せいふく》に着替《きが》えて、身《み》だしなみを整《ととの》える。

I change into a uniform and fix myself up in the changing room every morning.

Hàng sáng, tôi thay đồng phục, chỉnh trang diện mạo tại phòng thay đồ.

□ 限

かぎ－る
ゲン

(9)

限

□ 限《かぎ》る	Restrict	Hạn chế, giới hạn
□ 制限《せいげん》	Restriction	Sự hạn chế, giới hạn
□ 限定《げんてい》	Limitation	Sự hạn chế ở, chỉ có ở
□ 期限《きげん》	Deadline	Kỳ hạn

退院時《たいいんじ》に、患者《かんじゃ》さんに食事制限《しょくじせいげん》について説明《せつめい》した。

I explained dietary restrictions to the patient at the time of hospital discharge.

Trước khi người bệnh xuất viện, tôi giải thích cho họ về những hạn chế trong chế độ ăn.

□ 改

あらた－める
あらた－まる
カイ

(7)

改

□ 改《あらた》めて	Again	Một lần nữa, lại
□ 法律《ほうりつ》の改正《かいせい》	Law amendment	Việc sửa đổi luật pháp
□ 住宅改修《じゅうたくかいしゅう》	Home renovation	Sự sửa chữa, nâng cấp nhà ở
□ 改札口《かいさつぐち》	Ticket gate	Cửa soát vé

治療《ちりょう》については、改《あらた》めてご家族同席《かぞくどうせき》で説明《せつめい》の機会《きかい》を設《もう》けると患者《かんじゃ》さんに伝《つた》えた。

I told the patient that I would make another opportunity to explain the treatment to the patient with family members present.

Tôi đã truyền đạt tới người bệnh về việc sẽ có thêm một buổi giải thích về quá trình điều trị với sự có mặt của gia đình bệnh nhân.

□ 善

よ－い
ゼン

(12)

善

□ 善《よ》い行《おこな》い	Good behavior	Hành thiện, việc làm tốt
□ 改善《かいぜん》	Improvement	Sự cải thiện
□ 慈善《じぜん》	Charity	Sự từ thiện
□ 善玉菌《ぜんだまきん》	Good bacteria	Vi khuẩn có lợi

利用者《りようしゃ》さんと生活習慣《せいかつしゅうかん》を改善《かいぜん》する方法《ほうほう》について話《はな》し合《あ》った。

I discussed ways to improve lifestyle habits with users.

Tôi đã trao đổi với người sử dụng về phương pháp cải thiện thói quen sinh hoạt.

☐ 存

ソン
ゾン

(6)

☐	保存《ほぞん》	Preservation	Sự bảo tồn, sự lưu giữ
☐	生存率《せいぞんりつ》	Survival rate	Tỷ lệ sống
☐	残存機能《ざんぞんきのう》	Residual function	Những chức năng còn hoạt động tốt của cơ thể
☐	ご存知《ぞんじ》だ	Knowing, Being aware of	Biết (tôn kính ngữ)

看護記録《かんごきろく》をデータベースに保存《ほぞん》した。

I saved the nursing record to the database.

Tôi đã lưu bản ghi chép điều dưỡng lên hệ thống cơ sở dữ liệu.

☐ 在

あ－る
ザイ

(6)

☐	存在《そんざい》	Existence	Sự tồn tại
☐	現在《げんざい》	Present (time)	Hiện tại
☐	在留資格《ざいりゅうしかく》	Status of residence	Tư cách lưu trú
☐	在宅看護《ざいたくかんご》	Home healthcare	Điều dưỡng, chăm sóc tại gia

在宅《ざいたく》ケアを希望《きぼう》する患者《かんじゃ》さんや利用者《りようしゃ》さんは多《おお》い。

Many patients and users desire home care.

Có nhiều người bệnh, người sử dụng dịch vụ mong muốn sử dụng dịch vụ chăm sóc tại gia.

☐ 掃

は－く
ソウ

(11)

☐	掃《は》く	Sweep	Quét (bằng chổi)
☐	掃除《そうじ》	Cleaning	Việc quét tước, dọn dẹp nói chung
☐	清掃《せいそう》	Cleaning, Cleaning up	Việc dọn dẹp sạch sẽ

訪問介護《ほうもんかいご》では、生活援助《せいかつえんじょ》として利用者宅《りようしゃたく》の清掃《せいそう》を行《おこな》うことがある。

Home-visiting care sometimes includes cleaning up a user's home as a way of life support.

Trong chăm sóc tại gia, đôi khi nhân viên chăm sóc cũng phải dọn dẹp nhà cửa giúp người sử dụng dịch vụ, như một công việc nhằm hỗ trợ cuộc sống cho người sử dụng.

☐ 憩

いこ－い
いこ－う
ケイ

(16)

☐	憩《いこ》い	Rest, Relaxation	Sự nghỉ ngơi, thư giãn
☐	憩《いこ》う	Rest, Relax	Nghỉ ngơi, thư giãn
☐	休憩《きゅうけい》	Break	Sự nghỉ giải lao

休憩時間《きゅうけいじかん》に宿直室《しゅくちょくしつ》で仮眠《かみん》をとった。

I had a nap in the night-duty room during the rest period.

Trong giờ nghỉ giải lao, tôi chợp mắt một lát tại phòng trực đêm.

□ 過

(12)

す－ぎる
す－ごす
あやま－つ
あやま－ち
カ

□ 過《す》ごす	Spend (time)	Trải qua
□ 過《か》呼《こ》吸《きゅう》	Hyperventilation	Tăng thông khí
□ 経過《けいか》	Progress, Course	Sự kinh qua, trải qua, quá trình, tiến triển
□ 過失《かしつ》	Error, Negligence	Lỗi/sai phạm do vô ý, thiếu chú ý

手術後《しゅじゅつご》の患者《かんじゃ》さんの経過《けいか》を観察《かんさつ》する。
I observe the progress of a patient's condition after surgery.
Tôi theo dõi quá trình hồi phục của người bệnh sau phẫu thuật.

□ 了

(2)

リョウ

□ 終了《しゅうりょう》	End	Hoàn thành xong, làm xong
□ 了解《りょうかい》	Understanding	Sự hiểu, sự nắm rõ
□ 了承《りょうしょう》を得《え》る	Gain approval	Được hiểu, được cho phép

利用者《りようしゃ》さんの了承《りょうしょう》を得《え》てから、居室《きょしつ》の掃除《そうじ》を始《はじ》めた。
After gaining the user's approval, I started cleaning up his/her room.
Sau khi nhận được sự cho phép của người sử dụng, tôi mới bắt đầu dọn dẹp phòng.

□ 緒

(14)

お
ショ
チョ

□ 一緒《いっしょ》に	Together	Cùng nhau
□ 内緒《ないしょ》	Secrecy, Confidentiality	Bí mật
□ 情緒《じょうちょ》	Feeling, Atmosphere	Nhiều cảm xúc đan xen, bầu không khí mang lại nhiều cảm xúc
□ 鼻緒《はなお》	Sandal thong	Quai guốc xỏ ngón

利用者《りようしゃ》さんが転倒《てんとう》したので、すぐに看護師《かんごし》と一緒《いっしょ》に様子《ようす》を見《み》に行《い》った。
As a user fell, I went with a nurse immediately to check the situation.
Vì người sử dụng bị ngã, tôi cùng y tá đã lập tức đi kiểm tra tình trạng.

□ 互

(4)

たが－い
ゴ

□ お互《たが》いに	Each other	Lẫn nhau
□ 互《たが》い違《ちが》い	Alternating	Sự xen kẽ, so le
□ 相互作用《そうごさよう》	Mutual effect	Tương tác, tác động qua lại
□ 交互《こうご》に	Alternately	Lần lượt, luân phiên, xen kẽ

夜勤《やきん》のスタッフで交互《こうご》に休憩《きゅうけい》をとった。
Night-shift staff took turns taking a break.
Nhân viên trực đêm thay nhau nghỉ giải lao.

復習《ふくしゅう》

【1】＿＿＿＿の読《よ》み方《かた》を書《か》きましょう。

例《れい》） 急変《きゅうへん》を知《し》らせるナースコールにすぐに対応した。

1. 山田《やまだ》さんは塩分《えんぶん》を制限している。

2. 渡航外来《がいらい》で予防接種《よぼうせっしゅ》を受《う》ける。

3. 食品《しょくひん》の添加物が気《き》になるので、表示《ひょうじ》をよく確認《かくにん》する。

4. 掃除機をかける前《まえ》に、マスクをした。

5. 職場《しょくば》では協調性が大切《たいせつ》だ。

6. 検査《けんさ》の後《あと》、患者《かんじゃ》さんを部屋《へや》まで誘導した。

7. 遅番《おそばん》シフトの休憩時間《じかん》は 14：00 ～ 15：00 だ。

8. 事故《じこ》が発生《はっせい》した場合《ばあい》、過失があったかが問題《もんだい》になる。

9. 同僚《どうりょう》に「了解」と返信《へんしん》した。

10. 利用者《りようしゃ》さんにとって身近《みぢか》な存在になりたい。

11. 院内《いんない》のＡＴＭ《エーティーエム》で預金を引《ひ》き出《だ》す。

12. 情緒的サポートの一《ひと》つに「傾聴《けいちょう》」がある。

例《れい》	たいおう
1	
2	
3	
4	
5	
6	
7	
8	
9	
10	
11	
12	

【2】＿＿＿＿を漢字《かんじ》で書《か》きましょう。

例《れい》）ケアプランのデータをほぞんした。

1. 母《はは》はげんざい、入院中《にゅういんちゅう》だ。

2. 木村《きむら》さんを入浴《にゅうよく》にさそったが、断《ことわ》られた。

3. アレルギーはんのうを抑《おさ》える薬《くすり》を飲《の》んだ。

4. 入院中《にゅういんちゅう》の山本《やまもと》さんは早《はや》く職場《しょくば》にもどりたいそうだ。

5. 手術《しゅじゅつ》は予定通《よていどお》り、無事《ぶじ》にしゅうりょうした。

6. 「田中《たなか》さん、この話《はなし》は皆《みな》さんにはないしょですよ。」

7. 日本《にほん》の年金《ねんきん》せいどについてインターネットで調《しら》べた。

8. 便秘《べんぴ》がなかなかかいぜんしない。

9. 車椅子《くるまいす》で横断歩道《おうだんほどう》をわたるときは、段差《だんさ》に注意《ちゅうい》する。

10. この薬《くすり》は使用《しよう》きげんが切《き》れている。

11. 今日《きょう》は患者《かんじゃ》さんに歩行《ほこう》しどうをした。

12. 「すみません。」「いえいえ、おたがい様《さま》です。」

例《れい》	保存
1	
2	
3	
4	
5	
6	
7	
8	
9	
10	
11	
12	

12章《しょう》　イベント・娯楽《ごらく》

①施設《しせつ》・病院《びょういん》ではどんな行事《ぎょうじ》やイベントがありますか。

88ページ（知《し》っトク「日本《にほん》の四季《しき》」）も見《み》てみましょう。

②施設《しせつ》・病院《びょういん》での行事《ぎょうじ》やイベントにはどんな目的《もくてき》があるでしょうか。

□桜 さくら オウ (10)

□ 桜《さくら》	Cherry tree, Cherry blossoms	Hoa anh đào
□ 葉《は》桜《ざくら》	Fresh green leaves after cherry blossoms fall	Cây anh đào đang ra lá non
□ 桜《さくら》餅《もち》	Rice cake with bean paste wrapped in a pickled cherry leaf	Bánh Sakura mochi (bánh dày màu hồng nhân đậu đỏ, bọc bên ngoài là lá anh đào)
□ 桜《おう》花《か》	Cherry blossom	Hoa anh đào

桜《さくら》が満開《まんかい》になったので、散《さん》歩《ぽ》コースに公園《こうえん》を入《い》れるつもりだ。

As cherry blossoms are in full bloom, I'm going to add a park to the walking course.

Vì hoa anh đào đang nở rộ, tôi định cho công viên vào danh sách địa điểm đi dạo.

□梅 うめ バイ (10)

□ 梅《うめ》	Plum	Hoa mơ, cây hoa mơ
□ 梅《ばい》雨《う》前《ぜん》線《せん》	Rainy season front	Khối không khí gây mưa
□ 松《しょう》竹《ちく》梅《ばい》	Three types of grade: standard, special, and premium	thứ hạng cao cấp của sản phẩm (từ cao đến thấp tương ứng với tùng - trúc - mai)
□ ※梅《つ》雨《ゆ》	Rainy season	Mùa mưa

梅《うめ》の実《み》がたくさんとれたので、6月《がつ》のイベントで梅《うめ》ジュースを作《つく》った。

As we picked a lot of plums, we made plum juice in June's event.

Vì hái được nhiều mơ, tôi đã làm nước mơ nhân dịp lễ hội được tổ chức vào tháng 6.

□咲 さ－く (9)

□ 咲《さ》く	Bloom	(Hoa) nở
□ 遅《おそ》咲《ざ》き	Late bloomer	Sự nở muộn

「桜《さくら》が咲《さ》いたら、お庭《にわ》でお花《はな》見《み》をしませんか。」

"When cherry blossoms bloom, would you like to have a flower-viewing party in the garden?"

"Hoa anh đào nở rồi, ông (bà) có muốn ra vườn ngắm hoa không ạ?"

□散 ち－る ち－らす ち－らかる ち－らかす サン (12)

□ 散《ち》る	Fall, Dissipate	Rơi, rụng
□ 散《ち》らかる／散《ち》らかす	Be disordered/ Disorder, Mess up	Bừa bãi, lộn xộn/ Làm vương vãi, làm lộn xộn, bày bừa
□ 散《さん》歩《ぽ》	Walking, Walk	Việc đi dạo
□ 解《かい》散《さん》	Dissolve, Disband	Sự giải tán, sự giải thể

「机《つくえ》の上《うえ》が少《すこ》し散《ち》らかっていますね。お片《かた》付《づ》けしましょうか。」

"The desk is a little bit messy. Could I tidy up?"

"Mặt bàn hơi bừa bộn ạ. Cháu dọn dẹp giúp ông (bà) nhé ạ."

□ 盆 ボン
(9)

□ お盆《ぼん》	Tray	Cái mâm, cái khay
□ お盆《ぼん》（年中行《ねんちゅうぎょう》事《じ》）	Bon festival	Lễ Obon
□ お盆休《ぼんやす》み	Bon holidays	Nghỉ lễ Obon
□ 盆栽《ぼんさい》	Bonsai miniature potted plant	Cây cảnh Bonsai

トレーの「お盆《ぼん》」と８月《がつ》の「お盆《ぼん》」は同《おな》じ漢字《かんじ》だが、アクセントが違《ちが》う。

“Obon” meaning a tray and “Obon” meaning bon holidays in August use the same kanji character, but the syllable accents are different.

Từ Obon với nghĩa là "cái khay", và từ Obon với nghĩa là "lễ hội Obon" vào tháng 8 giống nhau về chữ Kanji, nhưng khác nhau về trọng âm của từ.

□ 踊 おど－る おど－り ヨウ
(14)

□ 踊《おど》る	Dance	Nhảy, múa, khiêu vũ
□ 踊《おど》り	Dancing	Sự nhảy múa, khiêu vũ, điệu múa
□ 盆踊《ぼんおど》り	Bon festival dance	Điệu múa Obon
□ 民族《みんぞく》舞《ぶ》踊《よう》	Folk dance	Điệu múa dân gian

「この町《まち》の盆踊《ぼんおど》りを教《おし》えていただけませんか。」

“Would you teach me how to dance this town’s Bon festival dance style?”

"Có thể dạy tôi điệu múa Obon của thành phố này được không ạ?"

□ 遊 あそ－ぶ ユウ ユ
(12)

□ 遊《あそ》ぶ	Play	Chơi, nô đùa
□ 手《て》遊《あそ》び	Hand motion	Các trò chơi sử dụng ngón tay
□ 遊園《ゆうえん》地《ち》	Amusement park	Khu vui chơi, giải trí

高橋《たかはし》さんに昔《むかし》の日本《にほん》の遊《あそ》びを教《おし》えてもらった。

I was taught traditional Japanese games by Ms. Takahashi.

Tôi được bà Takahashi chỉ cho những trò chơi sử dụng ngón tay từ ngày xưa của Nhật Bản.

□ 旬 ジュン シュン
(6)

□ 上旬《じょうじゅん》・中旬《ちゅうじゅん》・下《げ》旬《じゅん》	Early, middle, late part of the month	Đầu tháng (10 ngày đầu tháng), giữa tháng (10 ngày giữa tháng), cuối tháng (10 ngày cuối tháng)
□ 旬《しゅん》	Season	Mùa (mùa ngon nhất của thực phẩm; thời điểm thích hợp nhất trong năm để làm việc gì đó)

「今日《きょう》のおかずはさんまです。今《いま》が旬《しゅん》ですね。」

“Today’s main dish is saury. It is in season now.”

"Thức ăn hôm nay sẽ là cá thu đao ạ. Bây giờ đang là mùa cá thu đấy ạ."

□ 誕 タン

(15)

誕

□ 誕生《たんじょう》	Birth	Sự sinh ra, sự ra đời
□ 誕生日《たんじょうび》	Birthday	Ngày sinh nhật
□ 生誕《せいたん》 100 年《ねん》	100th anniversary of the birth	Sinh nhật lần thứ 100

今月《こんげつ》のお誕生《たんじょう》日《び》会《かい》は 18 日《にち》を予定《よてい》している。
The birthday party of this month will be held on the 18th.
Lễ chúc mừng dành cho người sử dụng sinh nhật trong tháng này dự định được tổ chức vào ngày 18.

□ 歳 サイ セイ

(13)

歳

□ 25 歳《さい》	25 years old	25 tuổi
□ 歳末《さいまつ》	Year-end	Cuối năm, hết năm
□ お歳暮《せいぼ》	Year-end gift	Dịp cuối năm, quà tết
□ ※二十歳《はたち》	20 years old	Hai mươi tuổi

「88 歳《さい》になったら、米寿《べいじゅ》のお祝《いわ》いをしましょう。」
“When you reach 88 years old, we will celebrate your Beiju (88th birthday).”
"Khi nào ông (bà) tròn 88 tuổi, mình sẽ tổ chức lễ mừng thọ 88 tuổi（べいじゅ）nhé ạ."

□ 飾 かざ-る ショク

(13)

飾

□ 飾《かざ》る	Decorate	Trang trí, tô điểm
□ 飾《かざ》り付《つ》け	Decoration	Việc trang trí
□ 髪飾《かみかざ》り	Hair accessory	Phụ kiện tóc
□ 装飾《そうしょく》	Ornament	Sự trang hoàng, đồ trang trí

「田中《たなか》さん、七夕《たなばた》の飾《かざ》り付《つ》けを手伝《てつだ》っていただけませんか。」
“Ms. Tanaka, would you help with decorations for the Tanabata star festival?”
"Bà Tanaka ơi, bà có thể giúp cháu trang trí cho ngày lễ Tanabata được không ạ?"

□ 娯 ゴ

(10)

娯

□ 娯楽《ごらく》	Recreation	Sự tiêu khiển, sự giải trí, trò tiêu khiển/giải trí

「今日《きょう》は娯楽室《ごらくしつ》でカラオケ大会《たいかい》があります。行《い》ってみませんか。」
“Today a karaoke party will take place in the recreation room. Why don’t you join?”
"Hôm nay có đại hội Karaoke ở phòng giải trí ạ. Ông (bà) có tham gia cùng không ạ?"

□ 趣

おもむき
シュ

(15)

趣

□ 趣味《しゅみ》	Hobby	Sở thích
□ 趣旨《しゅし》	Point (of something), Intent	Ý đồ, mục đích
□ 趣向《しゅこう》	Plan	Chủ đích, bỏ công sức (làm cho cái gì trở nên vui vẻ, khác biệt)
□ 趣《おもむき》 がある	Tasteful	Để lại ấn tượng, có chiều sâu, có sắc thái riêng

利用者《りようしゃ》さんの趣味《しゅみ》を参考《さんこう》にして、レクリエーションを考《かんが》える。

When I think about recreation activities, I take into consideration users' hobbies.

Tôi tham khảo sở thích của người sử dụng để cân nhắc các hoạt động giải trí.

□ 劇

ゲキ

(15)

劇

□ 演劇《えんげき》	Drama	Vở kịch, diễn kịch
□ 劇場《げきじょう》	Theater	Rạp hát, nhà hát, sân khấu
□ 劇薬《げきやく》	Powerful medicine	Thuốc có độc tính cao
□ 劇症肝炎《げきしょうかんえん》	Acute hepatitis	Viêm gan ác tính

木村《きむら》さんは若《わか》いときに演劇《えんげき》をしていたからか、今《いま》でも通《とお》る声《こえ》だ。

Mr. Kimura's voice still reaches far because perhaps he did theater acting when young.

Ông Kimura hồi trẻ là diễn viên kịch, nên kể cả bây giờ giọng ông vẫn rất truyền cảm.

□ 雑

ザツ
ゾウ

(14)

雑

□ 混雑《こんざつ》	Congestion	Sự đông đúc, sự hỗn tạp
□ 雑談《ざつだん》	Chat	Nói chuyện phiếm
□ 複雑《ふくざつ》な	Complicated	Phức tạp
□ 雑巾《ぞうきん》	Rag, Floorcloth	Khăn/ vải lau chùi

おやつの時間《じかん》は、利用者《りようしゃ》さんと雑談《ざつだん》ができる良《よ》い機会《きかい》だ。

Snack time is a good opportunity to have a chat with users.

Thời gian dùng bữa phụ là cơ hội tốt để trò chuyện vui vẻ với người sử dụng.

□ 誌

シ

(14)

誌

□ 雑誌《ざっし》	Magazine	Tạp chí
□ 週刊誌《しゅうかんし》	Weekly magazine	Tạp chí xuất bản hàng tuần
□ 日誌《にっし》	Diary	Nhật ký

読《よ》み終《お》わった雑誌《ざっし》を本棚《ほんだな》に戻《もど》しておく。

I return a magazine that I have finished reading to the bookshelf.

Tôi mang những cuốn tạp chí đã đọc xong để lại vào giá sách.

☐ 菓

カ

(11)

菓

☐ お菓子《かし》	Snack	Bánh kẹo
☐ 洋菓子《ようがし》	Western confectionery	Bánh kẹo Tây
☐ 和菓子《わがし》	Japanese confectionery	Bánh kẹo Nhật

「和菓子《わがし》と洋菓子《ようがし》と、どちらがお好《す》きですか。」

"Which do you prefer, Japanese confectionery or Western confectionery?"

"Bạn thích bánh kẹo Nhật hay bánh kẹo Tây"

☐ 粧

ショウ

(12)

粧

☐ 化粧《けしょう》	Makeup	Trang điểm
☐ 化粧品《けしょうひん》	Cosmetics	Mỹ phẩm

「お風呂《ふろ》に入《はい》る前《まえ》に、お化粧《けしょう》を落《お》としましょうか。」

"Would you remove your makeup before taking a bath?"

"Trước khi vào ngâm bồn, mình sẽ tẩy trang trước nhé ạ!"

☐ 猫

ねこ
ビョウ

(11)

猫

☐ 子猫《こねこ》	Kitten	Mèo con
☐ 猫舌《ねこじた》	Unable to eat or drink very hot things	Lưỡi nhạy cảm với đồ nóng, người không ăn được đồ nóng
☐ 猫背《ねこぜ》	Humpback	Lưng gù
☐ 愛猫《あいびょう》	Beloved cat	Mèo cưng, yêu mèo

山田《やまだ》さんは猫舌《ねこじた》なので、ぬるめのお茶《ちゃ》を準備《じゅんび》するようにしている。

Mr. Yamada can't eat or drink very hot things, I make it a rule to prepare lukewarm tea.

Ông Yamada không dùng được đồ nóng, nên tôi cố gắng chuẩn bị trà vừa đủ ấm cho ông.

☐ 飼

か－う
シ

(13)

飼

☐ 飼《か》う	Keep (a pet)	Nuôi (động vật)
☐ 飼《か》い主《ぬし》	Owner (of a pet)	Chủ vật nuôi
☐ 飼育《しいく》	Breeding	Việc chăn nuôi
☐ 飼料《しりょう》	Feed (for animals)	Thức ăn chăn nuôi

「この写真《しゃしん》、ご自宅《じたく》で飼《か》っているインコですか。かわいいですね。」

"This is a picture of a parakeet you keep at your home? It is very cute."

"Đây là ảnh chú vẹt mà ông (bà) nuôi ở nhà ạ? Dễ thương quá ạ."

復習《ふくしゅう》

【1】＿＿＿＿の読《よ》み方《かた》を書《か》きましょう。

例《れい》）「今月《こんげつ》のお誕生日会は25日《にち》ですよ。」

1. 山田《やまだ》さんの趣味は家庭菜園《かていさいえん》だ。

2. 日本《にほん》には、お中元《ちゅうげん》とお歳暮の習慣《しゅうかん》がある。

3. 「今日《きょう》のおやつは桜餅《もち》ですよ。」

4. 劇薬は取《と》り扱《あつか》いに注意《ちゅうい》する。

5. お盆にお茶《ちゃ》を載《の》せて運《はこ》ぶ。

6. 今日《きょう》は面会日《めんかいび》なので、高橋《たかはし》さんはお化粧をしている。

7. 中村《なかむら》さんは自宅《じたく》で猫《ねこ》を2匹《ひき》飼っている。

8. 娯楽やレクリエーションはＱＯＬ《キューオーエル》の向上《こうじょう》につながる。

9. 強《つよ》い風《かぜ》が吹《ふ》いて、紅葉《もみじ》が一斉《いっせい》に散った。

10. よくしぼった雑巾で窓《まど》ガラスを拭《ふ》いた。

11. 猫背が進行《しんこう》すると、円背《えんぱい》につながる。

12. 部屋《へや》の装飾で利用者《りようしゃ》さんに季節《きせつ》を感《かん》じてもらいたい。

例《れい》	おたんじょうびかい
1	
2	
3	
4	
5	
6	
7	
8	
9	
10	
11	
12	

【2】＿＿＿＿を漢字《かんじ》で書《か》きましょう。

例《れい》）レクリエーションで私《わたし》の国《くに》の民族《みんぞく》ぶようを紹介《しょうかい》した。

1. 「庭《にわ》に赤《あか》い花《はな》がさいていますね。何《なん》という花《はな》ですか。」

2. 木村《きむら》さんは足首《あしくび》が痛《いた》いらしく、さんぽを控《ひか》えている。

3. 3月《がつ》のげじゅんは異動《いどう》の時期《じき》で忙《いそが》しい。

4. 利用者《りようしゃ》さんと一緒《いっしょ》に歌《うた》ったりおどったりした。

5. 甘《あま》いおかしが苦手《にがて》な利用者《りようしゃ》さんに果物《くだもの》を用意《ようい》した。

6. ＩＡＤＬ《アイエーディーエル》はＡＤＬ《エーディーエル》より動作《どうさ》がふくざつになる。

7. アレルギー患者《かんじゃ》にはペットのしいく歴《れき》を確認《かくにん》する。

8. 毎日《まいにち》、業務《ぎょうむ》終了前《しゅうりょうまえ》に介護《かいご》にっしをつけている。

9. 「素敵《すてき》な髪《かみ》かざりですね。プレゼントですか。」

10. つゆが明《あ》けると、本格的《ほんかくてき》な夏《なつ》が来《く》る。

11. 今月《こんげつ》、高橋《たかはし》さんは94さいの誕生日《たんじょうび》を迎《むか》える。

12. てあそびは認知症《にんちしょう》の予防《よぼう》が期待《きたい》できる。

例《れい》	舞踊
1	
2	
3	
4	
5	
6	
7	
8	
9	
10	
11	
12	

11・12章《しょう》　クイズ

【1】AとBを組《く》み合《あ》わせて、文《ぶん》に合《あ》う一《ひと》つの漢字《かんじ》を作《つく》りましょう。

A	B
言	~~矢~~
女	庄
~~谷~~	呉
木	毎
己	志
米	攵

例《れい》）今朝《けさ》、山田《やまだ》さんは食《しょく》＿＿欲＿＿がないと言《い》っていた。

① 化《け》＿＿＿＿品《ひん》を買《か》いにデパートに行《い》った。

② まだ寒《さむ》いけれど、＿＿＿＿の花《はな》が咲《さ》き始《はじ》めた。

③ 月曜日《げつようび》に発売《はつばい》の週刊《しゅうかん》＿＿＿＿を買《か》った。

④ 駅《えき》の＿＿＿＿札口《さつぐち》で待《ま》ち合《あ》わせをした。

⑤ 入院時《にゅういんじ》には雑誌《ざっし》などの＿＿＿＿楽品《らくひん》もあるとよい。

【2】マリアさんの予定《よてい》と日記《にっき》を読《よ》んで、①～⑭の漢字《かんじ》と読《よ》み方《かた》を書《か》きましょう。

マリアさんの１日《にち》（病棟《びょうとう》・日勤《にっきん》）

7:30	更衣室《こういしつ》で①制服に着替《きが》える
8:00	情報収集《じょうほうしゅうしゅう》、申《もう》し送《おく》り
9:00	巡回《じゅんかい》、点滴《てんてき》の準備《じゅんび》
10:00	バイタル確認《かくにん》、清潔介助《せいけつかいじょ》、ナースコール②たいおう
11:00	カンファレンス
12:00	昼食準備《ちゅうしょくじゅんび》、食事介助《しょくじかいじょ》、薬《くすり》の手配《てはい》
12:45	③昼休憩
14:00	バイタル確認《かくにん》、検査室《けんさしつ》への④誘導、記録作成《きろくさくせい》
16:00	申《もう》し送《おく》り
16:30	業務《ぎょうむ》⑤しゅうりょう

①	
②	
③	
④	
⑤	

この日《ひ》のマリアさんの日記《にっき》

朝《あさ》、中村《なかむら》さんと⑥雑談した。中村《なかむら》さんは、友達《ともだち》に⑦あずけた⑧飼い猫が病気《びょうき》だと言《い》って落《お》ち込《こ》んでいた。午後《ごご》、中村《なかむら》さんに⑨付き添って検査室《けんさしつ》に行《い》ったとき、廊下《ろうか》の窓《まど》から満開《まんかい》の⑩桜が見《み》えた。中村《なかむら》さんは少《すこ》し嬉《うれ》しそうだった。検査《けんさ》の後《あと》もすぐ部屋《へや》に⑪もどらないで、桜が見《み》えるラウンジで⑫過ごしていたので、膝掛《ひざか》けを⑬渡した。桜が⑭ちる頃《ころ》には中村《なかむら》さんが退院《たいいん》できるといいなと思《おも》う。

⑥	⑦	⑧
⑨	⑩	⑪
⑫	⑬	⑭

【3】＿＿＿に入《はい》る漢字《かんじ》を□から選《えら》んで書《か》きましょう。(　　)に＿＿＿の読《よ》み方《かた》を書《か》きましょう。

~~浮~~	導	制	応	存	善	過	劇	緒

例《れい》) 浮 腫 （ ふしゅ ）	
①アレルギー反＿＿＿ （　　）	②残＿＿＿機能《きのう》 （　　）
③＿＿＿呼吸 （　　）	④＿＿＿酸剤 （　　）
⑤情＿＿＿障害《しょうがい》 （　　）	⑥＿＿＿玉菌《きん》 （　　）
⑦＿＿＿症肝炎《かんえん》 （　　）	⑧＿＿＿尿 （　　）

【4】介護施設《かいごしせつ》でフンさんと先輩《せんぱい》の清水《しみず》さんが話《はな》しています。
会話《かいわ》を読《よ》んで、①～⑧の漢字《かんじ》と読《よ》み方《かた》を書《か》きましょう。

清水《しみず》：12月《がつ》の①おたんじょうび会《かい》、そろそろ準備《じゅんび》を始《はじ》めないとね。

フン：そうですね。クリスマスも近《ちか》いし、楽《たの》しい会《かい》にしたいですね。

清水《しみず》：そうね。そう言《い》えば、クリスマスツリーもロビーに②飾らないと…。

フン：わかりました。ツリーとクリスマスの飾りは後《あと》で倉庫《そうこ》を見《み》てみます。

清水《しみず》：ありがとう。会《かい》のおやつはやっぱりクリスマスケーキかな。

フン：山田《やまだ》さんは12月生《がつう》まれなんですけど、③洋菓子は苦手《にがて》だそうです。

清水《しみず》：そうだった。洋菓子以外《いがい》にも何《なに》かないか、栄養士《えいようし》さんに聞《き》いてみるね。

フン：プレゼントとかサンタさんは…？

清水《しみず》：それは毎年《まいとし》、施設長《しせつちょう》がやってくれるんだよね。それとフンさん、歌《うた》とか④おどりとか、できないかな。利用者《りようしゃ》さんにも⑤いっしょに歌《うた》ってもらえるといいんだけど。

フン：わかりました。他《ほか》の人《ひと》を⑥誘ってみてもいいですか。

清水《しみず》：うん。同期《どうき》のみんなで⑦きょうりょくして、出《だ》し物《もの》を考《かんが》えてみてくれる？

フン：はい。わかりました。

清水《しみず》：⑧了解。じゃ、あした、また話《はな》そう。

フン：はい。よろしくお願《ねが》いします。

①	②	③	④
⑤	⑥	⑦	⑧

COLUMN 知《し》っトク　日本人《にほんじん》の名字《みょうじ》

日本人《にほんじん》の名字《みょうじ》について見《み》てみましょう！

日本人《にほんじん》に多《おお》い名前《なまえ》はこちらです。

佐藤《さとう》さん
鈴木《すずき》さん
高橋《たかはし》さん
田中《たなか》さん
渡辺《わたなべ》さん

自然《しぜん》を表《あらわ》す漢字《かんじ》を使《つか》った名字《みょうじ》も多《おお》いです。

山本《やまもと》さん 
川口《かわぐち》さん 
森《もり》さん 
池田《いけだ》さん 
星野《ほしの》さん 
木下《きのした》さん 

読《よ》み方《かた》がいくつかある名字《みょうじ》もあります。

山崎さん　→　やまさき、やまざき
渡部さん　→　わたべ、わたなべ
新田さん　→　にった、あらた
東さん　→　ひがし、あずま
大谷さん　→　おおたに、おおや
菅野さん　→　かんの、すがの

読《よ》み方《かた》が難《むずか》しい名字《みょうじ》もあります。

長谷川さん　→　はせがわ
五十嵐さん　→　いがらし
水卜さん　→　みうら
御手洗さん　→　みたらい
東海林さん　→　しょうじ

COLUMN 知《し》っトク　日本《にほん》の街《まち》

日本《にほん》には 47 都道府県《とどうふけん》があります。
日本列島《にほんれっとう》は南北《なんぼく》に長《なが》く、地方《ちほう》によってさまざまな特色《とくしょく》があります。
気候《きこう》、食《た》べ物《もの》、方言《ほうげん》など自分《じぶん》が働《はたら》く都道府県《とどうふけん》について調《しら》べてみましょう。
利用者《りようしゃ》さん、患者《かんじゃ》さんに出身地《しゅっしんち》について聞《き》いてみましょう。

□に有名《ゆうめい》な都市名《としめい》を示《しめ》しています。
絵《え》をヒントに（　　　）に、その都市《とし》の有名《ゆうめい》なもの、
場所《ばしょ》の名称《めいしょう》を書《か》いてください。
※答《こた》えはこのページの下部《かぶ》にあります。

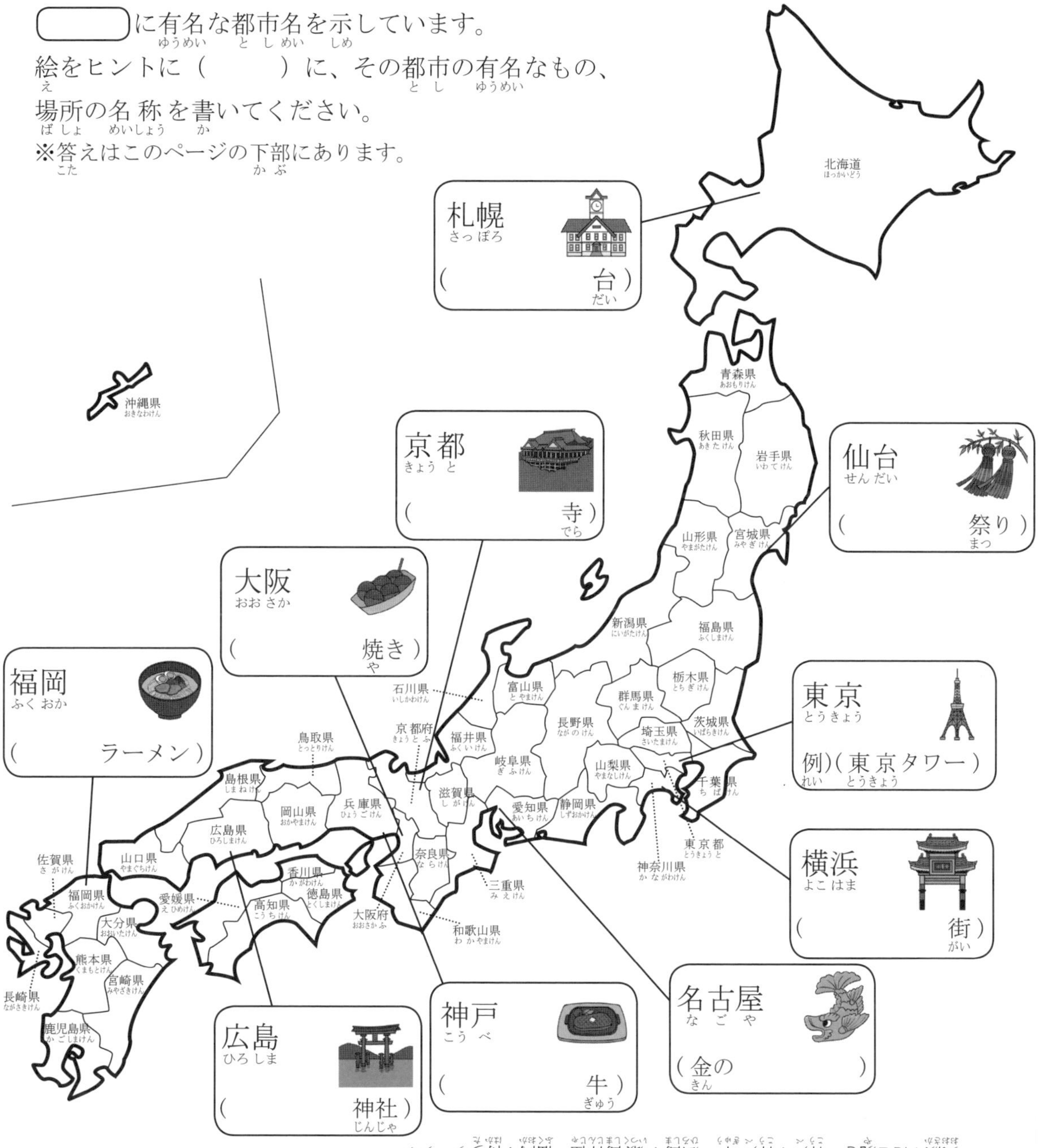

解答《かいとう》　札幌《さっぽろ》：時計台《とけいだい》　仙台《せんだい》：七夕祭《たなばたまつ》り　横浜《よこはま》：中華街《ちゅうかがい》　名古屋《なごや》：金《きん》のしゃちほこ　京都《きょうと》：清水寺《きよみずでら》
大阪《おおさか》：たこ焼《や》き　神戸《こうべ》：神戸牛《こうべぎゅう》　広島《ひろしま》：厳島神社《いつくしまじんじゃ》　福岡《ふくおか》：博多《はかた》ラーメン

13章《しょう》　利用者《りようしゃ》・患者《かんじゃ》とのコミュニケーション

①どんなとき利用者《りようしゃ》さん・患者《かんじゃ》さんと話《はな》しますか。

②利用者《りようしゃ》さん・患者《かんじゃ》さんとどんな話《はな》をしますか。

□ 孫
まご
ソン
(10)

□	孫《まご》	Grandchild	Cháu (gọi bằng ông/bà)
□	孫娘《まごむすめ》・孫息子《まごむすこ》	Granddaughter・Grandson	Cháu gái・cháu trai
□	孫《まご》の手《て》	Back-scratcher	Gậy gãi lưng
□	子孫《しそん》	Offspring	Con cháu

「お孫《まご》さんとお散歩《さんぽ》できるように、リハビリをがんばりましょう。」
"Let's do physical therapy diligently so that you will be able to have a walk with your grandchild!"
"Ông (bà) cố gắng tập luyện phục hồi chức năng, để có thể đi dạo với các cháu của ông bà nhé ạ!"

□ 祖
ソ
(9)

□	祖父《そふ》・祖母《そぼ》	Grandfather・Grandmother	Ông・bà
□	先祖《せんぞ》	Ancestor	Tổ tiên, gia tiên
□	元祖《がんそ》	Progenitor	Ông tổ, người sáng lập

「高橋《たかはし》さんは、私《わたし》の祖母《そぼ》と同《おな》い年《どし》です。」
"Ms. Takahashi is my grandmother's age."
"Bà Takahashi bằng tuổi bà cháu ạ."

□ 嫁
よめ
とつ-ぐ
カ
(13)

□	嫁《よめ》	Daughter-in-law	Con dâu
□	花嫁《はなよめ》	Bride	Cô dâu (trong ngày cưới)
□	嫁《とつ》ぐ	Marry (of a woman), Become a bride	Đi lấy chồng
□	責任《せきにん》を転嫁《てんか》する	Shift the responsibility	Đùn đẩy trách nhiệm

「お嫁《よめ》さんが果物《くだもの》を持《も》って来《き》てくださいましたよ。」
"Your daughter-in-law has come and brought fruit for you."
"Con dâu ông (bà) mang hoa quả đến biếu ông (bà) đấy ạ."

□ 婿
むこ
セイ
(12)

□	婿《むこ》	Son-in-law	Con rể (cách gọi con rể của mình)
□	お婿《むこ》さん	Bridegroom	Con rể (cách gọi con rể của người khác)
□	婿養子《むこようし》	Son-in-law who is taken into the wife's family	Người con rể đổi họ theo họ của vợ và nhập tịch vào nhà vợ

「遠《とお》くから毎月《まいつき》会《あ》いに来《き》てくれるなんて、いいお婿《むこ》さんですね。」
"He is a good son-in-law, isn't he? He comes to see you from afar every month."
"Tháng nào cũng không quản xa xôi tới thăm thế này thì thật là một chàng rể tốt đấy ạ."

□ 似

に－る
ジ

(7)

□	似《に》る	Resemble	Giống nhau
□	似顔絵《にがおえ》	Portrait	Tranh chân dung
□	似合《にあ》う	Suit (a person), Becoming (to)	Hợp, tương xứng
□	疑似《ぎじ》	False, Pseudo	Trông giống như thật

「高橋《たかはし》さん、今日《きょう》のセーター、お似合《にあ》いですね。」

“Ms. Takahashi, today’s sweater suits you well.”

"Bà Takahashi ơi, chiếc áo len hôm nay hợp với bà đấy ạ."

□ 構

かま－う
かま－える
コウ

(14)

□	構《かま》う	Care (about something)	Quan tâm, để ý tới, trêu ghẹo
□	結構《けっこう》な	Good	Tàm tạm, kha khá
□	家族構成《かぞくこうせい》	Family structure	Thành phần gia đình
□	構音障害《こうおんしょうがい》	Dysarthria, Lisp	Chứng khó phát âm (không phát âm được rõ ràng)

「もう一《ひと》つ召《め》し上《あ》がりませんか。」「いいえ、結構《けっこう》です。ごちそう様《さま》。」

“Would you eat one more?” “No, it’s fine. Thank you.”

"Ông (bà) dùng thêm một miếng đi ạ." "Không, đủ rồi cháu ạ. Cảm ơn cháu."

□ 頼

たの－む
たの－もしい
たよ－る
ライ

(16)

□	頼《たの》む	Ask, Request	Nhờ vả, trông cậy
□	頼《たよ》りになる	Reliable	Đáng tin cậy
□	信頼《しんらい》	Trust	Sự tin tưởng, tin cậy

信頼関係《しんらいかんけい》を築《きず》くために、利用者《りようしゃ》さんと積極的《せっきょくてき》にコミュニケーションを取《と》る。

I actively communicate with users to build a trustful relationship.

Tôi tích cực giao tiếp với người sử dụng để xây dựng niềm tin.

□ 敬

うやま－う
ケイ

(12)

□	敬《うやま》う	Respect, Look up to	Tôn kính, kính trọng
□	敬語《けいご》	Honorific	Tôn kính ngữ
□	尊敬《そんけい》	Respect	Sự tôn trọng, sự kính trọng
□	敬老《けいろう》の日《ひ》	Respect for the Aged Day	Ngày kính lão

「今日《きょう》は敬老《けいろう》の日《ひ》ですね。昼食《ちゅうしょく》のメニューはお赤飯《せきはん》ですよ。」

“Today is Respect for the Aged Day. The lunch menu is festive red rice.”

"Hôm nay là ngày kính lão ông (bà) nhỉ. Thực đơn bữa trưa nay sẽ là cơm nếp đậu đỏ đấy ạ."

□ 挨

アイ

(10)

□ 挨拶《あいさつ》	Greeting	Sự chào hỏi

「ご挨拶《あいさつ》に参《まい》りました。担当《たんとう》のフンと申《もう》します。」
“I have come to introduce myself. I am Hun and I am in charge of your care.”
"Hôm nay cháu tới để chào hỏi ạ. Cháu là Hưng, từ nay sẽ phụ trách chăm sóc, hỗ trợ cuộc sống cho ông (bà) ạ."

□ 拶

サツ

(9)

□ 挨拶《あいさつ》	Greeting	Sự chào hỏi

毎朝《まいあさ》、病室《びょうしつ》を巡回《じゅんかい》して患者《かんじゃ》さんに挨拶《あいさつ》をする。
I go the rounds of the patients’ rooms and greet patients every morning.
Mỗi sáng, tôi tới từng buồng bệnh để chào hỏi người bệnh.

□ 謝

あやま－る
シャ

(17)

□ 謝《あやま》る	Apologize	Xin lỗi
□ 感謝《かんしゃ》	Gratitude	Sự biết ơn, sự cảm tạ
□ 謝罪《しゃざい》	Apologizing	Sự tạ lỗi, xin lỗi
□ 基礎代謝《きそたいしゃ》	Base metabolism	Sự trao đổi chất cơ bản

受《う》け持《も》ちの患者《かんじゃ》さんから感謝《かんしゃ》の手紙《てがみ》を受《う》け取《と》った。
I received a letter of thanks from a patient whom I care for.
Tôi đã nhận được thư cảm ơn từ người bệnh mà tôi phụ trách.

□ 招

まね－く
ショウ

(8)

□ 招《まね》く	Invite	Mời, rủ
□ 誤解《ごかい》を招《まね》く	Cause (invite) misunderstanding	Gây nhầm lẫn, gây hiểu lầm
□ 招待《しょうたい》	Invitation	Sự mời, rủ

母《はは》の日《ひ》や父《ちち》の日《ひ》には、利用者《りようしゃ》さんのご家族《かぞく》を施設《しせつ》に招待《しょうたい》している。
We invite users’ family members to the facility on Mother’s Day and Father’s Day.
Chúng tôi mời người nhà của người sử dụng tới cơ sở vào ngày của Cha và ngày của Mẹ.

☐ **褒** ほ－める ホウ
(15)

褒

☐ 褒《ほ》める	Praise	Khen ngợi
☐ 褒《ほ》めことば	Compliment	Lời khen ngợi
☐ ご褒美《ほうび》	Reward	Phần thưởng

「山田《やまだ》さんに褒《ほ》められて、嬉《うれ》しいです。」
“I’m pleased because I was praised by Mr. Yamada.”
"Được ông Yamada khen cháu vui lắm ạ."

☐ **冗** ジョウ
(4)

冗

☐ 冗談《じょうだん》	Joke	Chuyện đùa, câu nói đùa
☐ 冗長《じょうちょう》な	Lengthy (in speaking), Tedious	Dài dòng; rườm rà

山田《やまだ》さんは冗談《じょうだん》を言《い》うのが好《す》きで、利用者《りようしゃ》さんの間《あいだ》で人気《にんき》がある。
Mr. Yamada likes to tell jokes and is popular among users.
Ông Yamada thích nói đùa, nên được nhiều người sử dụng khác quý mến.

☐ **励** はげ－む はげ－ます レイ
(7)

励

☐ 励《はげ》ます	Encourage	Khích lệ, động viên
☐ 激励《げきれい》	Encouragement	Sự khích lệ, động viên

「リハビリが辛《つら》い」と言《い》う患者《かんじゃ》さんには、励《はげ》ますだけでなく共感《きょうかん》も必要《ひつよう》だ。
Patients who say “physical therapy is tough” need not only encouragement but also empathy.
Với người bệnh than thở rằng "phục hồi chức năng rất mệt mỏi", không chỉ cần động viên mà còn cần có sự đồng cảm với họ.

☐ **慰** なぐさ－める なぐさ－む イ
(15)

慰

☐ 慰《なぐさ》める	Console	An ủi, động viên
☐ 慰問《いもん》	Visit	Sự thăm hỏi và động viên
☐ 慰安旅行《いあんりょこう》	Recreation trip	Du lịch công ty, đoàn thể
☐ 慰謝料《いしゃりょう》	Compensation, Consolation money	Phí bồi thường tổn thất tinh thần

高橋《たかはし》さんが亡《な》くなったご主人《しゅじん》を思《おも》い出《だ》して泣《な》いていたので、慰《なぐさ》めた。
As Ms. Takahashi was weeping at the memory of her decreased husband, I consoled her.
Tôi an ủi bà Takahashi khi thấy bà khóc vì thương nhớ người chồng đã mất của mình.

□ 黙 (15)

だま－る
モク

□ 黙《だま》る	Stop talking, Become silent	Im lặng
□ 沈黙《ちんもく》	Silence	Sự im lặng
□ 黙食《もくしょく》	Eating without talking	Việc ăn uống trong im lặng
□ *緘黙《かんもく》	Keeping silent	Sự giữ im lặng, không trò chuyện/giao tiếp

木村《きむら》さんに声《こえ》をかけたが、ずっと黙《だま》ったままなので心配《しんぱい》だ。
I'm worried about Mr. Kimura because he kept silent when I spoke to him.
Tôi bắt chuyện mà ông Kimua chỉ im lặng, nên tôi rất lo lắng.

□ 違 (13)

ちが－う
ちが－える
イ

□ 違《ちが》う	Different	Khác, nhầm
□ 間違《まちが》える	Make a mistake	Sai, nhầm lẫn
□ 違和感《いわかん》	Uncomfortable feeling	Cảm giác khó chịu, có gì khác lạ
□ 違反《いはん》	Violation	Vi phạm

今朝《けさ》、居室《きょしつ》に朝《あさ》の挨拶《あいさつ》に行《い》ったら、木村《きむら》さんの表情《ひょうじょう》に違和感《いわかん》があった。
When I visited Mr. Kimura's room to say good morning this morning, I felt something uncomfortable in his facial expression.
Sáng nay khi tôi tới phòng chào hỏi, Ông Kimura đã có những biểu hiện rất lạ.

□ 躍 (21)

おど－る
ヤク

□ 胸《むね》が躍《おど》る	Be excited	Tâm trạng hân hoan, hồi hộp mong chờ
□ 活躍《かつやく》する	Be active (in something)	Đóng vai trò, hoạt động tích cực
□ 躍起《やっき》になる	Be very eager, Get worked up or excited	(Thái độ) trở nên nghiêm trọng, sôi máu, làm căng lên

「山田《やまだ》さん、今日《きょう》のレクリエーションでは大活躍《だいかつやく》でしたね。」
"Mr. Yamada, you had a big impact on today's recreation."
"Ông Yamada hôm nay rất tích cực đóng góp trong hoạt động giải trí đấy ạ."

□ 夢 (13)

ゆめ
ム

□ 夢《ゆめ》	Dream	Giấc mơ, ước mơ
□ 正夢《まさゆめ》	Prophetic dream	Giấc mơ thành hiện thực
□ 夢中《むちゅう》になる	Be crazy about, Be taken up with	Say mê, đam mê, miệt mài

「娘《むすめ》さんと旅行《りょこう》するのが夢《ゆめ》なんですか。早《はや》く叶《かな》うといいですね。」
"Travelling with your daughter is your dream? I hope it will come true soon."
"Bà có mơ ước được đi du lịch cùng con gái đúng không ạ? Cháu mong ước mơ của bà sớm thành hiện thực ạ."

復習《ふくしゅう》

【1】＿＿＿＿の読《よ》み方《かた》を書《か》きましょう。

例《れい》）利用者《りようしゃ》さんと信頼関係《かんけい》を築《きず》く。

1. あいまいな説明《せつめい》で誤解《ごかい》を招いてしまった。

2. 患者《かんじゃ》さんがリハビリをしている姿《すがた》に励まされた。

3. 今年《ことし》の慰安旅行《りょこう》は、日帰《ひがえ》りで横浜《よこはま》に行《い》くらしい。

4. 私《わたし》が尊《そん》敬する看護師《かんごし》はナイチンゲールだ。

5. 利用者《りようしゃ》さんと目線《めせん》を合《あ》わせて挨拶する。

6. 木村《きむら》さんの絵《え》を褒めたら、照《て》れながら喜《よろこ》んでくれた。

7. 高橋《たかはし》さんの娘《むすめ》さんはお婿さんと一緒《いっしょ》に面会《めんかい》に来《き》た。

8. 福祉用具《ふくしようぐ》を知《し》るために、高齢者《こうれいしゃ》の疑似体験《たいけん》をした。

9. 躍起になって財布《さいふ》を探《さが》したが、見《み》つからなかった。

10. 電車《でんしゃ》の事故《じこ》で仕事《しごと》に遅《おく》れてしまい、上司《じょうし》に謝った。

11. 患者《かんじゃ》さんに対《たい》しての冗長な説明《せつめい》は避《さ》けるようにする。

12. 田中《たなか》さんは夢中になってテレビを見《み》ている。

例《れい》	しんらい
1	
2	
3	
4	
5	
6	
7	
8	
9	
10	
11	
12	

【2】＿＿＿＿を漢字《かんじ》で書《か》きましょう。

例《れい》）健人《けんと》くんが泣《な》いていたのでなぐさめた。

1. 中村《なかむら》さんは首《くび》のいわかんを訴《うった》えた。

2. まごの手《て》を使《つか》って背中《せなか》をかく。

3. 高橋《たかはし》さんのはなよめ姿《すがた》の写真《しゃしん》を見《み》せてもらった。

4. 笑顔《えがお》で指導《しどう》してくれる先輩《せんぱい》にかんしゃしている。

5. 「目元《めもと》が息子《むすこ》さんとよくにていますね。」

6. 主任《しゅにん》の清水《しみず》さんはたよりになる。

7. 患者《かんじゃ》さんの様子《ようす》がいつもとちがうので、声《こえ》をかけた。

8. 山田《やまだ》さんを見《み》ると、大好《だいす》きだったそふを思《おも》い出《だ》す。

9. レム睡眠《すいみん》のときにゆめを見《み》ることがある。

10. 「結婚式《けっこんしき》のしょうたい状《じょう》ですか。楽《たの》しみですね。」

11. 患者《かんじゃ》さんのかぞくこうせいを記録《きろく》で確認《かくにん》した。

12. 利用者《りようしゃ》さんの私物《しぶつ》をだまって処分《しょぶん》してはいけない。

例《れい》	慰めた
1	
2	
3	
4	
5	
6	
7	
8	
9	
10	
11	
12	

14章《しょう》　利用者《りようしゃ》・患者《かんじゃ》の感情《かんじょう》

①上《うえ》のイラストのようなとき、利用者《りようしゃ》さん・患者《かんじゃ》さんはどんな気持《きも》ちだと思《おも》いますか。

②どんなとき、利用者《りようしゃ》さん・患者《かんじゃ》さんがいつもと違《ちが》うと感《かん》じますか。そのとき、介護士《かいごし》・看護師《かんごし》はどう接《せっ》しますか。

□ 興 (16)

おこ－る
おこ－す
コウ
キョウ

□ 町興《まちおこ》し	Revitalization of the town	Phát triển, xây dựng thành phố
□ 振興《しんこう》	Promotion	Sự thúc đẩy, xúc tiến
□ 興味《きょうみ》	Interest (in something)	Sở thích; sự quan tâm, hứng thú
□ 即興《そっきょう》	Improvisation	Sự ngẫu hứng, sự tùy hứng

利用者《りようしゃ》さんの興味《きょうみ》や関心《かんしん》に合《あ》わせて会話《かいわ》をする。
I engage in conversations in accordance with the interests and concerns of users.
Tôi trò chuyện theo sở thích, mối quan tâm của người sử dụng.

□ 奮 (16)

ふる－う
フン

□ 奮《ふる》う	Gather the courage (to)	Hăng hái, hứng khởi
□ 興奮《こうふん》	Excitement	Sự hưng phấn, kích động
□ 奮発《ふんぱつ》	Putting a lot of effort (into)	Sự nổi hứng, sự hào phóng
□ 奮起《ふんき》	Stirring up	Sự lên tinh thần, lấy dũng khí

木村《きむら》さんは夕食時《ゆうしょくじ》に興奮状態《こうふんじょうたい》だったが、寝《ね》る前《まえ》には落《お》ち着《つ》いた。
Mr. Kimura was excited at dinner but calmed down before going to bed.
Ông Kimura có vẻ quá khích khi ăn tối, nhưng đã bình tĩnh hơn trước khi đi ngủ.

□ 驚 (22)

おどろ－く
おどろ－かす
キョウ

□ 驚《おどろ》く	Be surprised	Ngạc nhiên, giật mình
□ 驚《おどろ》かす	Surprise, Frighten	Gây nhạc nhiên, gây giật mình
□ 驚異《きょうい》	Wonder, Marvel	Điều phi thường, kỳ tích
□ 驚嘆《きょうたん》	Amazement	Sự trầm trồ thán phục

高橋《たかはし》さんは夜中《よなか》の地震《じしん》に驚《おどろ》いて、眠《ねむ》れなくなってしまった。
Ms. Takahashi was frightened by an earthquake in the middle of the night and couldn't sleep.
Bà Takahashi bị giật mình vì trận động đất lúc nửa đêm, và sau đó không ngủ lại được nữa.

□ 慌 (12)

あわ－てる
あわ－ただしい
コウ

□ 慌《あわ》てる	Be confused, Flurried	Vội vàng, luống cuống
□ 慌《あわ》ただしい	Hasty	Bận tối mắt tối mũi
□ 恐慌《きょうこう》	Panic	Sự khủng hoảng

田中《たなか》さんは外出前《がいしゅつまえ》に慌《あわ》ててしまい、入《い》れ歯《ば》を入《い》れるのを忘《わす》れた。
Ms. Tanaka was flustered before going out and forgot putting in her false teeth.
Bà Tanaka vội vàng ra ngoài, nên đã quên không lắp răng giả.

□ 迫 せま－る ハク (8)

迫

□ 迫《せま》る	Press, Be pressing	Đến sát, đến gần (kỳ hạn, nguy hiểm v.v.)
□ 強迫性障害《きょうはくせいしょうがい》	Obsessive-compulsive disorder	Chứng rối loạn ám ảnh cưỡng chế
□ 切迫性尿失禁《せっぱくせいにょうしっきん》	Urinary urge incontinence	Chứng són tiểu gấp (chưa kịp tới nhà vệ sinh đã bị són tiểu)
□ 圧迫骨折《あっぱくこっせつ》	Compression fracture	Gãy xương do bị đè ép (thường nói về xương cột sống)

強《つよ》い不安《ふあん》やこだわりによって生活《せいかつ》に支障《ししょう》が出《で》ることを強迫性障害《きょうはくせいしょうがい》という。

Having difficulties in daily life due to strong anxieties and compulsions is called obsessive-compulsive disorder.

Hiện tượng người bệnh có những vướng mắc hay nỗi lo sợ mạnh mẽ, gây ảnh hưởng tới cuộc sống sinh hoạt, được gọi là chứng rối loạn ám ảnh cưỡng chế

□ 緊 キン (15)

緊

□ 緊急《きんきゅう》	Urgency	Khẩn cấp, cấp bách
□ 緊密《きんみつ》な	Close	Chặt chẽ, mật thiết
□ 緊迫《きんぱく》	Tension	Sự cấp bách, căng thẳng, khẩn trương

中村《なかむら》さんから緊迫《きんぱく》した声《こえ》でナースコールが入《はい》った。

Ms. Nakamura made a nurse call in a tense voice.

Có cuộc gọi tới qua nút gọi y tá khẩn cấp từ bà Nakamura với giọng nói hết sức cấp bách.

□ 張 は－る チョウ (11)

張

□ お腹《なか》が張《は》る	Feel bloated	Bị đầy hơi
□ 引《ひ》っ張《ぱ》る	Pull	Kéo
□ 緊張《きんちょう》	Tension	Sự hồi hộp, căng thẳng
□ 拡張《かくちょう》期《き》血圧《けつあつ》	Diastolic blood pressure	Huyết áp tâm trương

中村《なかむら》さんの緊張《きんちょう》をほぐすために、手術前《しゅじゅつまえ》に少《すこ》し雑談《ざつだん》をした。

To ease Ms. Nakamura's tension, we had a chat before surgery.

Tôi nói chuyện phiếm một chút để giúp bà Nakamura bớt lo lắng trước giờ phẫu thuật.

□ 萎 な－える イ (11)

萎

□ 萎《な》える	Weaken	Trở nên yếu, không còn sức lực, sinh khí (cơ thể, tinh thần)
□ 萎縮《いしゅく》	Atrophy	Sự teo đi; việc trở nên rụt rè, sợ hãi
□ 筋萎縮《きんいしゅく》	Muscular atrophy	Teo cơ
□ 筋萎縮性側索硬化症《きんいしゅくせいそくさくこうかしょう》 ≒ ALS	Amyotrophic lateral sclerosis	Bệnh xơ cứng teo cơ một bên

患者《かんじゃ》さんが萎縮《いしゅく》しないように、わかりやすいことばで丁寧《ていねい》な説明《せつめい》を心掛《こころが》ける。

I try to carefully explain in plain words so that patients will not be daunted.

Để người bệnh không sợ hãi, tôi cố gắng giải thích một cách tỉ mỉ bằng những từ ngữ dễ hiểu.

☐ **恐** おそ-れる / おそ-ろしい / キョウ (10)

☐ 恐《おそ》れる	Fear	Đáng sợ, khủng khiếp
☐ 恐《おそ》れ入《い》ります	Thank you./ I am very sorry.	Xin lỗi; cảm ơn (sắc thái lịch sự cao)
☐ 恐《おそ》ろしい	Fearful	Lo sợ, e sợ
☐ 恐縮《きょうしゅく》	Feeling sorry (for troubling someone)	Cảm thấy có lỗi, áy náy khi làm phiền người khác

木村《きむら》さんは先週《せんしゅう》足《あし》を挫《くじ》いて以来《いらい》、転倒《てんとう》を恐《おそ》れて外出《がいしゅつ》したがらない。

Mr. Kimura doesn't want to go out for fear of a fall after he sprained his ankle last week.

Từ sau khi bị bong gân tuần trước, ông Kimura không còn muốn đi ra ngoài vì sợ bị ngã.

☐ **怖** こわ-い / フ (8)

☐ 怖《こわ》い	Scared, Scary	Sợ hãi
☐ 怖《こわ》がり	Coward, Timid person	Nhút nhát, nhát gan
☐ 恐怖《きょうふ》	Horror	Sự sợ hãi
☐ 恐怖症《きょうふしょう》	Phobia	Hội chứng ám ảnh sợ hãi

車椅子《くるまいす》で移動《いどう》するときは、利用者《りようしゃ》さんが怖《こわ》がらないようにこまめに声《こえ》かけをする。

When moving someone on a wheelchair, I frequently speak to users so they won't feel scared.

Khi hỗ trợ di chuyển bằng xe lăn, tôi thường xuyên hỏi han, bắt chuyện để người sử dụng không cảm thấy lo sợ.

☐ **嫉** シツ (13)

☐ 嫉妬《しっと》	Jealousy	Sự ghen ghét, đố kỵ, ghen tuông
☐ 嫉妬深《しっとぶか》い	Jealous	(tính) hay đố kỵ, hay ghen

木村《きむら》さんは、女性《じょせい》の友達《ともだち》が多《おお》い山田《やまだ》さんに嫉妬《しっと》するときがある。

Mr. Kimura sometimes feels jealousy towards Mr. Yamada, who has many female friends.

Ông Kimura đôi khi ghen tỵ với ông Yamada vì ông Yamada có nhiều bạn bè là phụ nữ.

☐ **妬** ねた-む / ト (8)

☐ 妬《ねた》む	Envy	Ghen ghét, đố kỵ
☐ 妬《ねた》み	Envy	Sự ghen ghét, đố kỵ
☐ 嫉妬《しっと》	Jealousy	Sự ghen ghét, đố kỵ, ghen tuông

高橋《たかはし》さんは他《ほか》の人《ひと》を妬《ねた》むこともなく、いつもマイペースだ。

Ms. Takahashi doesn't envy others and always does things at her own pace.

Bà Takahashi không bao giờ đố kỵ với người khác, mà luôn sống theo cách riêng của mình.

□ 寂 (11)

さび
さび－しい
さび－れる
ジャク
セキ

寂

□ 寂《さび》しい	Lonely	Buồn, cô đơn
□ *口寂《くちさび/さみ》　しい	Craving for food	Buồn mồm (vì thèm ăn, nhạt mồm nhạt miệng), thòm thèm (vì ăn chưa đủ)
□ 静寂《せいじゃく》な	Quiet, Still	Yên ắng, tĩnh mịch

木村《きむら》さんは寂《さび》しいのか、今日《きょう》はいつもより長《なが》く談話室《だんわしつ》にいる。

Mr. Kimura is staying in the conversation lounge longer today; perhaps he is feeling lonely.

Không biết có phải vì buồn không, mà hôm nay ông Kimura ở lại phòng sinh hoạt chung lâu hơn thường lệ.

□ 哀 (9)

あわ－れ
あわ－れむ
アイ

哀

□ 哀《あわ》れみ	Pity	Lòng trắc ẩn, lòng thương xót
□ 悲哀《ひあい》	Sorrow	Sự bi ai, sự buồn khổ
□ 喜怒哀楽《きどあいらく》	Human emotions (joy, anger, grief and pleasure)	Các cảm xúc của con người (Buồn vui chán ghét v.v.)

脳血管性認知症《のうけっかんせいにんちしょう》の患者《かんじゃ》さんは、喜怒哀楽《きどあいらく》が激《はげ》しくなることがある。

Cerebrovascular dementia patients sometimes get very emotional.

Ở bệnh nhân sa sút trí tuệ não mạch, những thay đổi về cảm xúc có thể sẽ mạnh mẽ, rõ rệt hơn.

□ 憂 (15)

うれ－える
うれ－い
う－い
ユウ

憂

□ 憂《うれ》い	Melancholy	Lo lắng, khổ tâm, buồn khổ
□ 憂鬱《ゆううつ》	Depression	U sầu, ủ dột
□ 一喜一憂《いっきいちゆう》	Alternating between happiness and anxiety	Cảm xúc thăng trầm, lúc vui lúc buồn

山本《やまもと》さんは検査《けんさ》の数値《すうち》に一喜一憂《いっきいちゆう》しがちだ。

Mr. Yamamoto tends to swing from joy to sorrow according to his test results.

Ông Yamamoto lúc buồn lúc vui tùy theo kết quả xét nghiệm.

□ 迷 (9)

まよ－う
メイ

迷

□ 迷《まよ》う	Lose one's way, Be at a loss (to decide, etc.)	Phân vân, do dự, lạc (đường)
□ 迷惑《めいわく》	Inconvenience, Trouble	Sự phiền hà, quấy rầy
□ 迷走神経《めいそうしんけい》	Vagus nerve	Dây thần kinh phế vị
□ ※迷子《まいご》	Lost child	Sự lạc đường

高橋《たかはし》さんは肩《かた》が痛《いた》くて、レクリエーションに参加《さんか》しようか迷《まよ》っているようだ。

Ms. Takahashi has a shoulder pain and seems unable to decide whether to join the recreation or not.

Bà Takahashi bị đau mỏi vai, nên đang phân vân không biết có nên tham gia giờ vui chơi giải trí không.

歓 カン (15)

□ 歓迎《かんげい》	Welcome	Sự nghênh đón, sự chào đón
□ 歓談《かんだん》	Pleasant talk	Tán gẫu; trò chuyện cởi mở, vui vẻ
□ 歓声《かんせい》があがる	Erupt in cheers	Tiếng cổ vũ vang lên
□ 歓喜《かんき》	Joy	Sự vui mừng, sung sướng tột độ

きれいなちらし寿司《ずし》を見《み》て、利用者《りようしゃ》さんたちから歓声《かんせい》があがった。
Seeing the beautiful chirashi zushi (“scattered sushi”), there was a cheer of delight from users.
Người sử dụng reo hò khi nhìn thấy món Chirashi Sushi (Sushi trộn) được bày trí rất đẹp mắt.

穏 おだ－やか オン (16)

□ 穏《おだ》やかな	Moderate	Ôn hòa, điềm đạm, yên bình
□ 不穏《ふおん》な	Disturbing	Bất ổn, không yên bình
□ 平穏《へいおん》な	Peaceful	Bình ổn, bình yên

山田《やまだ》さんはお孫《まご》さんの写真《しゃしん》を見《み》て穏《おだ》やかな表情《ひょうじょう》をしていた。
Mr. Yamada had a calm expression looking at his grandchild’s picture.
Ông Yamada ngắm ảnh các cháu với nét mặt điềm đạm, ôn hòa.

執 と－る シツ シュウ (11)

□ 指揮《しき》を執《と》る	Take command	Đứng đầu, giữ vai trò chỉ huy
□ 確執《かくしつ》	Discord, feud	Sự bất hòa
□ 執着《しゅうちゃく》	Persistence	Sự tham luyến, sự lưu luyến không rời
□ 執念《しゅうねん》	Obsession, tenacity	Sự kiên định, sự khăng khăng một mực

認知症《にんちしょう》になると、一《ひと》つのことに執着《しゅうちゃく》する場合《ばあい》がある。
Those who have dementia sometimes fixate on one particular thing.
Khi mắc chứng sa sút trí tuệ, người bệnh thường lưu luyến không rời với một thứ nào đó.

依 イ (8)

□ 依頼《いらい》	Request	Sự nhờ vả, yêu cầu
□ 依存《いぞん》	Dependence	Sự phụ thuộc, sống nhờ vào
□ アルコール依存症《いぞんしょう》	Alcoholism	Chứng nghiện rượu
□ 依然《いぜん》として	Still, as before	Vẫn vậy, không thay đổi

高橋《たかはし》さんはやや依存心《いぞんしん》が強《つよ》く、娘《むすめ》さんがいないと心細《こころぼそ》いようだ。
Ms. Takahashi is rather dependent and seems to feel forlorn without her daughter being present.
Bà Takahashi có tâm lý phụ thuộc khá lớn, vì thế cứ hễ không có con gái bên cạnh, bà sẽ cảm thấy cô đơn.

復習《ふくしゅう》

【1】＿＿＿＿の読《よ》み方《かた》を書《か》きましょう。

例《れい》） 利用者《りようしゃ》さんの興味や関心《かんしん》に合《あ》わせて会話《かいわ》をする。

1. 山田《やまだ》さんは喜怒哀楽が顔《かお》に出《で》やすい。

2. 加齢《かれい》やアルコールは脳《のう》の萎縮の原因《げんいん》になりうる。

3. 国家試験《こっかしけん》を3回受験《かいじゅけん》して、執念で合格《ごうかく》した。

4. 迷走神経反射《はんしゃ》で失神《しっしん》してしまった。

5. このところ、穏やかな天気《てんき》が続《つづ》いている。

6. 「私事《わたくしごと》で恐縮ですが、4月《がつ》に異動《いどう》になりました。」

7. 山田《やまだ》さんは旅行《りょこう》のために奮起してリハビリを始《はじ》めた。

8. 車椅子《くるまいす》を使《つか》っていたら、足《あし》が萎えてしまった。

9. 雨《あめ》が続《つづ》くと憂鬱《うつ》な気分《きぶん》になりがちだ。

10. 嫉妬することを「やきもちをやく」とも言《い》う。

11. 4月《がつ》に入職《にゅうしょく》したスタッフの歓迎会を行《おこな》った。

12. 急《きゅう》な強《つよ》い尿意《にょうい》を伴《ともな》う失禁《しっきん》を、切迫性尿失禁《にょうしっきん》という。

例《れい》	きょうみ
1	
2	
3	
4	
5	
6	
7	
8	
9	
10	
11	
12	

【2】＿＿＿＿を漢字《かんじ》で書《か》きましょう。

例《れい》）　高橋《たかはし》さんは他《ほか》の人《ひと》をねたむことがない。

1.　高橋《たかはし》さんは昨夜《さくや》、こわい夢《ゆめ》を見《み》たそうだ。

2.　木村《きむら》さんは散歩中《さんぽちゅう》、道《みち》にまよったことがある。

3.　温《あたた》かいお茶《ちゃ》を飲《の》んで、きんちょうが解《と》けた。

4.　田中《たなか》さんが発熱《はつねつ》したので、医師《いし》に診察《しんさつ》をいらいした。

5.　退院前《たいいんまえ》はあわただしいので、忘《わす》れ物《もの》に注意《ちゅうい》する。

6.　せん妄《もう》がふおんの原因《げんいん》になることがある。

7.　ラウンジで患者《かんじゃ》さんがかんだんしている。

8.　皮膚《ひふ》があっぱくされて、赤《あか》くなってしまった。

9.　今日《きょう》は健人《けんと》くんが夕食《ゆうしょく》を完食《かんしょく》したのでおどろいた。

10.　「お忙《いそが》しいところおそれいります。」

11.　さびしそうな利用者《りようしゃ》さんに声《こえ》をかけた。

12.　こうふんして眠《ねむ》れないときがある。

例《れい》	妬む
1	
2	
3	
4	
5	
6	
7	
8	
9	
10	
11	
12	

13・14章《しょう》　クイズ

【1】例《れい》のように右《みぎ》と左《ひだり》を結《むす》びましょう。 a)～j)の読《よ》み方《かた》を(　　　)に書《か》きましょう。

例《れい》) だいじょうぶですか。	a) 黙る	(	) る
① ありがとうございます。	b) 謝る	(	) る
② 申《もう》し訳《わけ》ありません。	c) 心配する	(しんぱい	) する
③ おはようございます。	d) 依頼する	(	) する
④ 今日《きょう》の服《ふく》、素敵《すてき》ですね。	e) 感謝する	(	) する
⑤ お願《ねが》いします。	f) 励ます	(	) ます
⑥ どれにしようかな…。	g) 褒める	(	) める
⑦ どきどきする。	h) 迷う	(	) う
⑧ がんばってください。	i) 挨拶する	(	) する
⑨ …。	j) 緊張する	(	) する

【2】[　　　　] の漢字《かんじ》を使《つか》って、例《れい》のように①～⑥のことばを書《か》きましょう。

~~動~~	~~恥~~	~~感~~	怖	奮	嫉	驚	慌	妬	寂	興

例《れい》1)　恥ずかしい	例《れい》2)　感動する

①	②	③

④	⑤	⑥

【3】＿＿＿に入《はい》る漢字《かんじ》を□から選《えら》んで書《か》きましょう。(　　)に＿＿＿の読《よ》み方《かた》を書《か》きましょう。

~~糖~~	謝	依	迷	構	張	穏	迫	萎

例《れい》) **糖**尿病（とうにょうびょう）	
①拡＿＿＿期 血圧《けつあつ》（　　）	②基礎《きそ》代＿＿＿（　　）
③筋＿＿＿縮（　　）	④＿＿＿音障害《しょうがい》（　　）
⑤薬物《やくぶつ》＿＿＿存症（　　）	⑥＿＿＿走神経《しんけい》（　　）
⑦圧＿＿＿骨折《こっせつ》（　　）	⑧不＿＿＿（　　）

【4】ここは病院《びょういん》です。あなたは看護師《かんごし》で、Aさん、Bさん、Cさん、Dさん4人《にん》からそれぞれ話《はなし》を聞《き》きました。全員《ぜんいん》の話《はなし》を読《よ》んで、質問《しつもん》に答《こた》えましょう。

Aさん：お財布《さいふ》が見《み》つからないんです。せっかく①孫と②嫁が面会《めんかい》に来《き》たから、何《なに》か買《か》ってやりたかったのに。

Bさん：母《はは》は息子《むすこ》に甘《あま》くて、いつも何《なに》か買《か》ってやりたがるんです。2人《ふたり》とも③穏やかで気《き》が合《あ》うみたいです。顔《かお》も④にているんですよ。

Cさん：14時《じ》ごろ⑤そぼと一緒《いっしょ》に1階《かい》の売店《ばいてん》でお菓子《かし》を買《か》いました。私《わたし》も大《おお》きくなってからは、そんなにお菓子《かし》を食《た》べないんですが、一緒《いっしょ》に食《た》べると喜《よろこ》ぶので…。そういえば、財布《さいふ》を忘《わす》れたと言《い》ってがっかりしていたので、⑥冗談を言《い》って⑦慰めました。

Dさん：お忘《わす》れ物《もの》のお財布《さいふ》をお預《あず》かりしています。女性物《じょせいもの》のお財布《さいふ》です。

Aさん：今日《きょう》は売店《ばいてん》に2回《かい》行《い》きました。朝《あさ》、おいしそうなお菓子《かし》を見《み》つけたから、買《か》おうかと思《おも》ったんだけど、孫が食《た》べるどうかわからなくて。午後《ごご》は結局《けっきょく》⑧ちがうお菓子《かし》を買《か》ったんだけど、お財布《さいふ》がなくて孫に買《か》ってもらったんです。うちの孫、昔《むかし》はあんなに小《ちい》さかったのに、今《いま》はすっかり⑨たのもしくなって…。

Q1：下《した》の人《ひと》はどの人《ひと》ですか。A～Dのどれかを書《か》きましょう。

入院患者《にゅういんかんじゃ》：＿＿＿　患者《かんじゃ》の孫：＿＿＿　患者《かんじゃ》の嫁：＿＿＿　売店《ばいてん》の店員《てんいん》：＿＿＿

Q2：Aさんの財布《さいふ》はどこにあると思《おも》いますか。＿＿＿＿＿＿＿＿

Q3：①～⑨の漢字《かんじ》と読《よ》み方《かた》を書《か》きましょう。

①	②	③
④	⑤	⑥
⑦	⑧	⑨

15章《しょう》　日誌《にっし》・記録《きろく》

①介護記録《かいごきろく》・看護記録《かんごきろく》を書《か》いたことがありますか。

②記録《きろく》にはどんなことを書《か》きますか。

③誰《だれ》のために記録《きろく》を書《か》きますか。

□ 状 ジョウ
(7)

状

□ 症状《しょうじょう》	Symptom	Triệu chứng bệnh
□ 病状《びょうじょう》	Condition of a disease	Bệnh trạng, bệnh tình
□ 甲状腺《こうじょうせん》	Thyroid gland	Tuyến giáp
□ 紹介状《しょうかいじょう》	Referral form	Giấy giới thiệu

木村《きむら》さんの皮膚《ひふ》の症状《しょうじょう》を確認《かくにん》したところ、悪化《あっか》していた。

Confirming the condition of Mr. Kimura's skin, it had gotten worse.

Sau khi kiểm tra, phát hiện tình trạng bệnh trên da của ông Kimura đang trở nên nặng hơn.

□ 況 キョウ
(8)

況

□ 状況《じょうきょう》	Situation	Tình hình, hoàn cảnh xung quanh
□ 実況《じっきょう》	Actual scene	Tình hình thực tế

利用者《りようしゃ》さんが誤嚥《ごえん》したときの状況《じょうきょう》を詳《くわ》しく記録《きろく》した。

I recorded the detailed situation when a user had a pulmonary aspiration.

Tôi ghi lại chi tiết, cụ thể tình hình khi người sử dụng bị sặc.

□ 態 タイ
(14)

態

□ 状態《じょうたい》	State	Tình trạng, trạng thái
□ 脱水状態《だっすいじょうたい》	State of dehydration	Trạng thái cơ thể bị mất nước
□ 態度《たいど》	Attitude	Thái độ
□ 緊急事態《きんきゅうじたい》	Emergency	Tình huống khẩn cấp

田中《たなか》さんは家族《かぞく》と音信不通《おんしんふつう》の状態《じょうたい》が続《つづ》いている。

Ms. Tanaka has not heard from her family for a long time.

Bà Tanaka vẫn không nhận được liên hệ nào từ gia đình.

□ 完 カン
(7)

完

□ 完了《かんりょう》	Completion	Hoàn thành, làm xong
□ 完食《かんしょく》	Eating everything	Việc ăn hết suất ăn
□ 完治《かんち》	Complete recovery	Sự hồi phục hoàn toàn
□ 完全麻痺《かんぜんまひ》	Complete paralysis	Liệt toàn thân

健人《けんと》くんは二日《ふつか》続《つづ》けて夕食《ゆうしょく》を完食《かんしょく》した。

Kento ate everything of supper for two days straight.

Trong 2 ngày liên tiếp, em Kento đã ăn hết bữa tối của mình.

☐ 増 (14)

まーす
ふーえる
ふーやす
ゾウ

増

☐ 食欲《しょくよく》が増《ま》す	Increase appetite	Cảm giác thèm ăn tăng lên
☐ 増《ふ》える／増《ふ》やす	Increase/ Increase	Tăng lên/ Gia tăng, tăng
☐ 増加《ぞうか》	Increase	Sự gia tăng
☐ 急性増悪《きゅうせいぞうあく》	Acute aggravation (worsening) (of a disease)	Đợt cấp (đợt kịch phát) các triệu chứng liên quan tới bệnh hô hấp

今日《きょう》から健人《けんと》くんの食事《しょくじ》のカロリーを2割《わり》増《ふ》やした。

Kento's meal calory count was increased by 20 % from today.

Từ hôm nay, bữa ăn của em Kento đã được tăng thêm 20% calories.

☐ 減 (12)

へーる
へーらす
ゲン

減

☐ 減《へ》る／減《へ》らす	Decrease/ Decrease	Giảm xuống/ Cắt giảm
☐ 減量《げんりょう》	Weight loss	Giảm (số lượng), giảm cân
☐ 塩加減《しおかげん》	Seasoning with salt	Độ mặn nhạt
☐ 減塩食《げんえんしょく》	Law-salt diet	Đồ ăn giảm muối

高橋《たかはし》さんの体重《たいじゅう》の増減《ぞうげん》を確認《かくにん》した。

I confirmed the weight gain and loss of Ms. Takahashi.

Tôi đã xác nhận sự tăng giảm cân nặng của bà Takahashi.

☐ 際 (14)

きわ
サイ

際

☐ 実際《じっさい》	Acute exacerbation	Thực tế
☐ 国際的《こくさいてき》	International	Mang tính quốc tế
☐ 際《さい》	During	Khi, lúc
☐ *今際《いまわ》の際《きわ》	Verge of death	Lúc lâm chung

山田《やまだ》さんはベッドへの移乗《いじょう》の際《さい》に、めまいを起《お》こした。

Mr. Yamada had a dizzy spell when moving from wheelchair to bed.

Ông Yamada đã bị chóng mặt khi di chuyển sang giường nằm.

☐ 途 (10)

ト

途

☐ 途中《とちゅう》	On the way	Giữa chừng, giữa lúc
☐ 帰途《きと》	On the way home	Đường về nhà
☐ 中途失明者《ちゅうとしつめいしゃ》	Half-blind person	Giảm thị lực giữa chừng (không phải do bẩm sinh)
☐ 前途《ぜんと》	Outlook	Điểm đến, tương lai, tiền đồ

木村《きむら》さんは食堂《しょくどう》に行《い》く途中《とちゅう》、トイレに寄《よ》った。

Mr. Kimura stopped by the bathroom on the way to the dining hall.

Trên đường tới nhà ăn, ông Kimura đã rẽ qua nhà vệ sinh.

□ 快

こころよ－い
カイ

(7)

快

□ 快《こころよ》い	Nice, Pleasant	Dễ chịu, thoải mái
□ 快適《かいてき》な	Comfortable	Dễ chịu, thoải mái
□ 不快感《ふかいかん》	Discomfort feeling	Cảm giác khó chịu
□ 全快《ぜんかい》	Complete cure	Hồi phục hoàn toàn

患者《かんじゃ》さんのご家族《かぞく》に、退院後《たいいんご》も全快《ぜんかい》に向《む》けてケアが必要《ひつよう》なことを説明《せつめい》した。

I explained the necessity of care for complete recovery even after leaving hospital to the patient’s family.

Tôi đã giải thích với người nhà bệnh nhân về việc kể cả sau khi ra viện, vẫn cần có sự chăm sóc để người bệnh phục hồi hoàn toàn.

□ 疲

つか－れる
ヒ

(10)

疲

□ 疲《つか》れ	Tiredness	Sự mệt mỏi
□ 疲《つか》れる	Be tired	Mệt mỏi
□ 疲労《ひろう》	Fatigue	Sự mệt nhọc
□ 疲弊《ひへい》	Being exhausted	Sự kiệt sức, kiệt quệ, đình trệ

田中《たなか》さんは入浴後《にゅうよくご》、疲《つか》れたと言《い》って 30 分《ぷん》ほど部屋《へや》で休《やす》んだ。

Ms. Tanaka had a rest in the room for about 30 minutes after taking a bath because she got tired.

Bà Tanaka nói bị mệt sau khi đi tắm và đã nghỉ ngơi tại phòng khoảng 30 phút.

□ 眠

ねむ－る
ねむ－い
ミン

(10)

眠

□ 眠《ねむ》る	Sleep	Ngủ, chìm vào giấc ngủ
□ 眠気《ねむけ》	Sleepiness	Sự buồn ngủ, cơn buồn ngủ
□ 眠《ねむ》い	Sleepy	Buồn ngủ
□ 不眠《ふみん》	Difficulty sleeping	Chứng mất ngủ

伊藤《いとう》さんは不眠《ふみん》の症状《しょうじょう》が改善《かいぜん》し「よく眠《ねむ》れた」と言《い》っていた。

Ms. Ito has recovered from insomnia and said she slept well.

Bà Ito đã cải thiện được tình trạng mất ngủ và nói rằng "bà đã ngủ rất ngon".

□ 渇

かわ－く
カツ

(11)

渇

□ 喉《のど》が渇《かわ》く	Get thirsty	Khát nước
□ 口渇《こうかつ》	Dry mouth	Khát khô cổ
□ 渇望《かつぼう》する	Thirst (hunger) for, Crave	Khao khát

高橋《たかはし》さんは口《くち》の渇《かわ》きが気《き》になると言《い》い、水《みず》を欲《ほ》しがった。

Ms. Takahashi wanted water, saying she was bothered about dryness of her mouth.

Bà Takahashi nói rằng hình như bà thấy khát và muốn uống nước.

☐ 就 (12)

つ-く
つ-ける
シュウ
ジュ

☐ 床《とこ》に就《つ》く	Go to bed	Đi ngủ, nằm nghỉ
☐ 就寝《しゅうしん》	Going to bed	Việc đi ngủ
☐ 就職《しゅうしょく》	Employment, Getting a job	Có việc làm mới, sự tìm kiếm việc làm
☐ 就労《しゅうろう》ビザ	Work visa	Visa lao động

高橋《たかはし》さんは就寝前《しゅうしんまえ》にお茶《ちゃ》を 100ml 飲《の》んだ。
Ms. Takahashi drank 100 ml of tea before going to bed.
Bà Takahasi đã uống 100ml trà trước khi đi ngủ.

☐ 灯 (6)

ひ
トウ

☐ 消灯時間《しょうとうじかん》	Lights-out time	Giờ tắt đèn
☐ 点灯《てんとう》	Lighting	Sự chiếu sáng
☐ 蛍光灯《けいこうとう》	Fluorescent lamp	Đèn huỳnh quang; đèn neon
☐ 灯油《とうゆ》	Kerosene	Dầu hỏa

消灯時間《しょうとうじかん》になったので、木村《きむら》さんを居室《きょしつ》にお連《つ》れした。
Because it was lights-out time, I brought Mr. Kimura to his room.
Vì đã tới giờ tắt đèn đi ngủ, nên tôi đã đưa ông Kimura về phòng.

☐ 離 (19)

はな-れる
はな-す
リ

☐ 目《め》を離《はな》す	Look away	Rời mắt khỏi
☐ 隔離《かくり》	Isolation	Cách ly
☐ 離床《りしょう》	Getting out of bed	Việc ngồi dậy (từ trạng thái nằm)
☐ 距離《きょり》	Distance	Khoảng cách

中村《なかむら》さんに手術後《しゅじゅつご》の早期離床《そうきりしょう》の利点《りてん》について説明《せつめい》した。
I explained the merit of early postoperative ambulation to Ms. Nakamura.
Tôi đã giải thích với bà Nakamura về ưu điểm của việc ngồi dậy sớm sau khi phẫu thuật.

☐ 義 (13)

ギ

☐ 義歯《ぎし》	Artificial tooth (teeth), Denture(s)	Răng giả
☐ 義務《ぎむ》	Duty	Nghĩa vụ
☐ 定義《ていぎ》	Definition	Định nghĩa
☐ 義理《ぎり》の家族《かぞく》	Family in-laws	Gia đình nhà vợ/ nhà chồng

田中《たなか》さんは、最近残食《さいきんざんしょく》が多《おお》いので、義歯《ぎし》のかみ合《あ》わせを確認《かくにん》した。
As Ms. Tanaka hasn't often eaten everything at meals, I checked her artificial teeth dental bite.
Vì gần đây, bà Tanaka thường xuyên không ăn hết bữa, tôi đã kiểm tra khớp cắn răng giả của bà.

□ 騒

さわ - ぐ
ソウ
(18)

□ 騒《さわ》ぐ	Make a noise	Làm ồn, gây ồn ào
□ 騒《さわ》がしい	Noisy	Ồn ào, không bình ổn
□ 騒音《そうおん》	Noise	Tiếng ồn, tạp âm

山本《やまもと》さんから隣室《りんしつ》の騒音《そうおん》について苦情《くじょう》があった。
Mr. Yamamoto complained about noisy sounds from the next room.
Ông Yamamoto phàn nàn về tiếng ồn của phòng bên cạnh.

□ 嫌

いや
きら - い
きら - う
ケン
ゲン
(13)

□ 嫌《いや》な	Bad, Offensive	Ghét, không thích, khó chịu
□ 嫌《きら》う	Dislike	Ghét, không thích
□ 嫌悪感《けんおかん》	Disgust	Sự ác cảm, thù ghét
□ 機嫌《きげん》がいい⇔機嫌《きげん》が悪《わる》い	Good mood ⇔ Bad mood	Tâm trạng tốt ⇔ Tâm trạng không tốt

健人《けんと》くんは「かぼちゃが嫌《きら》いだ」と言《い》って、半量《はんりょう》残《のこ》した。
Kento left half of the squash dish, saying he disliked squash.
Em Kento nói rằng không thích bí ngô và để thừa lại một nửa.

□ 訴

うった - える
ソ
(12)

□ 訴《うった》え	Appeal	Sự khiếu nại, kiện tụng, kêu ca
□ 訴《うった》える	Complain	Khiếu nại, kiện cáo, kêu ca
□ 主訴《しゅそ》	Chief complaint	Triệu chứng chính mà bệnh nhân phản ánh
□ 訴訟《そしょう》	Lawsuit	Sự tố tụng, sự kiện tụng

高橋《たかはし》さんから「肩《かた》が痛《いた》い」と訴《うった》えがあり、看護師《かんごし》に連絡《れんらく》した。
Ms. Takahashi complained of shoulder pain, so I contacted a nurse.
Vì bà Takahashi kêu bị đau mỏi vai, nên tôi đã liên hệ với y tá.

□ 勧

すす - める
カン
(13)

□ 勧《すす》める	Recommend	Khuyên, khuyến khích
□ お勧《すす》め	Recommendation	Đề xuất, lời khuyên, gợi ý
□ 勧誘《かんゆう》	Invitation, Solicitation	Sự chào mời, sự dụ dỗ
□ 勧告《かんこく》	Advice	Sự khuyến cáo

山田《やまだ》さんに入浴《にゅうよく》を勧《すす》めたところ、「あした入《はい》る」とのことだった。
When I recommended Mr. Yamada to take a bath, he answered, “I’ll take it tomorrow.”
Khi được gợi ý về việc đi tắm bồn, ông Yamada đã từ chối rằng "ngày mai tôi sẽ đi."

復習《ふくしゅう》

【1】＿＿＿＿＿の読《よ》み方《かた》を書《か》きましょう。

例《れい》）高橋《たかはし》さんの体重《たいじゅう》の増減を確認《かくにん》した。

1. 夏場《なつば》は喉《のど》が渇く前《まえ》に水分摂取《すいぶんせっしゅ》を心《こころ》がける。

2. 中村《なかむら》さんは微熱《びねつ》を主訴に内科《ないか》を受診《じゅしん》した。

3. 早期《そうき》離床を目標《もくひょう》として看護計画《かんごけいかく》を立《た》てる。

4. 山本《やまもと》さんは入院《にゅういん》は嫌だと言《い》っている。

5. ＩＣＦ《アイシーエフ》とは、国際生活機能分類《せいかつきのうぶんるい》のことだ。

6. ロビーが騒がしいので様子《ようす》を見《み》に行《い》った。

7. 山田《やまだ》さんは集中《しゅうちゅう》して野球《やきゅう》の実況中継《ちゅうけい》を見《み》ている。

8. 木村《きむら》さんは昼食《ちゅうしょく》の途中で寝《ね》てしまった。

9. 「疲労回復《かいふく》によい食《た》べ物《もの》がありますか。」

10. 田中《たなか》さんは夜食《やしょく》をとり、22時《じ》に就寝した。

11. ＭＲＩ検査《エムアールアイけんさ》の前《まえ》に、患者《かんじゃ》さんに義歯を外《はず》してもらう。

12. 高橋《たかはし》さんはいつも優《やさ》しい態度で接《せっ》してくれる。

例《れい》	ぞうげん
1	
2	
3	
4	
5	
6	
7	
8	
9	
10	
11	
12	

【2】＿＿＿＿を漢字《かんじ》で書《か》きましょう。

例《れい》）この辺《あた》りは車《くるま》のそうおんが激《はげ》しい。

1. 田中《たなか》さんに嚥下体操《えんげたいそう》をすすめた。

2. 目《め》をはなしたすきに、患者《かんじゃ》さんが転倒《てんとう》してしまった。

3. 中村《なかむら》さんはこの数日《すうじつ》、じょうたいが安定《あんてい》している。

4. 「しょうとう時間《じかん》は22時《じ》です。」

5. 入浴介助《にゅうよくかいじょ》のさい、高橋《たかはし》さんの脇腹《わきばら》に発赤《ほっせき》を見《み》つけた。

6. 夜中《よなか》にトイレに行《い》きたくなって、ねむれなかった。

7. 田中《たなか》さんは排尿後《はいにょうご》にふかいかんがあるそうだ。

8. 「けがしたときのじょうきょうを教《おし》えてください。」

9. 木村《きむら》さんは最近《さいきん》、物忘《ものわす》れがふえたようだ。

10. かんぜん麻痺《まひ》の患者《かんじゃ》さんの食事介助《しょくじかいじょ》を行《おこな》った。

11. 高橋《たかはし》さんは冷房《れいぼう》がきらいで、エアコンをつけない。

12. 最近《さいきん》、なぜだかつかれやすい。

例《れい》	騒音
1	
2	
3	
4	
5	
6	
7	
8	
9	
10	
11	
12	

16章《しょう》　診察《しんさつ》

①病院《びょういん》で医師《いし》から、どんな診断《しんだん》を受《う》けたことがありますか。

②〇〇炎《えん》、〇〇症《しょう》ということばを知《し》っていますか。
いくつか挙《あ》げてみましょう。

診 (12)

みーる
シン

診

脈《みゃく》を診《み》る	Check the pulse	Bắt mạch
健康診断《けんこうしんだん》	Medical checkup	Khám sức khỏe
急診《きゅうしん》	Emergency case	Việc khám chữa khẩn cấp
受診《じゅしん》	Having a checkup	Việc đi khám bệnh

回診《かいしん》は、毎日《まいにち》午前中《ごぜんちゅう》に行《おこな》われる。

Going the rounds is done in the morning every day.

Hàng ngày, bác sỹ sẽ đi tuần và thăm khám cho từng người trong buổi sáng.

察 (14)

サツ

察

心中《しんちゅう》を察《さっ》する	Sense somebody's feelings, Sympathize with	Đồng cảm với tâm trạng, hoàn cảnh của người khác
診察《しんさつ》	Medical examination	Việc khám bệnh
観察《かんさつ》	Observation	Việc quan sát
経過観察《けいかかんさつ》	Follow-up/ Observation	Sự theo dõi tình hình/tiến triển

予防接種《よぼうせっしゅ》の後《あと》、30分《ぷん》ほど経過観察《けいかかんさつ》を行《おこな》った。

After the vaccination, I observed the patient for about 30 minutes.

Sau khi tiêm phòng, tôi đã theo dõi tình trạng người tiêm phòng trong khoảng 30 phút.

因 (6)

よーる
イン

因

原因《げんいん》	Cause	Nguyên nhân
一因《いちいん》	One of the causes	Một nguyên nhân
病因《びょういん》	Cause of disease	Nguyên nhân bệnh
死因《しいん》	Cause of death	Nguyên nhân tử vong

山田《やまだ》さんは、アレルギーが原因《げんいん》で発疹《ほっしん》が出《で》てしまった。

Mr. Yamada got a rash caused by an allergy.

Ông Yamada bị phát ban do dị ứng.

往 (8)

オウ

往

往診《おうしん》	House call	Việc thăm khám tại nhà
往復《おうふく》	Round trip	Hai chiều (đi và về)
往訪《おうほう》	Visiting, Calling on someone	Việc đi thăm hỏi người khác
既往症《きおうしょう》	Previous disease, Pre-existing disorder	Tiền sử bệnh tật

入院前《にゅういんまえ》の問診《もんしん》で、既往歴《きおうれき》を確認《かくにん》する。

I confirm the past medical history of patients by medical interview before hospitalization.

Trong điều tra y tế trước nhập viện, cần xác nhận tiểu sử bệnh lý.

□ 撲 ボク
(15)

撲

□ 打撲《だぼく》	Bruise	Vết thâm tím, bầm dập
□ ※相撲《すもう》	Sumo wrestling	Môn Sumo (đô vật)

高橋《たかはし》さんの右足首《みぎあしくび》に、打撲《だぼく》のような内出血《ないしゅっけつ》がみられた。

Ms. Takahashi had internal bleeding like a bruise in her right ankle.

Ở cổ chân phải của bà Takahashi, đã phát hiện dấu hiệu xuất huyết dưới da nhìn giống như một vết bầm dập.

□ 臼 うす キュウ
(6)

臼

□ 脱臼《だっきゅう》	Dislocation	Trẹo (trật khớp)
□ *大腿骨寛骨臼《だいたいこつかんこつきゅう》	Femur acetabular	Ổ cối xương đùi
□ 臼歯《きゅうし》	Posterior teeth (molars)	Răng hàm
□ 石臼《いしうす》	Stone mill	Cối đá

高齢者《こうれいしゃ》は転倒《てんとう》が原因《げんいん》で、脱臼《だっきゅう》してしまうことがある。

The elderly sometimes suffer a dislocation caused by fall.

Người cao tuổi có thể bị trật khớp do ngã.

□ 捻 ネン *ねじ－る *ひね－る
(11)

捻

□ *捻《ねじ》る	Twist	Vặn xoắn (vặn xoắn 2 đầu của vật theo 2 chiều ngược nhau)
□ *捻《ひね》る	Twist	Vặn, xoay (giữ và xoay theo một chiều)
□ 腸捻転《ちょうねんてん》	Intestinal volvulus	Chứng xoắn ruột

フンさんは腸捻転《ちょうねんてん》と診断《しんだん》されて、緊急入院《きんきゅうにゅういん》となった。

Diagnosed as having a volvulus, Hung was immediately hospitalized.

Hưng bị chuẩn đoán mắc chứng xoắn ruột, nên đã phải nhập viện gấp.

□ 挫 ザ *くじ－く *くじ－ける
(10)

挫

□ *挫《くじ》ける／*挫《くじ》く	Be sprained/ Sprain, Twist	Bị bong gân, trật khớp/ Làm (chân v.v) bong gân, trật khớp
□ 捻挫《ねんざ》	Sprain	Sự bong gân, trật khớp
□ 脳挫傷《のうざしょう》	Cerebral contusion	Tình trạng tổn thương não bộ do va đập ở đầu
□ 挫折《ざせつ》	Setback	Sự thất bại giữa chừng, sự nản chí

木村《きむら》さんは、階段《かいだん》を踏《ふ》み外《はず》して足首《あしくび》を捻挫《ねんざ》してしまった。

Mr. Kimura lost his footing on the stairs and sprained his ankle.

Ông Kimura bị trật khớp cổ chân, do bước hụt cầu thang.

□ 炎

ほのお
エン

(8)

□ 鼻《び》炎《えん》	Rhinitis	Viêm mũi
□ 結膜炎《けつまくえん》	Conjunctivitis	Viêm kết mạc
□ 口内炎《こうないえん》	Canker sore	Chứng nhiệt miệng
□ *腱鞘炎《けんしょうえん》	Tenosynovitis	Viêm bao gân

口内炎《こうないえん》が痛《いた》くて、辛《から》いものが食《た》べられない。
I have a painful canker sore and can't eat spicy food.
Do bị nhiệt miệng, tôi không thể ăn được đồ cay.

□ 症

ショウ

(10)

□ 炎症《えんしょう》	Inflammation	Chứng viêm
□ 重症《じゅうしょう》⇔軽症《けいしょう》	Serious illnesses ⇔ Mild case	Triệu chứng bệnh nặng ⇔ Triệu chứng bệnh nhẹ
□ アスペルガー症候群《しょうこうぐん》	Asperger's syndrome	Hội chứng Asperger
□ 合併症《がっぺいしょう》	Complications	Biến chứng

医《い》師《し》より糖尿病《とうにょうびょう》の合併症《がっぺいしょう》について説明《せつめい》を受《う》けた。
I was taught by the doctor about complications of diabetes.
Tôi đã được nghe bác sỹ giải thích về những biến chứng của bệnh tiểu đường.

□ 毒

ドク

(8)

□ 消毒《しょうどく》	Sterilization	Khử trùng, khử độc
□ アルコール中毒《ちゅうどく》	Alcohol poisoning	Ngộ độ chất có cồn; nghiện rượu bia
□ 解《げ》毒剤《どくざい》	Antidote	Thuốc thải độc
□ 尿毒《にょうどく》	Uremia	Những rối loạn của cơ thể do suy giảm chức năng thận

昨晩《さくばん》、アルコール中毒《ちゅうどく》の患者《かんじゃ》さんが救急外来《きゅうきゅうがいらい》に搬送《はんそう》されてきた。
An alcohol poisoning patient was brought by ambulance to the emergency room last night.
Đêm qua, có người bệnh đã dược chuyển tới phòng cấp cứu do ngộ độc chất có cồn.

□ 狭

せま－い
せば－める
せば－まる
キョウ

(9)

□ 狭《せま》い	Narrow	Hẹp, chật (không gian)
□ 狭心症《きょうしんしょう》	Angina	Bệnh hẹp van tim
□ *食道狭窄《しょくどうきょうさく》	Esophageal stenosis	Chứng hẹp thực quản
□ *視《し》野《や》狭窄《きょうさく》	Tunnel vision	Chứng hẹp phạm vi nhìn

視《し》野《や》狭窄《きょうさく》の早《そう》期《き》発見《はっけん》には、眼《がん》科《か》の定《てい》期《き》的《てき》な受診《じゅしん》が有効《ゆうこう》だ。
For early detection of tunnel vision, periodically seeing an eye doctor is effective.
Việc thăm khám định kỳ tại tại khoa mắt sẽ hữu ích cho việc phát hiện sớm chứng hẹp phạm vi nhìn.

叫

さけ－ぶ
キョウ

(6)

叫《さけ》ぶ	Cry out, Shout	La hét, gào thét
叫《さけ》び声《ごえ》	Crying out, Shouting	Tiếng la hét, tiếng gào thét
絶叫《ぜっきょう》	Scream	Sự la hét, sự gào thét

認知症《にんちしょう》の症状《しょうじょう》として、攻撃的《こうげきてき》になったり叫《さけ》んだりすることがある。
Dementia patients sometimes get aggressive or shout.
Hung hăng, kích động, hay la hét, cũng là một trong những biểu hiện của bệnh sa sút trí tuệ.

吐

は－く
ト

(6)

吐《は》く	Vomit	Nôn, nhổ, hộc (máu)
*嘔吐《おうと》	Vomiting	Nôn mửa
吐血《とけつ》	Hematemesis	Hộc máu, thổ huyết
制吐剤《せいとざい》	Antiemetic	Thuốc chống nôn

中村《なかむら》さんは、昨晩《さくばん》から吐《は》き気《け》を訴《うった》えている。
Ms. Nakamura has complained of nausea since last night.
Bà Nakamura kêu buồn nôn từ tối hôm qua.

盲

モウ

(8)

盲目《もうもく》	Blindness	Mù mắt; mù quáng
全盲《ぜんもう》	Total blindness	Mù cả hai mắt
色盲《しきもう》	Color blindness	Mù màu
夜盲症《やもうしょう》	Night blindness	Bệnh quáng gà, chứng mù đêm

暗《くら》いところで極端《きょくたん》に見《み》えにくくなるのは、夜盲症《やもうしょう》と考《かんが》えられる。
Getting extremely difficult to see in dark places is thought to indicate night blindness.
Tình trạng mắt vô cùng khó nhìn khi ở những nơi tối tăm, có thể coi là bệnh quáng gà.

睡

スイ

(13)

睡眠《すいみん》	Sleep	Việc ngủ, giấc ngủ
熟睡《じゅくすい》	Sound sleep	Ngủ sâu
睡眠時無呼吸症候群《すいみんじむこきゅうしょうこうぐん》	Sleep apnea syndrome	Hội chứng ngưng thở khi ngủ
昏睡状態《こんすいじょうたい》	Coma	Trạng thái hôn mê

伊藤《いとう》さんは、長年睡眠障害《ながねんすいみんしょうがい》を患《わずら》っている。
Ms. Ito has been affected by a sleep disorder for a long time.
Bà Ito mắc bệnh rối loạn giấc ngủ trong nhiều năm.

□ 燥 ソウ (17)

燥

□ 焦燥《しょうそう》	Irritation, Impatience	Sự nôn nóng, sốt ruột
□ 乾燥機《かんそうき》	Dryer	Máy sấy, máy làm khô

うつ状態《じょうたい》にある患者《かんじゃ》さんは、焦燥感《しょうそうかん》に苦《くる》しんでいることが多《おお》い。
Patients in a depressed state often suffer from irritability.
Người bệnh mắc chứng trầm cảm thường khổ sở với cảm giác nôn nóng, sốt ruột.

□ 窒 チツ (11)

窒

□ 窒息《ちっそく》	Suffocation	Sự ngạt thở
□ 窒息死《ちっそくし》	Death from suffocation	Tử vong do ngạt thở
□ 液体窒素《えきたいちっそ》	Liquid nitrogen	Nitơ lỏng

誤嚥《ごえん》による窒息《ちっそく》が多《おお》いのは、高齢者《こうれいしゃ》や乳幼児《にゅうようじ》である。
Many of those who choke from mis-swallowing are the elderly and infants.
Ngạt thở do sặc, nghẹn thường xảy ra ở người cao tuổi và trẻ em.

□ 憶 オク (16)

憶

□ 記憶障害《きおくしょうがい》	Impaired memory	Chứng rối loạn, suy giảm trí nhớ
□ 短期記憶《たんききおく》	Short-term memory	Trí nhớ ngắn hạn
□ 長期記憶《ちょうききおく》	Long-term memory	Trí nhớ dài hạn
□ エピソード記憶《きおく》	Episodic memory	Trí nhớ từng hồi

記憶障害《きおくしょうがい》は、認知症《にんちしょう》の中核症状《ちゅうかくしょうじょう》の一《ひと》つである。
Impaired memory is one of the core symptoms of dementia.
Suy giảm trí nhớ là một trong những biểu hiện chính của bệnh sa sút trí tuệ.

□ 瘍 ヨウ (14)

瘍

□ 腫瘍《しゅよう》	Tumor	Khối u
□ 潰瘍《かいよう》	Ulcer	Loét, chỗ loét
□ 潰瘍性大腸炎《かいようせいだいちょうえん》	Ulcerative colitis	Viêm loét đại tràng

潰瘍性大腸炎《かいようせいだいちょうえん》を予防《よぼう》するため、規則正《きそくただ》しい食生活《しょくせいかつ》は大切《たいせつ》だ。
To prevent ulcerative colitis, taking regular meals is important.
Ăn uống điều độ rất quan trọng để phòng tránh bệnh viêm loét đại tràng.

復《ふく》習《しゅう》

【1】＿＿＿＿＿の読《よ》み方《かた》を書《か》きましょう。

例《れい》） 木村《きむら》さんは、足《あし》を捻挫してしまった。

1. 池田《いけだ》先生《せんせい》は患者《かんじゃ》さんを丁寧《ていねい》に診てくれる。

2. 日本人《にほんじん》の死因は、がんが多《おお》い。

3. 打撲は、ぶつけたり転倒《てんとう》したりすると起《お》きやすい。

4. ６歳《さい》臼歯の生《は》える時期《じき》は、個人差《こじんさ》がある。

5. 脳挫傷の後遺症《こういしょう》で、麻痺《まひ》が残《のこ》ることがある。

6. エコノミー症候群《ぐん》にならないように気《き》をつける。

7. 祖父《そふ》は狭心症を患《わずら》っている。

8. 母《はは》が吐血したため、救急車《きゅうきゅうしゃ》を呼《よ》んだ。

9. 叔母《おば》は、先天性《せんてんせい》の全盲だ。

10. 液体《えきたい》窒素《そ》は、取《と》り扱《あつか》いに十分《じゅうぶん》気《き》をつける。

11. 腫瘍には、悪性《あくせい》と良性《りょうせい》がある。

12. 利用者《りようしゃ》さんの気持《きも》ちを察することが大切《たいせつ》だ。

例《れい》	ねんざ
1	
2	
3	
4	
5	
6	
7	
8	
9	
10	
11	
12	

【2】＿＿＿＿を漢字《かんじ》で書《か》きましょう。

例《れい》）転《ころ》んで、足《あし》をひねってしまった。

1. 母《はは》と一緒《いっしょ》にしんさつ室《しつ》へ入《はい》った。

2. 「隣《となり》の部屋《へや》の端《はし》まで、おうふくしましょうか。」

3. アレルギーがげんいんで、全身《ぜんしん》がかゆくなった。

4. 冬《ふゆ》になると喉《のど》のえんしょうが起《お》こりやすくなる。

5. 注射《ちゅうしゃ》の前《まえ》に、接種部位《せっしゅぶい》のしょうどくを行《おこな》う。

6. 健人《けんと》くんは昨晩《さくばん》食《た》べたものを、はいてしまった。

7. 十分《じゅうぶん》なすいみん時間《じかん》を確保《かくほ》することが大切《たいせつ》だ。

8. 洗濯《せんたく》したタオルをかんそう機《き》にかけた。

9. 認知症《にんちしょう》の多《おお》くは短期《たんき》きおくの低下《ていか》から始《はじ》まる。

10. 木村《きむら》さんは時々《ときどき》大声《おおごえ》でさけぶことがある。

11. 肩《かた》をだっきゅうしたため、ギプスで固定《こてい》した。

12. 近頃《ちかごろ》、少《すこ》し視野《しや》がせまくなったような気《き》がする。

例《れい》	捻って
1	
2	
3	
4	
5	
6	
7	
8	
9	
10	
11	
12	

15・16章《しょう》　クイズ

【1】絵《え》を見《み》て、漢字《かんじ》を書《か》きましょう。

例《れい》)

①

②

③

④

⑤

例《れい》)　絶《ぜっ》 叫	①　消《しょう》 ＿＿＿＿	②　鼻《び》 ＿＿＿＿
③　＿＿＿＿ 血《けつ》	④　喉《のど》が＿＿＿＿く	⑤　＿＿＿＿　＿＿＿＿ 食《しょく》

【2】1か所《しょ》だけ漢字《かんじ》が間違《まちが》っているところがあります。
間違《まちが》っている漢字《かんじ》に下線《かせん》をひいて、正《ただ》しく直《なお》しましょう。

例《れい》) 認知症《にんちしょう》の症状《しょうじょう》として、記《き》億《おく》障害《しょうがい》がある。

① 検査《けんさ》の結果《けっか》、腫瘍《しゅよう》は良性《りょうせい》だった。

② 高齢者《こうれいしゃ》のうつ病《びょう》の特徴《とくちょう》として、不安《ふあん》や焦操感《しょうそうかん》があげられる。

③ 天気《てんき》がよかったので散歩《さんぽ》の余中《とちゅう》で、お花見《はなみ》をした。

④ 侠心症《きょうしんしょう》の既往《きおう》がある場合《ばあい》は、必《かなら》ず薬《くすり》を携帯《けいたい》する。

⑤ 山田《やまだ》さんに入浴《にゅうよく》を進《すす》めたところ、「今日《きょう》はいい」とのことだった。

⑥ 山田《やまだ》さんの皮膚《ひふ》の状態《じょうたい》を確認《かくにん》し、看護師《かんごし》に伝《つた》えた。

	×		○
例	億	➡	憶
①		➡	
②		➡	
③		➡	
④		➡	
⑤		➡	
⑥		➡	

【3】説明文《せつめいぶん》に合《あ》うものを線《せん》で結《むす》びましょう。

例《れい》）手《て》の使《つか》い過《す》ぎによって、指《ゆび》や手首《てくび》の関節《かんせつ》に痛《いた》みが出《で》ること。	a）脱臼《だっきゅう》
①　関節《かんせつ》がはずれて、骨《ほね》の位置《いち》がずれること。	b）捻挫《ねんざ》
②　暗《くら》いところで極端《きょくたん》に見《み》えにくくなること。	c）結膜炎《けつまくえん》
③　目《め》がかゆくなったり、充血《じゅうけつ》や目《め》やにが生《しょう》じること。	d）腱鞘炎《けんしょうえん》
④　足首《あしくび》や手首《てくび》、指《ゆび》などをひねってけがをすること。	e）夜盲症《やもうしょう》

【4】記録《きろく》を読《よ》んで、①～⑫の漢字《かんじ》と読《よ》み方《かた》を書《か》きましょう。

■事故報告書《じこほうこくしょ》

<table>
<tr><td colspan="4">20××年《ねん》8月《がつ》21日《にち》（土《ど》）</td></tr>
<tr><td>利用者《りようしゃ》</td><td>田中《たなか》　和子《かずこ》</td><td>記録者《きろくしゃ》</td><td>フン</td></tr>
<tr><td>発生時刻《はっせいじこく》</td><td>項目《こうもく》</td><td colspan="2">内容《ないよう》</td></tr>
<tr><td>23:10</td><td>①状況
報告《ほうこく》</td><td colspan="2">②しょうとう前《まえ》、田中《たなか》さんの居室《きょしつ》からドスンという音《おと》が聞《き》こえた。すぐに介護士《かいごし》が居室《きょしつ》へ向《む》かったところ、ベッドの横《よこ》でうつぶせで倒《たお》れている田中《たなか》さんを発見《はっけん》した。「大丈夫《だいじょうぶ》ですか」と声《こえ》をかけると、「うん」と返答《へんとう》あり。「肘《ひじ》が痛《いた》い」との③訴えがあったので、フロアにいた看護師《かんごし》を呼《よ》び、全身《ぜんしん》を確認《かくにん》した。赤《あか》みなど目《め》立《だ》った異常《いじょう》は見《み》られなかった。「トイレに行《い》こうと思《おも》って立《た》ち上《あ》がったら、ふらついてしまった。昼間《ひるま》に散歩《さんぽ》して足《あし》が④つかれていたかな。」とのこと。痛《いた》みは少《すこ》し治《おさ》まったようなので、そのまま⑤就寝していただいた。</td></tr>
<tr><td colspan="2">医療的《いりょうてき》な処置《しょち》</td><td colspan="2">翌朝《よくあさ》、アーク医院《いいん》を⑥じゅしん。右肘関節《みぎひじかんせつ》⑦打撲と判断《はんだん》。</td></tr>
<tr><td colspan="2">再発防止策《さいはつぼうしさく》</td><td colspan="2">トイレに行《い》く⑧さいは職員《しょくいん》に声《こえ》をかけてもらう。見守《みまも》り体制《たいせい》を強化《きょうか》する。</td></tr>
</table>

■食事《しょくじ》の記録《きろく》

<table>
<tr><td colspan="4">20××年《ねん》6月《がつ》15日《にち》（火《か》）</td></tr>
<tr><td>利用者《りようしゃ》</td><td>木村《きむら》　実《みのる》</td><td>記録者《きろくしゃ》</td><td>フン</td></tr>
<tr><td>記入時間《きにゅうじかん》</td><td>項目《こうもく》</td><td colspan="2">内容《ないよう》</td></tr>
<tr><td>21:30</td><td>食事記録《しょくじきろく》</td><td colspan="2">昼食中《ちゅうしょくちゅう》、木村《きむら》さんは「炊《た》き込《こ》みご飯《はん》は⑨嫌い」と言《い》って、半量残《はんりょうのこ》した。いつも食《た》べているため、どうしたのか聞《き》くと、⑩義歯が合わず、うまく噛《か》めないとのこと。夕食《ゆうしょく》は本人《ほんにん》の了承《りょうしょう》のもと、お粥《かゆ》にしたところ⑪かんしょく。21：00ごろお茶《ちゃ》を100ml飲《の》んだ。明日《あす》、看護師《かんごし》に相談《そうだん》し、歯科医《しかい》に⑫診てもらうことを検討《けんとう》する。</td></tr>
</table>

①	②	③	④
⑤	⑥	⑦	⑧
⑨	⑩	⑪	⑫

COLUMN　知《し》っトク　家族《かぞく》の呼称《こしょう》

表《ひょう》①　＜私《わたし》の家族《かぞく》＞

一般的《いっぱんてき》な親族名称《しんぞくめいしょう》ですが、自分《じぶん》の家族《かぞく》について話《はな》すときにも使《つか》います。

（　　）のことばは呼《よ》び方《かた》です。本人《ほんにん》に直接《ちょくせつ》呼《よ》びかけるときは、（　）のことばで呼《よ》ぶことができます。

（　　）のことばがないときは、名前《なまえ》や、名前《なまえ》に「さん」「ちゃん」「くん」などをつけて呼《よ》びかけます。

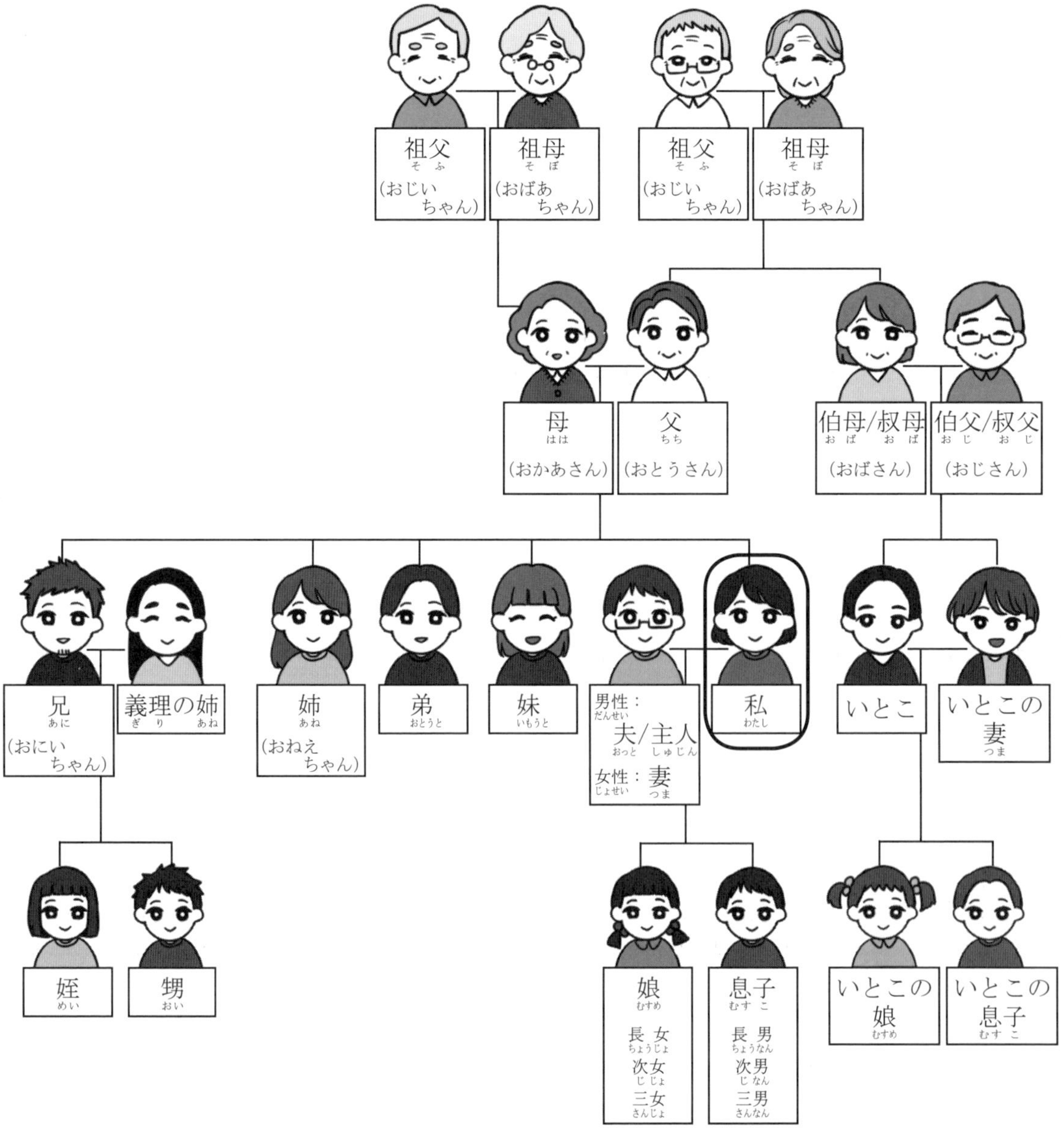

表《ひょう》②　＜利用者《りようしゃ》さん・患者《かんじゃ》さんの家族《かぞく》＞

利用者《りようしゃ》さん・患者《かんじゃ》さんのご家族《かぞく》の言《い》い方《かた》です。
利用者《りようしゃ》さん・患者《かんじゃ》さんがご自身《じしん》のご家族《かぞく》について話《はな》すときは、表《ひょう》①のことばを使《つか》いますが、介護士《かいごし》・看護師《かんごし》が利用者《りようしゃ》さん・患者《かんじゃ》さんのご家族《かぞく》について話《はな》すときは、表《ひょう》②のことばを使《つか》います。

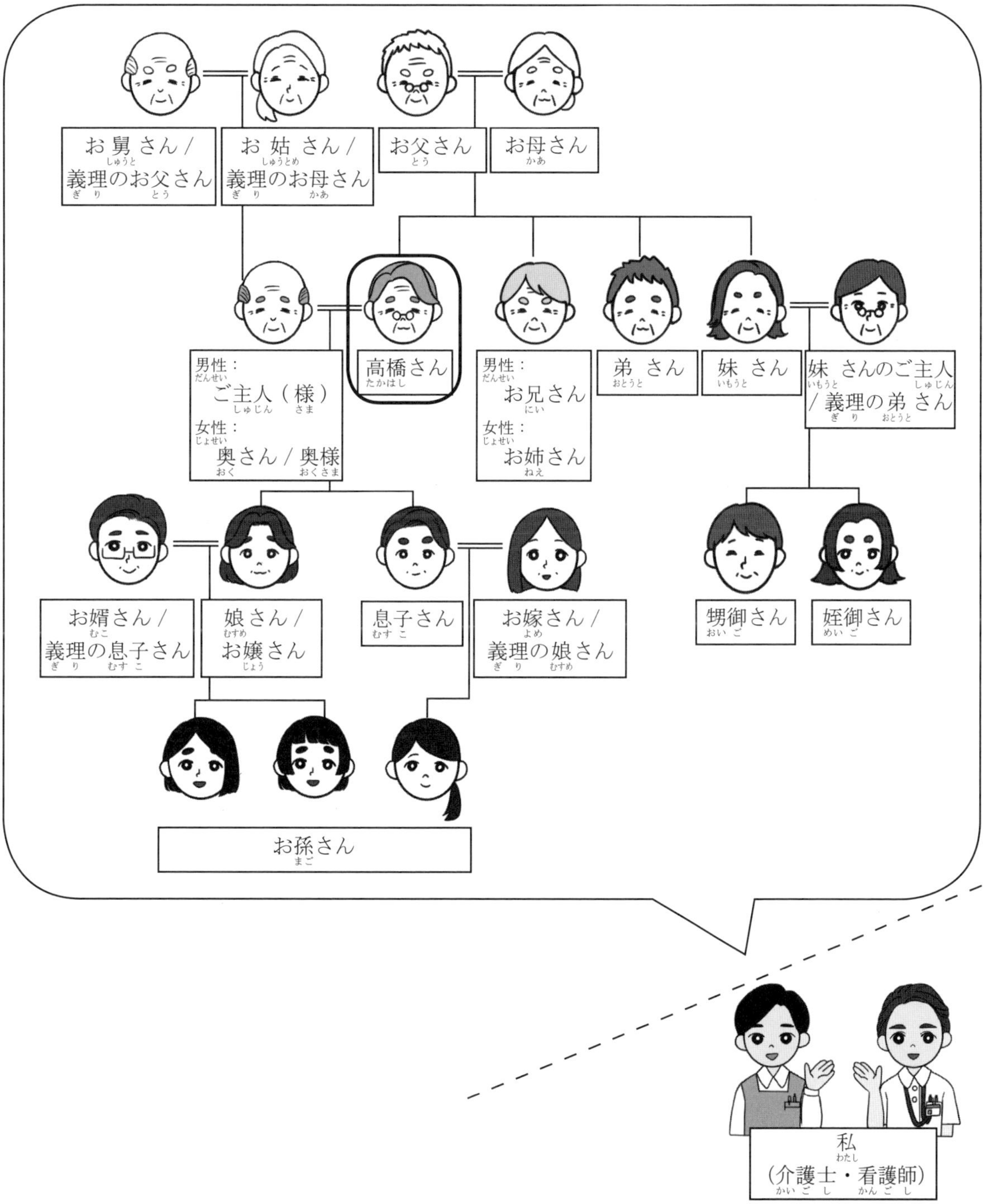

17章《しょう》　医療《いりょう》

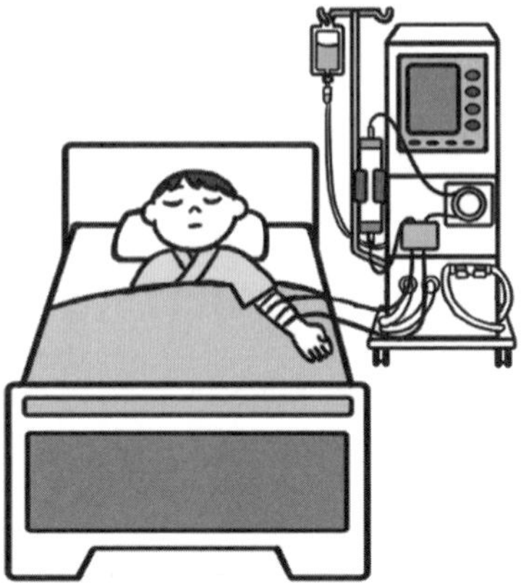

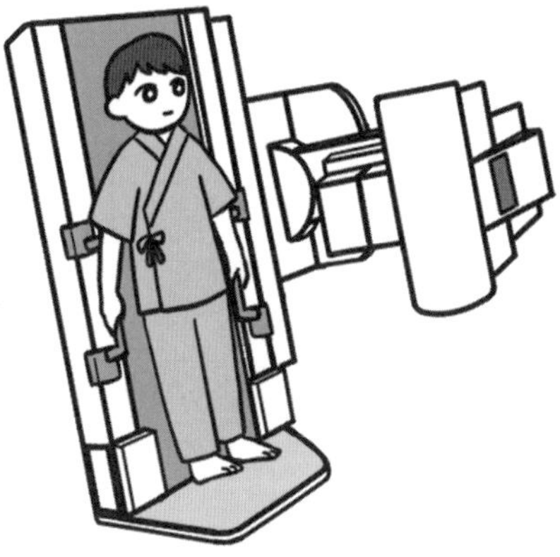

①施設《しせつ》・病院《びょういん》にある医療機器《いりょうきき》の名前《なまえ》を言《い》ってみましょう。

②それぞれの医療機器《いりょうきき》を使《つか》うとき、どんなことに
気《き》をつけますか。

□射

い－る
シャ

(10)

□ 注射《ちゅうしゃ》	Injection	Tiêm
□ 皮下注射《ひかちゅうしゃ》	Subcutaneous injection	Tiêm dưới da
□ 日射病《にっしゃびょう》	Sunstroke	Bệnh say nắng
□ 放射線《ほうしゃせん》	Radiation	Tia phóng xạ

中村《なかむら》さんは今月《こんげつ》から放射線《ほうしゃせん》治療《ちりょう》を開始《かいし》した。
Ms. Nakamura started radiation therapy from this month.
Bà Nakamura đã bắt đầu trị xạ từ tháng này.

□採

と－る
サイ

(11)

□ 血液《けつえき》を採《と》る	Take a blood sample	Lấy máu
□ 採血《さいけつ》	Blood draw	Việc lấy máu
□ 採尿《さいにょう》	Urine sampling	Việc lấy nước tiểu
□ *採痰《さいたん》	Phlegm sampling	Việc lấy mẫu đàm

採血《さいけつ》後《ご》、止血《しけつ》のために絆創膏《ばんそうこう》を貼《は》った。
After the blood draw, I applied an adhesive plaster to stop bleeding.
Sau khi lấy máu, tôi đã dán miếng gạc để cầm máu.

□抜

ぬ－く
ぬ－ける
ぬ－かす
ぬ－かる
バツ

(7)

□ 抜《ぬ》ける／抜《ぬ》く	Come out/ Remove	Rụng (răng, tóc), thoát ra (khí v.v.)/ Nhổ, rút, lấy ra
□ 息《いき》抜《ぬ》き	Rest	Sự nghỉ ngơi, thư giãn
□ 抜糸《ばっし》	Removing stitches	Việc tháo chỉ
□ 抜歯《ばっし》	Tooth extraction	Việc nhổ răng

医師《いし》と相談《そうだん》して、親知《おやし》らずを抜《ぬ》いた。
I talked with a doctor and had my wisdom tooth pulled.
Sau khi trao đổi với bác sỹ, tôi đã nhổ răng khôn.

□滴

しずく
したた－る
テキ

(14)

□ 血《ち》が滴《したた》る	Blood drips	Máu chảy ròng ròng
□ 点滴《てんてき》	Drip infusion	Truyền nước
□ 点滴薬《てんてきやく》	Drops	Thuốc dùng trong truyền nước
□ 滴下《てきか》	Drop	Sự nhỏ giọt; giọt nhỏ xuống

入院《にゅういん》後《ご》、点滴静脈内注射《てんてきじょうみゃくないちゅうしゃ》が開始《かいし》された。
After hospitalization, intravenous infusion began.
Sau phẫu thuật, người bệnh bắt đầu được truyền dịch tĩnh mạch.

□技 わざ ギ (7)

技

□ 技能《ぎのう》	Skill	Kỹ năng
□ 生活技能訓練《せいかつぎのうくんれん》	Social skills training	Đào tạo, huấn luyện kỹ năng xã hội (kỹ năng mềm)
□ 検査技師《けんさぎし》	Laboratory technician	Kỹ thuật viên phòng xét nghiệm
□ 歯科技工士《しかぎこうし》	Dental technician	Kỹ thuật viên nha khoa

臨床検査技師《りんしょうけんさぎし》は、検査《けんさ》に関《かん》する幅広《はばひろ》い知識《ちしき》を持《も》ち合《あ》わせている。
Clinical laboratory technicians have a wide range of knowledge regarding inspection.
Kỹ thuật viên xét nghiệm lâm sàng luôn có sẵn kiến thức rộng về lĩnh vực xét nghiệm.

□術 ジュツ (11)

術

□ 生活支援技術《せいかつしえんぎじゅつ》	Life support technology	Công nghệ hỗ trợ cuộc sống
□ 医療技術《いりょうぎじゅつ》	Medical technology	Kỹ thuật y tế
□ 開腹手術《かいふくしゅじゅつ》	Abdominal surgery	Phẫu thuật mở bụng
□ 術後《じゅつご》	After surgery	Hậu phẫu

胃《い》がんの術後《じゅつご》の体力回復《たいりょくかいふく》には個人差《こじんさ》があり、手術方法《しゅじゅつほうほう》によっても異《こと》なる。
Physical recovery after stomach cancer surgery is different, depending on individuals and operative procedure.
Tốc độ phục hồi thể lực sau khi phẫu thuật ung thư dạ dày sẽ khác nhau tùy vào người bệnh và phương pháp phẫu thuật.

□創 つく-る ソウ (12)

創

□ 創《つく》る	Create	Chế tạo, tạo ra, thành lập
□ 創作活動《そうさくかつどう》	Creative activity	Hoạt động sáng tạo
□ 創部《そうぶ》	Wound area	Bộ phận bị thương
□ *絆創膏《ばんそうこう》	Adhesive plaster	Băng gạc

木村《きむら》さんは創部《そうぶ》の痛《いた》みを医師《いし》に伝《つた》えた。
Mr. Kimura told of pain in a wound area to a doctor.
Ông Kimura nói với bác sỹ về việc vết thương bị đau.

□携 たずさ-える たずさ-わる ケイ (13)

携

□ 携《たずさ》わる	Engage in, Be involved in	Làm việc liên quan đến
□ 連携《れんけい》	Cooperation	Liên kết
□ 携帯《けいたい》	Carrying (on one's person), Portable	Di động, sự mang theo bên người

医療現場《いりょうげんば》では、多職種《たしょくしゅ》と連携《れんけい》していくことが不可欠《ふかけつ》だ。
Cooperation with many people in other occupations is essential in medical settings.
Trong thực tế ngành y, không thể thiếu sự liên kết giữa nhiều ngành nghề khác nhau.

□ 透 (10)

すーく
すーかす
すーける
トウ

□ 透《す》かす	See through	Để trống, (nhìn) xuyên qua
□ 浸透《しんとう》	Penetration	Thấm, thẩm thấu, lan rộng
□ 透視検査《とうしけんさ》	Fluoroscopic examination	Nội soi huỳnh quang
□ 透明《とうめい》な	Transparent	Trong suốt

胃透視検査《いとうしけんさ》は、食道《しょくどう》・胃《い》・十二指腸内《じゅうにしちょうない》の病変《びょうへん》をチェックするための検査《けんさ》だ。
Stomach fluoroscopic examination is an examination to check for lesions in the esophagus, stomach, and duodenum.
Nội soi huỳnh quang dạ dày là xét nghiệm dùng để kiểm tra sự thay đổi về tình trạng bệnh trong thực quản, dạ dày, tá tràng.

□ 析 (8)

セキ

□ 透析《とうせき》	Dialysis	Sự thẩm tách
□ 解析《かいせき》	Analysis	Sự phân tích
□ 分析《ぶんせき》	Analysis	Sự phân tích
□ 精神分析《せいしんぶんせき》	Psychoanalysis	Phân tâm học, sự phân tích tâm lý

透析《とうせき》を開始《かいし》すると、様々《さまざま》な合併症《がっぺいしょう》を引《ひ》き起《お》こすことがある。
Dialysis sometimes causes a variety of complications.
Khi bắt đầu thẩm tách, có thể xảy ra nhiều biến chứng.

□ 環 (17)

カン

□ 環境《かんきょう》	Environment	Môi trường
□ 環境整備《かんきょうせいび》	Environment improvement	Sự bố trí, sắp xếp môi trường
□ 環境汚染《かんきょうおせん》	Environmental pollution	Ô nhiễm môi trường
□ 一環《いっかん》	As a part of	Một phần

日頃《ひごろ》の環境整備《かんきょうせいび》は、感染症《かんせんしょう》予防《よぼう》において重要《じゅうよう》である。
Daily environmental improvement is essential to prevent infection.
Sự sắp xếp, điều chỉnh môi trường thường xuyên là vô cùng quan trọng trong phòng tránh bệnh lây nhiễm.

□ 循 (12)

ジュン

□ 循環《じゅんかん》	Circulation	Sự tuần hoàn
□ 悪循環《あくじゅんかん》	Vicious circle	Vòng tuần hoàn xấu
□ 血液循環《けつえきじゅんかん》	Blood circulation	Tuần hoàn máu
□ 循環器《じゅんかんき》	Circulatory organ	Cơ quan tuần hoàn

木村《きむら》さんは循環器内科《じゅんかんきないか》で定期健診《ていきけんしん》を受《う》けている。
Mr. Kimura regularly visits cardiovascular internal medicine for a check-up.
Ông Kimura làm xét nghiệm định kỳ tại nội khoa tuần hoàn.

☐ 処

ショ

(5)

処

☐	処理《しょり》	Processing	Sự xử lý, giải quyết
☐	処方箋《しょほうせん》	Prescription	Đơn thuốc, toa thuốc
☐	応急処置《おうきゅうしょち》	Emergency procedure/ First aid	Biện pháp sơ cứu
☐	対処《たいしょ》	Handling	Đối xử, xử trí

万《まん》が一《いち》のために、応急処置《おうきゅうしょち》の知識《ちしき》を持《も》つことは大切《たいせつ》だ。

Having knowledge of emergency procedure (first aid) is important in case of an emergency.

Cần có kiến thức về sơ cứu để phòng những trường hợp không mong muốn xảy ra.

☐ 措

ソ

(11)

措

☐	措置《そち》	Legal measure	Biện pháp
☐	措置制度《そちせいど》	Legal measures system	Chế độ phúc lợi mà ở đó nhà nước đưa ra biện pháp hỗ trợ thích hợp cho từng cá nhân
☐	措置入院《そちにゅういん》	Involuntary hospitalization	Nhập viện cưỡng chế

措置入院《そちにゅういん》していた患者《かんじゃ》さんが、明日《あす》退院《たいいん》することになった。

An involuntarily hospitalized patient is to leave hospital tomorrow.

Bệnh nhân nhập viện cưỡng chế được cho xuất viện vào ngày mai.

☐ 滅

ほろ－びる
ほろ－ぼす
メツ

(13)

滅

☐	滅《ほろ》びる／滅《ほろ》ぼす	Be ruined/ Destroy, Ruin	Bị diệt vong, bị hủy hoại/ Tiêu diệt, phá hủy
☐	消滅《しょうめつ》	Extinction	Sự tiêu biến, sự biến mất
☐	撲滅《ぼくめつ》	Eradication	Sự tiêu diệt tận gốc

知人《ちじん》の発病《はつびょう》を機《き》に、乳《にゅう》がん撲滅運動《ぼくめつうんどう》に参加《さんか》した。

I joined a campaign against breast cancer, because one of my acquaintances got breast cancer.

Tôi đã tham gia phong trào trị tận gốc ung thư vú, xuất phát từ việc nghe tin người quen mắc phải căn bệnh này.

☐ 菌

キン

(11)

菌

☐	細菌《さいきん》	Bacteria	Vi khuẩn
☐	滅菌《めっきん》	Sterilization	Diệt khuẩn
☐	保菌者《ほきんしゃ》	Carrier	Người mang mầm bệnh
☐	無菌室《むきんしつ》	Aseptic room	Phòng vô trùng

急性白血病《きゅうせいはっけつびょう》の患者《かんじゃ》は、無菌室《むきんしつ》の適応《てきおう》になることが多《おお》い。

Patients with acute leukemia are often accommodated to an aseptic room.

Bệnh nhân mắc chứng bạch cầu cấp tính thường sẽ được điều trị tại phòng vô trùng.

☐ **訪**
おとず-れる
たず-ねる
ホウ
(11)

☐ 訪《たず》ねる	Visit	Ghé thăm
☐ 訪問介護《ほうもんかいご》	Home-visit care	Chăm sóc tại gia
☐ 訪問診療《ほうもんしんりょう》	Visiting care	Việc bác sỹ khám chữa tại nhà bệnh nhân
☐ 訪問看護《ほうもんかんご》ステーション	Home nursing station	Cơ sở cung cấp dịch vụ điều dưỡng tại gia

祖母《そぼ》は現在《げんざい》、訪問介護《ほうもんかいご》を利用《りよう》している。
My grandmother now uses a home-visit care system.
Hiện nay, bà tôi đang sử dụng dịch vụ chăm sóc, hỗ trợ tại gia.

☐ **命**
いのち
メイ
ミョウ
(8)

☐ 命《いのち》	Life	Sinh mệnh
☐ 余命《よめい》	Rest of one's life	Ngày tháng còn lại của cuộc đời
☐ 生命保険《せいめいほけん》	Life insurance	Bảo hiểm nhân thọ
☐ 寿命《じゅみょう》	Life span	Tuổi thọ

男性《だんせい》より女性《じょせい》の平均寿命《へいきんじゅみょう》のほうが長《なが》いと言《い》われている。
It is said that the life span of females is longer than that of males.
Người ta cho rằng tuổi thọ của nữ thường cao hơn nam.

☐ **酸**
す-い
サン
(14)

☐ 酸素《さんそ》マスク	Oxygen mask	Mặt nạ dưỡng khí
☐ 有酸素運動《ゆうさんそうんどう》	Aerobic exercise	Các môn vận động nhẹ tăng nhịp tim, đốt cháy mỡ
☐ 抗酸化作用《こうさんかさよう》	Antioxidative effect	Tác dụng chống oxy hóa
☐ 酸《す》っぱい	Acid, Sour	Chua

ビタミンE《イー》は、強《つよ》い抗酸化作用《こうさんかさよう》を持《も》つ脂溶性《しようせい》のビタミンだ。
Vitamin E is a fat-soluble vitamin with strong antioxidative effect.
Vitamin E là vitamin hòa tan trong chất béo, có tác dụng chống oxy hóa mạnh.

☐ **飽**
あ-きる
あ-かす
ホウ
(13)

☐ 飽《あ》きる	Tire (of something), Weary (of)	Chán, ngán
☐ 飽《あ》きっぽい	Easily bored	Dễ chán, dễ bỏ cuộc
☐ 飽和状態《ほうわじょうたい》	Saturation	Trạng thái bão hòa
☐ 酸素飽和度《さんそほうわど》	Oxygen saturation	Độ bão hòa oxy

パルスオキシメーターは、血液中《けつえきちゅう》の酸素飽和度《さんそほうわど》を測《はか》る機器《きき》だ。
A pulse oximeter is a device to measure oxygen saturation in the blood.
Máy đo SpO2 là thiết bị đo độ bão hòa ôxy trong máu.

復《ふく》習《しゅう》

【1】＿＿＿＿＿の読《よ》み方《かた》を書《か》きましょう。

例《れい》）介護《かいご》保険《ほけん》制度《せいど》創設前《そうせつまえ》は、措置制度《せいど》が主流《しゅりゅう》だった。

1. 介護《かいご》の現場《げんば》では、多職種《たしょくしゅ》との連携が大切《たいせつ》だ。

2. 「尿《にょう》を採ったら、こちらに置《お》いてください。」

3. 滴下速度《そくど》の調整《ちょうせい》を行《おこな》う。

4. 弟《おとうと》は歯科《しか》技工士の資格《しかく》を持《も》っている。

5. 膝《ひざ》を擦《す》りむいたので、絆《ばん》創膏《こう》を貼《は》った。

6. 検体《けんたい》を分析して、データを取《と》りまとめる。

7. 利用者《りようしゃ》さんが就寝《しゅうしん》しやすい環境《きょう》を整《ととの》える。

8. 医師《いし》に処方箋《せん》を出《だ》してもらった。

9. 「1週間後《しゅうかんご》に抜糸をしましょう。」

10. 傷口《きずぐち》や損傷《そんしょう》した皮膚《ひふ》に、滅菌ガーゼを使用《しよう》する。

11. 祖父《そふ》は余命半年《はんとし》という宣告《せんこく》を受《う》けた。

12. 医師《いし》の指示《しじ》で、患者《かんじゃ》さんに酸素《そ》マスクをあてた。

例《れい》	そち
1	
2	
3	
4	
5	
6	
7	
8	
9	
10	
11	
12	

【2】＿＿＿＿を漢字《かんじ》で書《か》きましょう。

例《れい》）健康診断《けんこうしんだん》で、さいけつを行《おこな》った。

1. 健人《けんと》くんはちゅうしゃを嫌《いや》がって、大泣《おおな》きした。

2. 近年《きんねん》の医療《いりょう》ぎじゅつの進歩《しんぽ》はめざましいものがある。

3. 息子《むすこ》は、将来《しょうらい》医療《いりょう》にたずさわりたいそうだ。

4. 伊藤《いとう》さんは人工《じんこう》とうせきを行《おこな》っている。

5. 池田《いけだ》先生《せんせい》は、じゅんかん器内科《きないか》の医師《いし》だ。

6. 老人《ろうじん》ホームに入所《にゅうしょ》している祖母《そぼ》をたずねた。

7. 採血後《さいけつご》は、駆血帯《くけつたい》を外《はず》してから針《はり》をぬく。

8. 医療現場《いりょうげんば》では常《つね》にいのちの大切《たいせつ》さを考《かんが》えさせられる。

9. 田中《たなか》さんはあきっぽい性格《せいかく》のようだ。

10. ほうもん介護《かいご》サービスについて、説明《せつめい》を受《う》けた。

11. レクリエーションにそうさく活動《かつどう》を取《と》り入《い》れた。

12. 先輩《せんぱい》が汚物《おぶつ》しょりの方法《ほうほう》について説明《せつめい》してくれた。

例《れい》	採血
1	
2	
3	
4	
5	
6	
7	
8	
9	
10	
11	
12	

18章《しょう》　災害《さいがい》

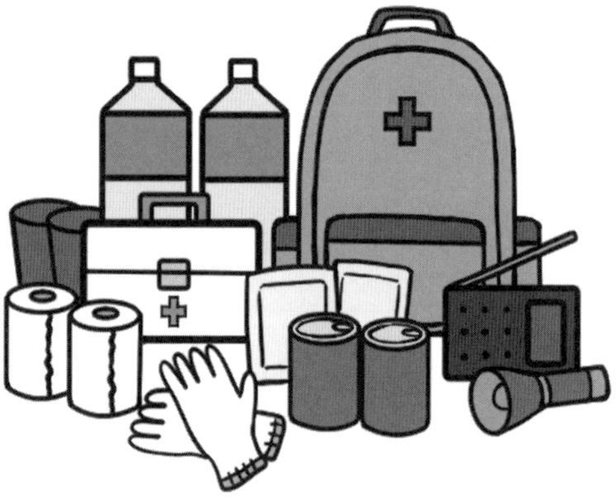

①日本《にほん》ではどんな災害《さいがい》が起《お》こるでしょうか。

②避難《ひなん》するとき、どんなことに気《き》をつけますか。

□ 雷

かみなり
ライ
(13)

□ 雷《かみなり》	Thunder	Sấm sét
□ 雷雨《らいう》	Thunderstorm	Mưa kèm sấm sét
□ 遠雷《えんらい》	Distant thunder	Tiếng sấm từ xa

昨日《きのう》は雷《かみなり》がうるさくて、眠《ねむ》れなかった。
I couldn't sleep yesterday because of the rolling thunder.
Hôm qua tôi không ngủ được vì tiếng sấm sét.

□ 嵐

あらし
(12)

□ 嵐《あらし》	Storm	Cơn bão; giông tố
□ 砂嵐《すなあらし》	Dust storm	Bão cát
□ 花嵐《はなあらし》	Strong wind in spring	Cơn mưa cánh hoa

天気予報《てんきよほう》によると、午後《ごご》から春《はる》の嵐《あらし》になるそうだ。
According to the weather forecast, there will be a spring storm from this afternoon.
Theo dự báo thời tiết, từ chiều nay sẽ có bão mùa xuân tràn về.

□ 崩

くず-れる
くず-す
ホウ
(11)

□ 崩《くず》れる／崩《くず》す	Collapse/ Break	Sụp, đổ, rối loạn / phá hủy, kéo đổ, làm rối loạn
□ がけ崩《くず》れ	Landslide	Sự lở đất, đá
□ 崩落《ほうらく》	Collapse	Sự sụp, đổ, sập
□ ※雪崩《なだれ》	Avalanche	Tuyết lở

台風《たいふう》9号《ごう》の影響《えいきょう》で、裏山《うらやま》のがけが崩《くず》れたようだ。
It seems that a cliff of a mountain behind a house collapsed due to Typhoon No. 9.
Vách đá ngọn núi sau nhà bị sạt lở do ảnh hưởng của cơn bão số 9.

□ 壊

こわ-す
こわ-れる
カイ
*エ
(16)

□ 崩壊《ほうかい》	Breakdown, Collapse	Sự phá bỏ
□ 倒壊《とうかい》	Collapse	Sự sụp đổ, sự tan vỡ
□ 壊血病《かいけつびょう》	Scurvy	Bệnh scobut; bệnh do thiếu Vitamin C
□ *壊死《えし》	Necrosis	Hoại tử

地震《じしん》の後《あと》は、山《やま》や家屋《かおく》の倒壊《とうかい》に注意《ちゅうい》する。
We should pay attention to collapse of mountain sides and buildings after earthquakes.
Cần chú ý tới sự sụp đổ của nhà cửa, đồi núi sau khi xảy ra động đất.

□ 洪

コウ

(9)

□ 洪水《こうずい》	Flood	Lũ lụt

梅雨時《つゆどき》や台風《たいふう》シーズンは、河川《かせん》の近《ちか》くで洪水《こうずい》が起《お》こりやすい。

Floods are likely to occur near rivers in rainy season and typhoon season.

Vào mùa mưa bão, dễ xảy ra lũ lụt ở khu vực lân cận các con sông.

□ 潮

しお
チョウ

(15)

□ 潮風《しおかぜ》	Sea breeze	Gió biển (mang hương vị muối)
□ 満潮《まんちょう》	High tide	Thủy triều dâng
□ 風潮《ふうちょう》	Mood, Climate (of opinion)	Chiều hướng, xu thế
□ 初潮《しょちょう》	One's first menstruation	Kỳ kinh nguyệt đầu tiên

台風《たいふう》の上陸《じょうりく》に伴《ともな》って、急激《きゅうげき》に潮位《ちょうい》が上昇《じょうしょう》した。

As the typhoon made landfall, the tide level rose rapidly.

Cùng với sự đổ bộ về đất liền của cơn bão, mức thủy triều đã dâng cao mạnh mẽ.

□ 波

なみ
ハ

(8)

□ 荒波《あらなみ》	Rough waves	Làn sóng mạnh, dữ dội
□ 波浪警報《はろうけいほう》	High-wave warning	Cảnh báo sóng lớn
□ 脳波《のうは》	Brain wave	Sóng não
□ 周波数《しゅうはすう》	Frequency	Tần số

台風《たいふう》が過《す》ぎ去《さ》った後《あと》でも、波浪警報《はろうけいほう》は続《つづ》いている。

Even after the typhoon passed, the high-wave warning is kept in place.

Kể cả sau khi cơn bão đã đi qua, vẫn có những cảnh báo về các đợt sóng lớn.

□ 津

つ
シン

(9)

□ 津波《つなみ》	Tsunami	Sóng thần
□ 津々浦々《つつうらうら》	Far and wide	Trải rộng khắp cả nước
□ 興味津々《きょうみしんしん》	Great interest	Hiếu kỳ, tò mò

先《さき》ほどの地震《じしん》の影響《えいきょう》による津波《つなみ》の心配《しんぱい》はないそうだ。

There is no concern of a tsunami following upon the earlier earthquake.

Nghe nói không có cảnh báo sóng thần do ảnh hưởng của trận động đất vừa rồi.

□ 防

ふせ－ぐ
ボウ
(7)

□ 防《ふせ》ぐ	Prevent	Phòng tránh
□ 予防接種《よぼうせっしゅ》	Vaccination	Việc tiêm phòng
□ 防水《ぼうすい》シーツ	Waterproof sheet	Tấm chống thấm
□ 防護服《ぼうごふく》	Protective clothing	Trang phục bảo hộ

救急隊《きゅうきゅうたい》は、防護服《ぼうごふく》を着用《ちゃくよう》して救助《きゅうじょ》にあたった。
Rescue crews wore protective clothing and conducted a rescue operation.
Đội cứu hộ trong trang phục bảo hộ, đã lên đường đi cứu trợ.

□ 災

わざわ－い
サイ
(7)

□ 災《わざわ》い	Disaster	Tai họa, tai ương
□ 防災訓練《ぼうさいくんれん》	Disaster prevention drill	Huấn luyện phòng chống thiên tai
□ 火災《かさい》	Fire	Hỏa hoạn
□ 災難《さいなん》	Misfortune, Disaster	Hoạn nạn, tai họa

「明日《あす》は 10 時《じ》から防災訓練《ぼうさいくんれん》を行《おこな》います。」
“We'll have a disaster prevention drill from 10 a.m. tomorrow.”
"Ngày mai sẽ có huấn luyện phòng chống thiên tai từ 10 giờ."

□ 備

そな－える
そな－わる
ビ
(12)

□ 備《そな》わる／備《そな》える	Be prepared/ Prepare	Được bố,trang bị đầy đủ/ Chuẩn bị, bố trí sẵn
□ 備《そな》え	Preparation	Sự chuẩn bị, bố trí sẵn
□ 準備《じゅんび》	Preparation	Sự chuẩn bị
□ 予備《よび》	Spare	Sự dự phòng, dự bị

災害《さいがい》が起《お》こったときの備《そな》えを充実《じゅうじつ》させておくことが大切《たいせつ》だ。
Fully preparing for disaster is important.
Cần phải có sự phòng bị đầy đủ phòng khi xảy ra thảm họa, thiên tai.

□ 蓄

たくわ－える
チク
(13)

□ 蓄《たくわ》える	Store, Keep in store	Tích, tích trữ
□ 備蓄《びちく》	Stockpile	Sự tích trữ, dự trữ
□ *蓄膿症《ちくのうしょう》	Empyema	Bệnh viêm xoang
□ 蓄尿《ちくにょう》	Collection of urine	Lượng nước tiểu có thể tích trữ tại bàng quang

病院《びょういん》では食料《しょくりょう》や飲料水《いんりょうすい》、医薬品《いやくひん》の必要量《ひつようりょう》を備蓄《びちく》している。
Hospitals stockpile necessary amounts of food, drinking water, and medicine.
Bệnh viện luôn dự trữ lượng lương thực, nước uống và đồ dùng y tế cần thiết.

□ 激

はげ－しい
ゲキ

(16)

激

□ 激《はげ》しい	Intense	Mãnh liệt, gay gắt, dữ dội
□ 刺激物《しげきぶつ》	Irritant	Chất kích thích
□ 激痛《げきつう》	Severe pain	Cơn đau dữ dội
□ 急激《きゅうげき》な	Rapid	Quyết liệt, mạnh mẽ, đột ngột

今晩《こんばん》は激《はげ》しい雷雨《らいう》になるため、外出《がいしゅつ》しないほうがいい。

As a violent thunderstorm is forecast, you shouldn't go out.

Tối nay không nên đi ra ngoài, vì sẽ có mưa lớn kèm theo sấm sét.

□ 震

ふる－う
ふる－える
シン

(15)

震

□ 震《ふる》える	Quake, Shake	Rung lắc, run rẩy
□ 震災《しんさい》	Earthquake disaster	Thảm họa động đất
□ 地震《じしん》	Earthquake	Động đất
□ *脳震盪《のうしんとう》	Concussion	Chấn động não bộ do va đập

昨夜《さくや》大《おお》きな地震《じしん》があり、目《め》が覚《さ》めた。

I was awakened by a big earthquake last night.

Đêm qua, tôi bị đánh thức vì một trận động đất lớn.

□ 揺

ゆ－れる
ゆ－らぐ
ゆ－する
ゆ－さぶる
ヨウ

(12)

揺

□ 揺《ゆ》れる	Shake	Rung lắc, chao đảo
□ 縦揺《たてゆ》れ・横揺《よこゆ》れ	Vertical vibration, Lateral vibration	Rung lắc theo phương dọc・Rung lắc theo phương ngang
□ 動揺《どうよう》	Shock, Feeling shaken	Sự dao động, bất an

地震《じしん》の後《あと》、利用者《りようしゃ》さんに動揺《どうよう》が見《み》られたため、そばについていた。

After the earthquake, as I found users were shaken, I stayed by their sides.

Sau trận động đất, người sử dụng có vẻ hoảng sợ, bất an, nên tôi đã ở bên cạnh theo dõi.

□ 避

さ－ける
ヒ

(16)

避

□ 避《さ》ける	Avoid	Tránh, tránh khỏi
□ 避難訓練《ひなんくんれん》	Evacuation drill	Luyện tập tránh nạn
□ 避難経路《ひなんけいろ》	Evacuation route	Lối/đường thoát hiểm
□ 逃避《とうひ》	Escape	Lảng tránh, né tránh

佐藤《さとう》さんはマリアさんに、避難経路《ひなんけいろ》の説明《せつめい》をした。

Ms. Sato explained the evacuation route to Maria.

Cô Sato đã giải thích cho Maria về lối thoái hiểm.

☐ **燃**　も－える　も－やす　も－す　ネン
(16)

燃

☐ 燃《も》える／燃《も》やす	Burn/ Burn	Cháy, cháy được, đốt được/ Đốt
☐ 可燃《かねん》	Burnable	Cháy được
☐ 不燃《ふねん》	Unburnable	Không cháy được

火《ひ》の近《ちか》くに、燃《も》えやすいものは置《お》かないようにする。
We shouldn’t place flammable items near fire.
Chú ý không để những vật dễ cháy gần lửa.

☐ **滑**　すべ－る　なめ－らか　カツ　コツ
(13)

滑

☐ 滑《すべ》る	Slip	Trơn, trượt
☐ 滑《すべ》り止《ど》め	Slip resistance	Chống trơn
☐ 滑《なめ》らかな	Smooth	Nhẵn, trơn, trôi chảy, thuận lợi
☐ 円滑《えんかつ》な	Smooth	Trôi chảy, trơn tru

地震《じしん》に備《そな》えて、家具《かぐ》や食器《しょっき》の滑《すべ》り止《ど》め対策《たいさく》をしている。
We set furniture and dishes so as not to slip against earthquakes.
Để chuẩn bị cho trường hợp động đất xảy ra, tôi đã lắp chống trơn cho đồ gia dụng và bát đĩa trong nhà.

☐ **浸**　ひた－す　ひた－る　シン
(10)

浸

☐ 浸《ひた》る／浸《ひた》す	Be flooded, Under water/ Immerse, Soak	Chìm trong, ngập trong (nước, tâm trạng v.v) / Ngâm, nhúng
☐ 浸水《しんすい》	Flooding, Inundation	Sự ngập trong nước, chìm trong nước
☐ 浸潤《しんじゅん》	Infiltration	Sự thấm qua, sự di căn (y tế)
☐ 浸潤《しんじゅん》がん	Invasive cancer	Ung thư di căn

昨晩《さくばん》の集中豪雨《しゅうちゅうごうう》の影響《えいきょう》で、浸水《しんすい》被害《ひがい》が発生《はっせい》した。
The torrential rain last night caused flood damage.
Trận mưa lớn tập trung đêm qua, đã gây ra thiệt hại do ngập úng.

☐ **停**　テイ
(11)

停

☐ 停止《ていし》	Stoppage, Interruption (electric supply, etc.)	Sự ngưng, sự dừng lại, sự đình chỉ
☐ 停電《ていでん》	Blackout	Sự mất điện
☐ 非常停止《ひじょうていし》ボタン	Emergency stop button	Nút dừng khẩn cấp

多《おお》くの病院《びょういん》は、停電《ていでん》した場合《ばあい》に備《そな》えて自家発電装置《じかはつでんそうち》を設置《せっち》している。
Many hospitals are equipped with a private electric generator in the case of a blackout.
Nhiều bệnh viện lắp đặt sẵn máy phát điện để phòng trường hợp mất điện.

復習《ふくしゅう》

【1】＿＿＿＿＿の読《よ》み方《かた》を書《か》きましょう。

例《れい》） 大雨《おおあめ》が降《ふ》って、潮位が上昇《じょうしょう》した。

1. 天気《てんき》が急変《きゅうへん》して、突然《とつぜん》雷雨となった。

2. 生活《せいかつ》リズムが崩れないように気《き》をつけている。

3. 壊死組織《そしき》がある傷《きず》は、治《なお》りにくいと言《い》われている。

4. 先《さき》ほどの地震《じしん》の影響《えいきょう》による津波の心配《しんぱい》はないそうだ。

5. 田中《たなか》さんはインフルエンザの予防接種を受《う》けた。

6. 先輩《せんぱい》に不燃ごみの出《だ》し方《かた》を教《おし》えてもらった。

7. 蓄膿《のう》症には、急性《きゅうせい》と慢性《まんせい》がある。

8. 口内炎《こうないえん》ができたときは、刺《し》激物を控《ひか》える。

9. 脳震盪《とう》が原因《げんいん》で、嘔吐《おうと》することがある。

10. 職場《しょくば》の人《ひと》との円滑なコミュニケーションは大切《たいせつ》だ。

11. 浸潤《じゅん》とは、がん細胞《さいぼう》が周《まわ》りに広《ひろ》がっていくことだ。

12. 介護施設《かいごしせつ》では年《ねん》に2回以上《かいいじょう》、避難訓練を行《おこな》っている。

例《れい》	ちょうい
1	
2	
3	
4	
5	
6	
7	
8	
9	
10	
11	
12	

【2】＿＿＿＿を漢字《かんじ》で書《か》きましょう。

例《れい》）今晩《こんばん》ははげしい雨《あめ》が降《ふ》りそうなので、外出《がいしゅつ》しない。

1. 春《はる》のあらしによって、大荒《おおあ》れの天気《てんき》が予想《よそう》される。

2. 海《うみ》が近《ちか》いので、窓《まど》を開《あ》けるとしおかぜを感《かん》じる。

3. てんかんの診断《しんだん》のため、のうは検査《けんさ》を行《おこな》った。

4. 高橋《たかはし》さんのベッドにぼうすいシーツを敷《し》いた。

5. 来週《らいしゅう》のひな祭《まつ》りイベントのじゅんびを始《はじ》めた。

6. かさいが発生《はっせい》した際《さい》の対応《たいおう》について研修《けんしゅう》を受《う》けた。

7. 昨日《きのう》の地震《じしん》は、急《きゅう》なよこゆれから始《はじ》まった。

8. 食前《しょくぜん》、食後《しょくご》の入浴《にゅうよく》はさけたほうがよい。

9. 浴室《よくしつ》ではすべらないように気《き》をつける。

10. 祖母《そぼ》は歯《は》が悪《わる》く、パンを牛乳《ぎゅうにゅう》にひたして食《た》べる。

11. ていでんした場合《ばあい》でも、職員《しょくいん》は落《お》ち着《つ》いて行動《こうどう》する。

12. この地域《ちいき》では、昨年《さくねん》の秋《あき》ごろにこうずいが起《お》こった。

例《れい》	激しい
1	
2	
3	
4	
5	
6	
7	
8	
9	
10	
11	
12	

17・18章《しょう》 クイズ

【1】絵《え》を見《み》て、漢字《かんじ》を書《か》きましょう。

例《れい》)

①

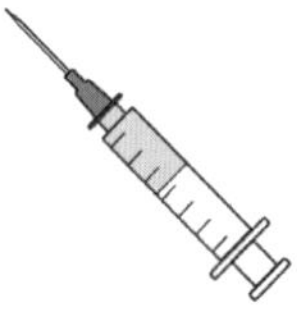

②

③

④

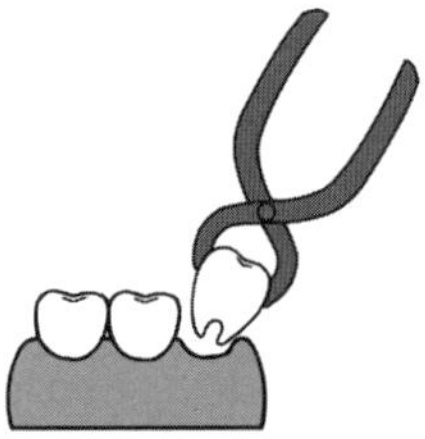

⑤

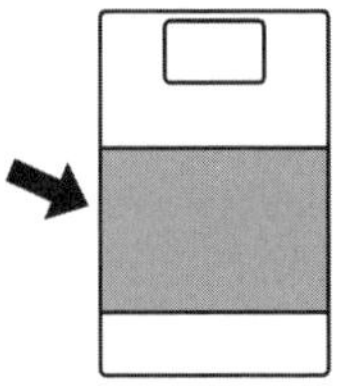

例《れい》) 停 電	① ＿＿＿ ＿＿＿	② 絆《ばん》 ＿＿＿ 膏《こう》
③ ＿＿＿	④ ＿＿＿ ＿＿＿ する	⑤ ＿＿＿ 水《すい》シーツ

【2】□から選《えら》んで、ことばを完成《かんせい》させましょう。また、(　　)に下線部《かせんぶ》の読《よ》み方《かた》も書《か》きましょう。

壊	携	措	激	処	~~震~~	蓄

例《れい》) 頭《あたま》を強《つよ》くぶつけると、脳[震]盪《とう》を起《お》こすことがある。　(　のうしんとう　)

① 副鼻腔炎《ふくびくうえん》は□膿症とも呼《よ》ばれている。　(　　　　)

② 胃《い》の調子《ちょうし》が悪《わる》いときは、刺□物を食《た》べないほうがいい。　(　　　　)

③ 細胞《さいぼう》や組織《そしき》の一部《いちぶ》が死《し》に至《いた》ることを□死という。　(　　　　)

④ 介護《かいご》、医療《いりょう》の現場《げんば》では多職種《たしょくしゅ》連□が欠《か》かせない。　(　　　　)

⑤ クリニックでもらった□方箋を持《も》って、薬局《やっきょく》へ行《い》った。　(　　　　)

【3】右《みぎ》の□にある読《よ》み方《かた》の漢字《かんじ》を10個見《こみ》つけて、○で囲《かこ》みましょう。
ことばは縦《たて》か横《よこ》の、どちらかで書《か》かれています。

祖	酸	素	医	生
点	滴	意	療	環
適	検	査	技	師
放	射	線	術	制
謝	血	点	採	血
寿	液	透	滅	金
命	循	析	菌	報
彩	環	境	整	備

例《れい》）さんそ
①てんてき
②さいけつ
③とうせき
④かんきょうせいび
⑤けつえきじゅんかん
⑥めっきん
⑦じゅみょう
⑧ほうしゃせん
⑨けんさぎし
⑩いりょうぎじゅつ

【4】資料《しりょう》を読《よ》んで、①～⑫のことばの読《よ》み方《かた》を書《か》きましょう。

（従業員《じゅうぎょういん》向《む》け資料《しりょう》）

ＡＲＣ《エーアールシー》特別《とくべつ》養《よう》護《ご》老人《ろうじん》ホームの①防災対策《たいさく》について

・年《ねん》に２回《かい》、②避難訓練《くんれん》を行《おこな》っています。
・③地震、④火災、台風《たいふう》、⑤浸水などさまざまなケースを想定《そうてい》しましょう。
（当施設《とうしせつ》は海《うみ》に近《ちか》いため、⑥波浪警報《けいほう》などの情報確認《じょうほうかくにん》も忘《わす》れないこと）
・施設内《しせつない》の家具《かぐ》の⑦滑り止め対策《たいさく》しています。
火《ひ》の近《ちか》くには⑧燃えやすいものを絶対《ぜったい》に置《お》かないようにしましょう。
・⑨備蓄について：
食料《しょくりょう》、水《みず》の非常用《ひじょうよう》バッグは常《つね》に⑩準備してあります。
備蓄の場所《ばしょ》を確認《かくにん》しておきましょう。何事《なにごと》も⑪備えが大切《たいせつ》です。

◎大切《たいせつ》なのは何《なに》があっても落《お》ち着《つ》いて行動《こうどう》することです。
慌《あわ》てずに、⑫動揺せずに利用者《りようしゃ》さんの安全《あんぜん》を確保《かくほ》しましょう。

①	②	③	④
⑤	⑥	⑦	⑧
⑨	⑩	⑪	⑫

19章《しょう》　職場《しょくば》での出来事《できごと》

①社会人《しゃかいじん》として働《はたら》くうえで、一番大切《いちばんたいせつ》だと思《おも》うことは何《なん》ですか。

②日本《にほん》で働《はたら》くうえで、どんなことに気《き》をつけたらいいでしょうか。

③上司《じょうし》や先輩《せんぱい》に、いいアドバイスをもらったことがありますか。
どんなアドバイスですか。

□ 雇

やと－う
コ

(12)

□ 雇《やと》う	Employ	Thuê mướn, tuyển dụng nhân công
□ 雇用《こよう》	Employment	Tuyển dụng
□ 雇用保険《こようほけん》	Employment insurance	Bảo hiểm thất nghiệp
□ 解雇《かいこ》	Firing	Sự sa thải

マリアさんは雇用契約書《こようけいやくしょ》にサインをした。

Maria signed the employment agreement.

Maria đã ký tên vào hợp đồng lao động.

□ 勤

つと－める
つと－まる
キン

(12)

□ 勤《つと》める	Work	Làm việc
□ 勤務医《きんむい》	Staff physician	Bác sỹ làm công ăn lương
□ 日勤《にっきん》	Day shift	Ca ngày
□ 夜勤《やきん》	Night shift	Ca đêm

「明日《あす》は勤務表《きんむひょう》の提出《ていしゅつ》を忘《わす》れないでください。」

“Don’t forget submitting the work schedule tomorrow.”

"Ngày mai bạn nhớ nộp bảng giờ làm nhé!"

□ 簿

ボ

(19)

□ 名簿《めいぼ》	Name list	Danh sách
□ 出勤簿《しゅっきんぼ》	Attendance record	Bảng chấm công
□ 帳簿《ちょうぼ》	Account book	Sổ sách kế toán

名簿《めいぼ》を見《み》て、本日《ほんじつ》の担当患者《たんとうかんじゃ》さんを確認《かくにん》する。

On the list, I confirm patients whom I’m in charge of taking care of.

Tôi xem danh sách và xác nhận người bệnh sẽ phụ trách hôm nay.

□ 刻

きざ－む
コク

(8)

□ 刻《きざ》み食《しょく》	Meal with minced ingredients	Món ăn được sắt nhỏ
□ 打刻《だこく》	Punching (a card in a time clock)	Dập, khắc, quẹt thẻ chấm công
□ 遅刻《ちこく》	Being late	Muộn, trễ
□ 深刻《しんこく》な	Serious	Nghiêm trọng

仕事《しごと》に遅刻《ちこく》しないように、規則正《きそくただ》しい生活《せいかつ》をする。

I keep regular hours not to be late for work.

Tôi duy trì sinh hoạt điều độ, để không bị muộn giờ làm.

☐ 周

(8)

まわ－り
シュウ

周

☐	周《まわ》り	Surroundings	Xung quanh
☐	周期《しゅうき》	Cycle	Chu kỳ
☐	歯周病《ししゅうびょう》	Periodontal disease	Bệnh nha chu
☐	一周忌《いっしゅうき》	First death anniversary	Giỗ đầu

円滑《えんかつ》に業務《ぎょうむ》を進《すす》めるために、周《まわ》りのスタッフとの連携《れんけい》は欠《か》かせない。

Cooperation with staff around us is necessary for smooth performance of duties.

Để tiến hành công việc một cách trôi chảy, không thể thiếu sự liên kết với các nhân viên khác.

☐ 囲

(7)

かこ－む
かこ－う
イ

囲

☐	囲《かこ》む	Surround	Bao quanh
☐	周囲《しゅうい》	Circumference	Khu vực/môi trường xung quanh
☐	雰囲気《ふんいき》	Atmosphere	Bầu không khí
☐	囲碁《いご》	Game of go	Cờ vây

雰囲気《ふんいき》のいい職場《しょくば》で働《はたら》くことができて、うれしい。

I'm happy to work in the workplace with a good atmosphere.

Được làm việc trong môi trường có bầu không khí cởi mở, tôi cảm thấy rất vui.

☐ 丁

(2)

チョウ
テイ

丁

☐	丁重《ていちょう》な	Polite	Lịch sự, đúng phép tắc, cẩn trọng
☐	3丁目《ちょうめ》	3-chome (3rd street)	Khu phố số 3
☐	包丁《ほうちょう》	Knife	Dao

患者《かんじゃ》さんのご家族《かぞく》からの差《さ》し入《い》れを、丁重《ていちょう》にお断《ことわ》りした。

I politely declined receiving a gift from the patient's family.

Tôi đã từ chối một cách lịch sự quà cảm ơn từ người nhà bệnh nhân.

☐ 寧

(14)

ネイ

寧

☐	丁寧《ていねい》な	Polite	Lịch sự, nghiêm chỉnh, cẩn thận
☐	丁寧語《ていねいご》	Polite language	Từ lịch sự

患者《かんじゃ》さんには、いつも丁寧《ていねい》な態度《たいど》で問診《もんしん》を行《おこな》う。

I always interview patients with a polite attitude.

Tôi luôn tiến hành điều tra y tế trước khám bằng thái độ tôn trọng người bệnh.

□ 御
おん
ギョ
ゴ
(12)

御

□	御礼《おんれい》	Gratitude	Lời cảm ơn
□	御中《おんちゅう》	Messrs.	Kính gửi ...
□	制御《せいぎょ》	Control	Sự chế ngự, sự kiểm soát
□	甥御《おいご》さん・姪御《めいご》さん	Nephew・Niece	Cháu trai・Cháu gái (con của anh chị em người khác)

会社《かいしゃ》に手紙《てがみ》を出《だ》すときは、宛先《あてさき》に「御中《おんちゅう》」を使《つか》う。
When sending letters to companies, we use "onchu" (meaning "to") following the company name in the address.
Khi gửi thư cho công ty, phải sử dụng cụm từ "kính gửi" với người nhận thư.

□ 慣
な－れる
な－らす
カン
(14)

慣

□	慣《な》れる	Get used to	Quen với
□	住《す》み慣《な》れる	Live for a long time	Sống quen ở
□	習慣《しゅうかん》	Habit, Custom	Phong tục tập quán, thói quen
□	生活習慣病《せいかつしゅうかんびょう》	Lifestyle disease	Bệnh có nguyên nhân từ thói quen sinh hoạt hàng ngày

少《すこ》しずつ仕事《しごと》にも慣《な》れてきて、職場《しょくば》へ行《い》くのが楽《たの》しくなってきた。
Little by little accustomed to the job, I came to enjoy going to the workplace.
Sau khi dần quen với công việc, tôi cũng cảm thấy việc đi làm hàng ngày trở nên vui vẻ hơn.

□ 忙
いそが－しい
ボウ
(6)

忙

□	忙《いそが》しい	Busy	Bận rộn
□	繁忙期《はんぼうき》	Busy season	Thời kỳ vô cùng bận rộn
□	多忙《たぼう》	Busy	Vô cùng bận rộn

今月《こんげつ》は各部署《かくぶしょ》で繁忙期《はんぼうき》を迎《むか》える。
Every department will become busy this month.
Tháng này sẽ là thời kỳ bận rộn của các bộ phận.

□ 悩
なや－む
なや－ます
ノウ
(10)

悩

□	悩《なや》む／悩《なや》ます	Be worried, Be troubled/ Bother, Trouble (somebody)	Lo lắng, phiền muộn/ làm cho ai đó phải lo lắng, phiền muộn
□	悩《なや》み	Worry, Trouble	Sự lo lắng, phiền muộn
□	苦悩《くのう》	Agony (mental), Distress	Sự phiền não, sự khổ tâm, sự đau khổ
□	子煩悩《こぼんのう》	Loving one's children dearly	Thương yêu con cái hết mực; cưng chiều quá mức

「悩《なや》みがあったら、いつでも相談《そうだん》してくださいね。」
"If you have worries, please come and talk to me anytime."
"Bất kỳ khi nào có vấn đề lo lắng, bạn hãy trao đổi với tôi nhé!"

□ 責
せ-める
セキ
(11)

責

□ 責《せ》める	Blame	Kết tội, trách mắng, thúc giục
□ 責任感《せきにんかん》	Sense of responsibility	Tinh thần trách nhiệm
□ 責任者《せきにんしゃ》	Responsible person	Người chịu trách nhiệm
□ 重責《じゅうせき》	Heavy responsibility	Trọng trách

社会人《しゃかいじん》になったら、責任《せきにん》をもって仕事《しごと》と向《む》き合《あ》わなければならない。
Adult working members of society should work with a sense of responsibility.
Sau khi thành người đi làm, tôi sẽ phải đối mặt với công việc bằng trách nhiệm của chính bản thân mình.

□ 昇
のぼ-る
ショウ
(8)

昇

□ 昇《のぼ》る	Go up	Leo lên; thăng tiến
□ 上昇《じょうしょう》	Rise	Sự lên cao
□ 昇進《しょうしん》	Promotion	Sự thăng chức
□ 階段昇降《かいだんしょうこう》	Stepping up the stairs	Sự lên xuống cầu thang

病院《びょういん》や介護《かいご》施設《しせつ》で昇進《しょうしん》するためには、資格取得《しかくしゅとく》も重要《じゅうよう》である。
Acquisition of qualifications is also important to be promoted in hospitals and nursing-care facilities.
Để có thể thăng tiến trong môi trường làm việc tại bệnh viện và cơ sở chăm sóc, cần có bằng cấp, chứng chỉ liên quan.

□ 価
あたい
カ
(8)

価

□ 栄養価《えいようか》	Nutritional value	Giá trị dinh dưỡng
□ 価値観《かちかん》	Values	Giá trị quan
□ 物価《ぶっか》	Prices	Vật giá

この病院《びょういん》では、患者《かんじゃ》さんやご家族《かぞく》の価値観《かちかん》を大切《たいせつ》にした看護《かんご》を目指《めざ》している。
This hospital aims for nursing care with respect for the values of patients and their families.
Bệnh viện này hướng tới sự chăm sóc, điều dưỡng, xem trọng giá trị quan của cả người bệnh và gia đình người bệnh.

□ 評
ヒョウ
(12)

評

□ 評価《ひょうか》	Evaluation	Sự đánh giá
□ 悪評《あくひょう》	Notorious reputation	Đánh giá không tốt, tiếng xấu
□ 評判《ひょうばん》	Reputation	Sự đánh giá, bình luận, danh tiếng

フンさんは仕事《しごと》ぶりが評価《ひょうか》されて、来年度《らいねんど》はリーダーを任《まか》されることになった。
Highly evaluated for his good work, Hung will be a leader from the next fiscal year.
Hưng được đánh giá tốt về thái độ làm việc, vì thế đã được cử làm trưởng nhóm từ năm sau.

□ **従** したが-う
したが-える
ジュウ
(10)

従

□ 指示《しじ》に従《したが》う	Follow instructions	Tuân theo chỉ thị
□ 従業員《じゅうぎょういん》	Employee	Nhân viên, người làm thuê
□ ※従兄弟《いとこ》	Cousin	Anh em họ (con trai)

この介護施設《かいごしせつ》では、63名《めい》の従業員《じゅうぎょういん》が働《はたら》いている。
Sixty-three employees work at this nursing-care facility.
Có 63 nhân viên đang làm việc tại cơ sở chăm sóc này.

□ **規** キ
(11)

規

□ 規則正《きそくただ》しい	Regular	Điều độ, có nề nếp
□ 就業規則《しゅうぎょうきそく》	Rules of employment	Nội quy lao động
□ 規定《きてい》	Regulation	Quy định, điều luật
□ 小規模多機能型居宅介護《しょうきぼたきのうがたきょたくかいご》	Multifunctional long-term care in a small group home	Cơ sở chăm sóc gia đình đa chức năng quy mô nhỏ

就業規則《しゅうぎょうきそく》について総務《そうむ》から説明《せつめい》があった。
The general affairs section explained the rules of employment.
Bộ phận hành chính đã giải thích về nội quy lao động.

□ **詳** くわ-しい
ショウ
(13)

詳

□ 詳《くわ》しい	Detailed	Tỉ mỉ, chi tiết
□ 詳細《しょうさい》	Details	Chi tiết, tường tận
□ 詳報《しょうほう》	Detailed report	Báo cáo chi tiết

申《もう》し送《おく》りでは、利用者《りようしゃ》さんの状態《じょうたい》を詳《くわ》しく伝《つた》える必要《ひつよう》がある。
You have to report details of users' condition in the handover when changing shifts.
Khi bàn giao công việc, cần truyền đạt cụ thể tình trạng của người sử dụng.

□ **秘** ひ-める
ヒ
(10)

秘

□ 秘密《ひみつ》	Secret	Bí mật
□ 守秘義務《しゅひぎむ》	Confidentiality obligation	Nghĩa vụ bảo mật
□ 便秘《べんぴ》	Constipation	Chứng táo bón

患者《かんじゃ》の個人情報《こじんじょうほう》を部外者《ぶがいしゃ》に漏《も》らすことは、守秘義務《しゅひぎむ》に違反《いはん》する。
Leaking personal information of patients to outsiders breaches confidentiality.
Việc để lộ thông tin cá nhân người bệnh cho người ngoài là vi phạm nghĩa vụ bảo mật.

復習《ふくしゅう》

【1】＿＿＿＿＿の読《よ》み方《かた》を書《か》きましょう。

例《れい》）仕事《しごと》に遅刻しないよう、早《はや》めに出勤《しゅっきん》する。

1. 総務《そうむ》スタッフが雇用保険《ほけん》の加入《かにゅう》手続《てつづ》きを行《おこな》う。

2. 免疫力向上《めんえきりょくこうじょう》のため、規則正しい生活《せいかつ》を心《こころ》がける。

3. 帳《ちょう》簿の管理《かんり》は経理《けいり》の仕事《しごと》だ。

4. 患者《かんじゃ》さんには丁寧なことばを使《つか》うようにする。

5. 「今日《きょう》は甥《おい》御さんがいらっしゃるんですね。」

6. 女性《じょせい》は生理《せいり》の影響《えいきょう》で、体温《たいおん》が上昇する時期《じき》がある。

7. ブロッコリーは栄養価の高《たか》い野菜《やさい》だ。

8. 「こちらで入院時《にゅういんじ》の詳細をご説明《せつめい》します。」

9. 池田先生《いけだせんせい》は勤務医として働《はたら》いている。

10. 運動《うんどう》をすることで、生活習慣病の予防《よぼう》ができる。

11. 患者《かんじゃ》さんの苦悩に寄《よ》り添《そ》える看護師《かんごし》になりたい。

12. 何事《なにごと》も責任感を持《も》って取《と》り組《く》んでいきたい。

例《れい》	ちこく
1	
2	
3	
4	
5	
6	
7	
8	
9	
10	
11	
12	

【2】＿＿＿＿を漢字《かんじ》で書《か》きましょう。

例《れい》）ご家族《かぞく》からの差《さ》し入《い》れを、ていちょうにお断《ことわ》りした。

1. 母《はは》は看護師《かんごし》としてアーク総合病院《そうごうびょういん》につとめている。

2. 先週《せんしゅう》から高橋《たかはし》さんにきざみしょくを提供《ていきょう》している。

3. 誕生日《たんじょうび》の木村《きむら》さんをかこんでお祝《いわ》いをした。

4. 仕事《しごと》のなやみを先輩《せんぱい》に相談《そうだん》した。

5. 住《す》みなれた町《まち》を離《はな》れるのは寂《さび》しい。

6. 今日《きょう》はスタッフが少《すく》なくて、とてもいそがしかった。

7. 利用者《りようしゃ》さんの状態《じょうたい》をくわしく記載《きさい》する。

8. 高齢者《こうれいしゃ》ほど、ぶっか上昇《じょうしょう》の影響《えいきょう》を受《う》けやすい。

9. 鈴木《すずき》さんは明《あか》るくて周《まわ》りの人《ひと》からひょうばんがいい。

10. 感染症《かんせんしょう》に罹患《りかん》したときは、保健所《ほけんじょ》の指示《しじ》にしたがう。

11. 利用者《りようしゃ》さんをせめるようなことを言《い》ってはならない。

12. 高橋《たかはし》さんがべんぴ気味《ぎみ》のため、看護師《かんごし》に相談《そうだん》した。

例《れい》	丁重
1	
2	
3	
4	
5	
6	
7	
8	
9	
10	
11	
12	

20章《しょう》　手《て》続《つづ》き・使《つか》い方《かた》

①就労《しゅうろう》を開始《かいし》するとき、どんな手《て》続《つづ》きが必要《ひつよう》でしょうか。

②日本《にほん》で生活《せいかつ》をしている間《あいだ》、どんな書類《しょるい》を書《か》くでしょうか。

□ **扱**

あつか-う

(6)

扱

□ 扱《あつか》う	Deal with, Treat, Operate	Sử dụng, thao tác
□ 取《と》り扱《あつか》う	Treat, Handle	Sử dụng, thao tác
□ 取扱説明書《とりあつかいせつめいしょ》	Manual	Hướng dẫn sử dụng
□ 子《こ》ども扱《あつか》い	Treating someone like a child	Đối xử như trẻ con

医療《いりょう》機器《きき》の取扱《とりあつか》いには、細心《さいしん》の注意《ちゅうい》を払《はら》う。
You should pay close attention to handling medical equipment.
Phải hết sức chú ý cẩn thận khi sử dụng thiết bị y tế.

□ **操**

みさお
あやつ-る
ソウ

(16)

操

□ 操《あやつ》る	Operate, maneuver	Vận hành, điều khiển
□ 体操《たいそう》	Exercise	Môn thể dục, bài thể dục
□ ラジオ体操《たいそう》	Radio gymnastics	Bài thể dục theo đài
□ 操作《そうさ》	Operation	Thao tác

新《あたら》しい介護《かいご》ベッドの操作《そうさ》方法《ほうほう》について説明《せつめい》を受《う》ける。
I am taught about how to operate new care beds.
Tôi được giải thích về cách thao tác với giường chăm sóc mới.

□ **鍵**

かぎ
ケン

(17)

鍵

□ 鍵《かぎ》	Key	Chìa khóa
□ 合《あ》い鍵《かぎ》	Duplicate key	Chìa khóa sơ cua, chìa khóa dự phòng
□ 内鍵《うちかぎ》	Internal lock	Ổ khóa ở phía trong
□ 鍵盤《けんばん》	Keyboard	Bàn phím

事務所《じむしょ》の鍵《かぎ》は、施設長《しせつちょう》が管理《かんり》している。
The key of the office is managed by the facility director.
Chìa khóa văn phòng do giám đốc cơ sở quản lý.

□ **錠**

ジョウ

(16)

錠

□ 施錠《せじょう》	Locking	Việc khóa cửa
□ 解錠《かいじょう》	Unlocking	Việc mở khóa
□ 錠剤《じょうざい》	Tablet	Thuốc dạng viên

休診日《きゅうしんび》は、病院《びょういん》の正面玄関《しょうめんげんかん》を終日《しゅうじつ》施錠《せじょう》している。
The main entrance of the hospital is locked all day on no-consultation days.
Cửa chính bệnh viện sẽ được khóa cả ngày trong những ngày bệnh viện nghỉ khám.

□ 届 とど－ける とど－く (8)

□	届《とど》く／届《とど》ける	Reach/ Deliver, Send	được gửi tới /Gửi đi, chuyển đi
□	行《い》き届《とど》く	Be scrupulous, Be attentive	Cẩn thận, kỹ lưỡng
□	外出届《がいしゅつとどけ》	Going out (of the facility, the office, etc.) report	Phiếu đăng ký ra ngoài
□	欠勤届《けっきんとどけ》	Absence report	Phiếu đăng ký nghỉ (không lương)

入居者《にゅうきょしゃ》が長時間《ちょうじかん》外出《がいしゅつ》するときは、事前《じぜん》に外出届《がいしゅつとどけ》の提出《ていしゅつ》が必要《ひつよう》だ。

When residents go out for a long time, they have to submit a report beforehand.

Nếu người ở nội trú trong cơ sở muốn ra ngoài trong thời gian dài, phải nộp trước phiếu đăng ký ra ngoài.

□ 印 しるし イン (6)

□	矢印《やじるし》	Arrow	Mũi tên
□	印鑑《いんかん》	Seal	Con dấu
□	*捺印《なついん》	Putting one's seal on	Việc đóng dấu
□	第一印象《だいいちいんしょう》	First impression	Ấn tượng đầu tiên

「恐《おそ》れ入《い》りますが、こちらに記名《きめい》と押印《おういん》をお願《ねが》いします。」

“Could you sign and put your seal here?”

"Xin lỗi, phiền anh (chị) ghi tên và đóng dấu vào đây giúp tôi."

□ 欄 ラン (20)

□	テレビ欄《らん》	TV schedule in the newspaper	Cột giới thiệu chương trình ti vi trên báo chí
□	記入欄《きにゅうらん》	Entry column	Cột điền thông tin
□	空欄《くうらん》	Blank (space, column)	Cột để trống
□	欄外《らんがい》	Margin	Lề giấy (ngoài vùng được in)

医師記入欄《いしきにゅうらん》には、患者《かんじゃ》さんは何《なに》も記載《きさい》しなくてよい。

Patients don’t need to enter anything in the doctor’s column.

Trong cột ghi chú dành cho bác sỹ, người bệnh không cần điền gì cả.

□ 署 ショ (13)

□	署名《しょめい》	Signature	Việc ký tên
□	自署《じしょ》	Personal signature, Signing one's name	Việc chính chủ ký tên
□	警察署《けいさつしょ》	Police station	Sở/phòng cảnh sát
□	消防署《しょうぼうしょ》	Fire department	Trạm cứu hỏa, trạm phòng cháy chữa cháy

手術《しゅじゅつ》に関《かん》する説明後《せつめいご》、同意書《どういしょ》に患者《かんじゃ》さんとご家族《かぞく》の署名《しょめい》をいただく。

We have patients and their family sign a consent form after explanation of surgery.

Sau khi giải thích về cuộc phẫu thuật, tôi để bệnh nhân và người nhà bệnh nhân ký tên vào văn bản đồng ý.

□ 申

もう－す
シン

(5)

□ 申《もう》し出《で》る	Offer	Đệ trình, đề nghị, ngỏ ý
□ 申《もう》し送《おく》り	Handover message	Việc bàn giao, giao ca
□ 申《もう》し訳《わけ》ありません	I am (We are) very sorry.	Xin lỗi (cách nói lịch sự)
□ 申告《しんこく》	Declaration	Sự trình báo, khai báo, thông báo

「何《なに》か困《こま》ったことがあった場合《ばあい》は、申《もう》し出《で》てください。」
"If you have any problems, please tell us."
"Nếu có điều gì khó khăn, vướng mắc, bạn hãy thông báo với tôi."

□ 込

こ－む
こ－める

(5)

□ 心《こころ》を込《こ》める	Do wholeheartedly	Bằng cả tấm lòng
□ 落《お》ち込《こ》む	Feel down, Get depressed	Buồn bã, suy sụp
□ 振込口座《ふりこみこうざ》	Transfer account	Tài khoản chuyển khoản
□ 申込書《もうしこみしょ》	Application	Đơn đăng ký

介護技術研修《かいごぎじゅつけんしゅう》に関《かん》するセミナーの申込書《もうしこみしょ》を提出《ていしゅつ》した。
I submitted an application for a seminar regarding care technique training.
Tôi đã nộp đăng ký tham gia hội thảo về khóa đào tạo kỹ thuật chăm sóc.

□ 普

フ

(12)

□ 普通食《ふつうしょく》	Ordinary diet	Bữa ăn thông thường
□ 普及《ふきゅう》	Prevalence, Spread	Sự phổ biến
□ 普通口座《ふつうこうざ》	Savings account	Tài khoản gửi tiền thông thường

毎月《まいつき》の給与《きゅうよ》は、従業員本人《じゅうぎょういんほんにん》の普通口座《ふつうこうざ》に振《ふ》り込《こ》まれる。
Monthly salary is transferred to the savings account of each employee under his/her name.
Tiền lương hàng tháng được chuyển khoản cho nhân viên vào tài khoản gửi tiền thông thường của chính chủ.

□ 請

こ－う
う－ける
セイ

(15)

□ 請《う》け負《お》う	Undertake	Đảm nhận, nhận thầu
□ 申請書《しんせいしょ》	Application form	Đơn xin, đơn đề nghị
□ 請求書《せいきゅうしょ》	Bill, Invoice	Phiếu yêu cầu thanh toán
□ 自粛要請《じしゅくようせい》	Request to refrain (from)	Yêu cầu hạn chế (lời nói, hành động)

請求書《せいきゅうしょ》や領収書《りょうしゅうしょ》は紛失《ふんしつ》しないように気《き》をつける。
I keep in mind not to lose bills and receipts.
Chú ý không làm mất phiếu yêu cầu thanh toán và hóa đơn thanh toán.

□ **承** うけたまわ-る ショウ (8)

□ 承《うけたまわ》る	Hear, Receive (an order), Take (a reservation)	Tiếp nhận (khiêm nhường ngữ)
□ 承知《しょうち》する	Agree	Hiểu rõ, nắm rõ
□ 承認《しょうにん》	Approval	Sự công nhận, sự chấp thuận
□ 承諾書《しょうだくしょ》	Letter of acceptance	Thư/Đơn chấp thuận

有給休暇《ゆうきゅうきゅうか》を取《と》る場合《ばあい》は、事前《じぜん》に上司《じょうし》の承認《しょうにん》を得《え》る。
When I take a paid vacation, I get approval from my boss beforehand.
Khi muốn nghỉ phép, phải nhận được sự đồng ý trước từ cấp trên.

□ **属** ゾク (12)

□ 属《ぞく》する	Belong	Thuộc về
□ 金属《きんぞく》	Metal	Kim loại
□ 金属《きんぞく》アレルギー	Metal allergy	Dị ứng kim loại
□ 所属《しょぞく》	Affiliation	Sự thuộc về, sự nằm trong (tổ chức, bộ phận v.v.)

来週《らいしゅう》から所属部署《しょぞくぶしょ》でＯＪＴ《オージェーティー》が始《はじ》まる。
From next week, I will have OJT (on-the-job training) in the department I belong to.
Từ tuần sau, tôi sẽ bắt đầu tham gia đào tạo tại bộ phận của mình.

□ **契** ちぎ-る ケイ (9)

□ 契約《けいやく》	Contract	Hợp đồng
□ 契約書《けいやくしょ》	Contract	Bản hợp đồng
□ 契機《けいき》	Chance, Opportunity	Động cơ, thời cơ, cơ hội

祖父《そふ》の介護施設入所《かいごしせつにゅうしょ》にあたって、契約《けいやく》に必要《ひつよう》な書類《しょるい》を準備《じゅんび》した。
I prepared documents necessary for a contract before my grandfather was admitted into a nursing-care facility.
Tôi đã chuẩn bị hồ sơ cần thiết cho hợp đồng để ông tôi có thể vào ở nội trú tại cơ sở chăm sóc.

□ **証** ショウ (12)

□ 身分証明書《みぶんしょうめいしょ》	ID	Các loại giấy tờ tùy thân (như chứng minh thư, thẻ căn cước v.v.)
□ 運転免許証《うんてんめんきょしょう》	Driver's license	Giấy phép lái xe
□ 接種証明《せっしゅしょうめい》	Proof of vaccination	Chúng nhận tiêm phòng
□ 暗証番号《あんしょうばんごう》	Passcode	Mật khẩu, password

このドアは暗証番号《あんしょうばんごう》を押《お》すことで、施錠《せじょう》も解錠《かいじょう》もできる。
This door can be both locked and unlocked by entering the passcode.
Bằng việc nhập mật khẩu, cánh cửa này sẽ tự động đóng, mở.

□ 源

みなもと
ゲン

(13)

□ 電源《でんげん》	Power supply	Nguồn điện
□ 資源《しげん》	Resource	Tài nguyên
□ 財源《ざいげん》	Financial resource	Nguồn tài chính
□ 感染源《かんせんげん》	Infection source	Nguồn lây nhiễm

病原体《びょうげんたい》に感染《かんせん》した人《ひと》・動物《どうぶつ》・昆虫《こんちゅう》や、病原体《びょうげんたい》で汚染《おせん》された物《もの》や食品《しょくひん》が感染源《かんせんげん》となる。
Human beings, animals, and insects infected by pathogens as well as items and food polluted by pathogens will be infection sources.
Người/ động vật/ côn trùng đã bị lây nhiễm nguồn bệnh, hay đồ vật/ thực phẩm bị làm bẩn bởi nguồn bệnh, sẽ trở thành nguồn lây.

□ 票

ヒョウ

(11)

□ 問診票《もんしんひょう》	Medical interview sheet	Phiếu điều tra tiền sử bệnh
□ 予診票《よしんひょう》	Pre-vaccination screening questionnaire	Phiếu điều tra tình hình sức khỏe trước khi tiêm phòng
□ 伝票《でんぴょう》	Slip (sales, debit)	Phiếu (phiếu đặt hàng, phiếu chuyển khoản, phiếu doanh thu v.v.)
□ 投票《とうひょう》	Vote	Sự bỏ phiếu

「初診《しょしん》の方《かた》は、問診票《もんしんひょう》を書《か》いてください。」
"If this is your first visit, please fill out a medical interview sheet."
"Xin mời những ai lần đầu khám tại đây điền vào phiếu điều tra tiền sử bệnh."

□ 賃

チン

(13)

□ 家賃《やちん》	House rent	Tiền thuê nhà
□ 賃金《ちんぎん》	Wage	Tiền lương cho nhân công
□ 運賃《うんちん》	Fare	Chi phí vận chuyển (người và hàng hóa)
□ 高齢者《こうれいしゃ》向《む》け優良賃貸住宅《ゆうりょうちんたいじゅうたく》	Elderly subsidized housing	Khu nhà cho thuê chất lượng cao dành cho người cao tuổi

この会社《かいしゃ》は福利厚生《ふくりこうせい》の一《ひと》つに家賃補助《やちんほじょ》がある。
One of the benefits package of this company is rent subsidy.
Nghe nói công ty này có hỗ trợ tiền nhà như một chế độ nằm trong phúc lợi người lao động.

□ 覧

ラン

(17)

□ ご覧《らん》になる	See	Nhìn, đọc (tôn kính ngữ)
□ 回覧《かいらん》	Circular (memo, bulletin, etc.)	Chuyền tay để xem
□ 一覧表《いちらんひょう》	List	Danh sách

健康診断《けんこうしんだん》のお知《し》らせを社内《しゃない》で回覧《かいらん》した。
I circulated the checkup notification in the office.
Tôi đã chuyền tay thông báo khám sức khỏe cho mọi người trong công ty.

復習《ふくしゅう》

【1】＿＿＿＿の読《よ》み方《かた》を書《か》きましょう。

例《れい》）新《あたら》しい機器《きき》の取扱説明書《せつめいしょ》を読《よ》んだ。

1. 患者《かんじゃ》さんとご家族《かぞく》に署名をいただいた。

2. ピアノの鍵盤《ばん》をアルコールで消毒《しょうどく》した。

3. 正面玄関《しょうめんげんかん》の解錠の仕方《しかた》を教《おし》えてもらった。

4. 祖父《そふ》は友人《ゆうじん》から年賀状《ねんがじょう》が届いて嬉《うれ》しそうだった。

5. 「そこの空欄には何《なに》も書《か》かなくてもいいですよ。」

6. ワクチンの接種《せっしゅ》証明書を失《な》くさないようにする。

7. 「明日《あす》、印鑑《かん》を持《も》ってきてください。」

8. 「振込口座がわかるものをご提示《ていじ》ください。」

9. 病院《びょういん》行《い》き循環《じゅんかん》バスの運賃は100円《えん》だ。

10. 弊社《へいしゃ》ではアーク総合病院《そうごうびょういん》の調理《ちょうり》を請け負っている。

11. 上司《じょうし》から決済《けっさい》の承認を得《え》た。

12. 消耗品《しょうもうひん》の一覧表を見《み》て、在庫《ざいこ》チェックを行《おこな》った。

例《れい》	とりあつかい
1	
2	
3	
4	
5	
6	
7	
8	
9	
10	
11	
12	

【2】________を漢字《かんじ》で書《か》きましょう。

例《れい》）夜間《やかん》は玄関《げんかん》をせじょうしている。

1. この施設《しせつ》では、毎日《まいにち》ラジオたいそうを行《おこな》っている。

2. 「こちらのやじるしに沿《そ》って、並《なら》んでください。」

3. 夜勤《やきん》から日勤《にっきん》へのもうしおくりを行《おこな》う。

4. 高橋《たかはし》さんはふつうしょくから刻《きざ》み食《しょく》に変更《へんこう》になった。

5. 事務所《じむしょ》のかぎを失《な》くさないように管理《かんり》する。

6. アーク総合病院《そうごうびょういん》の近《ちか》くに、しょうぼうしょがある。

7. 「休暇《きゅうか》のしんせいしょはどこにありますか。」

8. きんぞくアレルギーが原因《げんいん》で、手首《てくび》に湿疹《しっしん》が出《で》た。

9. 「こちらのけいやくしょの内容《ないよう》をご確認《かくにん》ください。」

10. 予防接種《よぼうせっしゅ》の前《まえ》には、よしんひょうに記入《きにゅう》する。

11. 医療用《いりょうよう》でんげんタップは強度《きょうど》が高《たか》い。

12. 心《こころ》をこめて利用者《りようしゃ》さんに接《せっ》することが大切《たいせつ》だ。

例《れい》	施錠
1	
2	
3	
4	
5	
6	
7	
8	
9	
10	
11	
12	

19・20章《しょう》　クイズ

【1】AとBを組《く》み合《あ》わせて、文《ぶん》に合《あ》う一《ひと》つの漢字《かんじ》を作《つく》りましょう。Aは2回《かい》以《い》上《じょう》使《つか》ってもいいです。

A	B
言	亡
扌	~~矢~~
忄	建
~~谷~~	及
木	羊
金	平
	正

例《れい》）今朝《けさ》、山田《やまだ》さんは食《しょく》＿欲＿がないと言《い》っていた。

① 先月《せんげつ》から患者数《かんじゃすう》が増《ふ》えたため、業務《ぎょうむ》に追《お》われてとても＿＿＿＿しい。

② フンさんは明《あか》るくて元気《げんき》で、利用者《りようしゃ》さんから＿＿＿＿判《ばん》がいい。

③「すみません。その症例《しょうれい》について＿＿＿＿しく教《おし》えていただけますか。」

④ ＿＿＿＿盤《ばん》ハーモニカやカスタネットを使《つか》って、演奏会《えんそうかい》をした。

⑤「そこのドアは暗《あん》＿＿＿＿番号《ばんごう》を押《お》すと開《あ》きます。」

⑥ 最新機器《さいしんきき》を取《と》り＿＿＿＿う際《さい》には、説明書《せつめいしょ》をよく読《よ》むようにする。

【2】□から選《えら》んで、漢字《かんじ》を書《か》きましょう。また、(　　)にことばの読《よ》み方《かた》も書《か》きましょう。

申	錠	票	週	囲	周	刻

① 歯《は》ぐきや歯《は》を支《ささ》える骨《ほね》が溶《と》けてしまう病気《びょうき》　　歯□病　(　　　　)

② 具材《ぐざい》を小《ちい》さく切《き》って食《た》べやすいサイズにした食事《しょくじ》　　□み食　(　　　　)

③ 黒《くろ》と白《しろ》の石《いし》を交互《こうご》に打《う》つゲーム　　□碁　(　　　　)

④ 診察《しんさつ》を受《う》ける前《まえ》に、体《からだ》の状態《じょうたい》を書《か》く紙《かみ》　　問診□　(　　　　)

⑤ 次《つぎ》の担当《たんとう》の人《ひと》に、情報《じょうほう》を伝《つた》えること　　□し送り　(　　　　)

⑥ 平《ひら》たくて、丸《まる》い形《かたち》の薬《くすり》　　□剤　(　　　　)

【3】ＡＲＣ総合病院《エーアールシーそうごうびょういん》の看護師長《かんごしちょう》と総務《そうむ》スタッフが話《はな》しています。
①～⑳の漢字《かんじ》と読《よ》み方《かた》を書《か》きましょう。

看護師長《かんごしちょう》の佐藤《さとう》です。この課《か》では私《わたし》が①責任者です。

ＡＲＣ総合病院《エーアールシーそうごうびょういん》では医師《いし》、看護師《かんごし》だけでなく、たくさんの②従業員がいます。

スタッフとすれ違《ちが》ったら挨拶《あいさつ》を忘《わす》れずに、③まわりをよく見《み》て行動《こうどう》しましょう。

④丁寧な言葉遣《ことばづか》いも大切《たいせつ》ですよ。

出勤《しゅっきん》したら必《かなら》ず毎日《まいにち》⑤名簿をみて、担当患者《たんとうかんじゃ》さんのお名前《なまえ》を確認《かくにん》してください。

それから、患者《かんじゃ》さんの情報《じょうほう》については⑥守秘義務があることを忘《わす》れないでくださいね。

最初《さいしょ》のうちは⑦なれないことも多《おお》いと思《おも》います。

⑧なやみがあったらいつでも相談《そうだん》してくださいね。

①	②	③	④
⑤	⑥	⑦	⑧

総務《そうむ》の小川《おがわ》です。よろしくお願《ねが》いします。

こちらが⑨雇用⑩契約書です。内容《ないよう》を確認《かくにん》の上《うえ》、⑪ご署名と⑫ご捺印をお願《ねが》いします。

それから、就業《しゅうぎょう》⑬規則も配布《はいふ》します。⑭詳細は後《のち》ほどご説明《せつめい》しますね。

あと、毎日《まいにち》、タイムカードの⑮だこくを忘《わす》れないでくださいね。

⑯にっきん、⑰やきんなど日《ひ》によって出社時間《しゅっしゃじかん》が異《こと》なりますから、⑱ちこくしないようにしましょう。

長期休暇《ちょうききゅうか》を取《と》る際《さい》は、事前《じぜん》に上司《じょうし》に⑲申請して⑳承認を得《え》るようにお願《ねが》いします。

⑨	⑩	⑪	⑫
⑬	⑭	⑮	⑯
⑰	⑱	⑲	⑳

COLUMN　知《し》っトク　疾患《しっかん》

体《からだ》の部位《ぶい》ごとに疾患名《しっかんめい》を覚《おぼ》えましょう。

脳《のう》	くも膜下出血《まっかしゅっけつ》、脳内出血《のうないしゅっけつ》、脳梗塞《のうこうそく》、一過性脳虚血発作《いっかせいのうきょけつほっさ》
目《め》	緑内障《りょくないしょう》、白内障《はくないしょう》
耳《みみ》	老人性難聴《ろうじんせいなんちょう》
心臓《しんぞう》	心不全《しんふぜん》、心筋症《しんきんしょう》、心筋梗塞《しんきんこうそく》、心臓弁膜症《しんぞうべんまくしょう》、不整脈《ふせいみゃく》、狭心症《きょうしんしょう》
肝臓《かんぞう》	肝炎《かんえん》、肝硬変《かんこうへん》
肺《はい》	肺炎《はいえん》、慢性閉塞性肺疾患《まんせいへいそくせいはいしっかん》、誤嚥性肺炎《ごえんせいはいえん》、肺気腫《はいきしゅ》、肺結核《はいけっかく》
腸《ちょう》	感染性胃腸炎《かんせんせいいちょうえん》、腸閉塞《ちょうへいそく》、胃十二指腸潰瘍《いじゅうにしちょうかいよう》、虚血性大腸炎《きょけつせいだいちょうえん》
骨《ほね》・関節《かんせつ》	骨折《こっせつ》、骨粗鬆症《こつそそうしょう》、変形性膝関節症《へんけいせいしつかんせつしょう》、関節《かんせつ》リウマチ
皮膚《ひふ》	褥瘡《じょくそう》、疥癬《かいせん》、白癬《はくせん》（足白癬《あしはくせん》…水虫《みずむし》）、乾癬《かんせん》

がん（悪性腫瘍《あくせいしゅよう》）	食道《しょくどう》がん、胃《い》がん、大腸《だいちょう》がん、肝臓《かんぞう》がん、胆《たん》のうがん・胆管《たんかん》がん、 すい臓《ぞう》がん、肺《はい》がん、前立腺《ぜんりつせん》がん、甲状腺《こうじょうせん》がん、乳《にゅう》がん、子宮《しきゅう》がん、 卵巣《らんそう》がん、骨肉腫《こつにくしゅ》 悪性《あくせい》リンパ腫《しゅ》、白血病《はっけつびょう》など

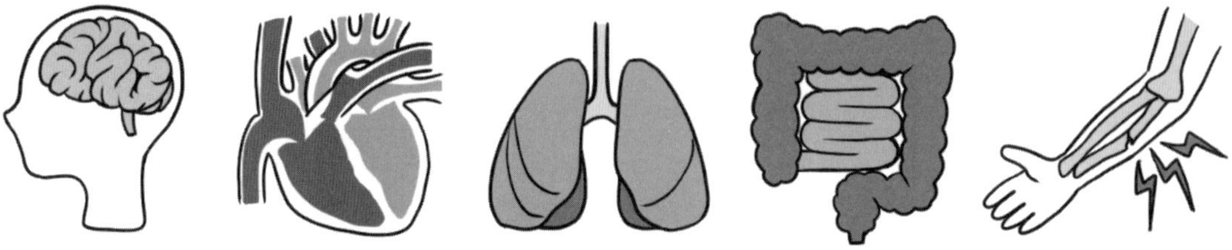

COLUMN 知《し》っトク　症状《しょうじょう》

「痛・炎・症・病・発」は、症状《しょうじょう》を表《あらわ》すときによく使《つか》われる漢字《かんじ》です。

○○痛《つう》

頭痛《ずつう》　筋肉痛《きんにくつう》　関節痛《かんせつつう》　咽頭痛《いんとうつう》

歯痛《しつう》　腹痛《ふくつう》　腰痛《ようつう》　胃痛《いつう》

疼痛《とうつう》　鈍痛《どんつう》　激痛《げきつう》

○○炎《えん》

鼻炎《びえん》　中耳炎《ちゅうじえん》　口内炎《こうないえん》　歯肉炎《しにくえん》

胃炎《いえん》　皮膚炎《ひふえん》　結膜炎《けつまくえん》　胃腸炎《いちょうえん》

肝炎《かんえん》　腱鞘炎《けんしょうえん》　腹膜炎《ふくまくえん》　膀胱炎《ぼうこうえん》

脳炎《のうえん》　乳腺炎《にゅうせんえん》

○○症《しょう》

花粉症《かふんしょう》　過食症《かしょくしょう》　拒食症《きょしょくしょう》　認知症《にんちしょう》

失語症《しつごしょう》　蓄膿症《ちくのうしょう》　不眠症《ふみんしょう》　夜尿症《やにょうしょう》

熱中症《ねっちゅうしょう》　神経症《しんけいしょう》　円形脱毛症《えんけいだつもうしょう》

自閉症《じへいしょう》　尿路感染症《にょうろかんせんしょう》

○○病《びょう》

糖尿病《とうにょうびょう》　手足口病《てあしくちびょう》　歯周病《ししゅうびょう》

うつ病《びょう》　生活習慣病《せいかつしゅうかんびょう》

パーキンソン病《びょう》　バセドウ病《びょう》

アルツハイマー病《びょう》

発《はつ/はっ/ほっ》～／～発《はつ》

発熱《はつねつ》　発汗《はっかん》　発疹《ほっしん》　発赤《ほっせき》

発生《はっせい》　発現《はつげん》　再発《さいはつ》　併発《へいはつ》

その他《ほか》

風邪《かぜ》　肩《かた》こり　便秘《べんぴ》　食中毒《しょくちゅうどく》

冷《ひ》え性《しょう》　痛風《つうふう》　湿疹《しっしん》　高血圧《こうけつあつ》

解《かい》答《とう》

1章　施設・病院の職種

P.20 ふくしゅう

【1】1. りようしゃ 2. じょうし 3. どうりょう 4. ちょうざい 5. いりょう 6. じこ 7. ふたん 8. たね 9. くんれん 10. つとまる 11. しえん 12. なんちょう

【2】1. 福祉 2. 施設 3. 職業 4. 仕事 5. 介護士 6. 医務室 7. 看護師 8. 種類 9. 後輩 10. 担当 11. 聴力 12. 療法

2章　フロアマップ

P.28 ふくしゅう

【1】1. げんかん 2. いま 3. きっさてん 4. とびら 5. ろうか 6. つうろ 7. あみど 8. にりん 9. きかいよく 10. どうそうかい 11. ともばたらき 12. とこずれ

【2】1. 入居者 2. 庭 3. 食堂 4. 倉庫 5. 窓 6. 駐車 7. 輪 8. 起床 9. 変更 10. 席 11. 煙 12. 公共

P.30 クイズ

【1】①看護　②療法　③聴覚　④剤　⑤福祉

【2】①廊　②居　③更　④玄　⑤駐車　⑥事務　⑦堂　⑧庭

【3】①窓　②冷蔵庫　③床　④輪歩行　⑤禁煙

【4】①ふくし　②しょくぎょう　③しごと　④せんぱい　⑤どうりょう　⑥りようしゃ　⑦たしゅ　⑧たんとう　⑨しえん

3章　体①

P.38 ふくしゅう

【1】1. ひたい 2. まゆげ 3. ほお 4. いんとう 5. あご 6. つまさき 7. ひじ 8. きょうぶ 9. せおって 10. ようつう 11. ひざ 12. ひふか

【2】1. 唇 2. 舌 3. 喉 4. 肩こり 5. 脇 6. 腕 7. 胸焼け 8. 背中 9. 腰 10. 尻もち 11. 爪切り 12. 両手

4章　体②

P.46 ふくしゅう

【1】1. ふせいみゃく 2. しんぱくすう 3. こっせつ 4. あっぱく 5. くびすじ 6. あぶらっこい 7. にゅうせん 8. じんぞうびょう 9. かんえん 10. あし 11. かし 12. おせち

【2】1. 血圧 2. 視力 3. 骨 4. 筋力 5. 脂肪 6. 脳卒中 7. 胃腸薬 8. 心肺 9. 脈拍 10. 心臓 11. 関節 12. 点眼薬

P.48 クイズ

【1】①額　②眉（毛）　③頬　④唇

【2】①肩　②脇　③腕　④胸　⑤膝　⑥背（中）　⑦腰　⑧（お）尻　⑨肘　⑩肺 ⑪心臓　⑫胃　⑬大腸　⑭小腸　⑮筋肉　⑯骨　⑰関節

【3】①c ②f ③d ④a ⑤i ⑥h ⑦e ⑧g

【4】田中さん…E　山本さん…A　中村さん…C　佐藤さん…D

①こつそしょうしょう　②きゃくりょく　③両足　④ひふ　⑤ぜっか　⑥爪

⑦がくかんせつ　⑧喉　⑨じびいんこうか　⑩いんとう

5章　食事・献立

P.58 ふくしゅう

【1】1. とんカツ 2. にわとり 3. やきいも 4. かいそう 5. かじゅう 6. めんるい 7. おかゆ 8. かんみりょう 9. のうこう 10. まめつぶ 11. とうふ 12. つけもの

【2】1. 薄めて 2. 汁 3. 牛丼 4. 血糖値 5. 甘い 6. 濃い 7. 豚肉 8. 渋くて 9. 辛い 10. 酢の物 11. 日本製 12. 裏口

6章　食事介助

P.66 ふくしゅう

【1】1. えいよう 2. からあげ 3. はし 4. しゃふつ 5. けんこう 6. いろどって 7. はいぜん 8. となり 9. ごえん 10. へんしょく 11. しっかん 12. そまつ

【2】1. 炒め 2. 静養 3. 献身的 4. 患者 5. 盛り付ける 6. 炊いた 7. 煮て 8. 揚げ物 9. 摂取 10. 誤って 11. 偏った 12. 召し上がります

P.68 クイズ

【1】①いも　②砂糖　③めんぼう　④粒　⑤うらごし

【2】①接➡摂　②編➡偏　③炒➡炊　④採➡彩　⑤善➡膳　⑥陽➡揚　⑦制➡製

【3】①豚汁　②前煮　③素麺　④南、漬

【4】①こんだて　②うなどん　③とうふ　④薄い　⑤塩辛い　⑥すのもの　⑦甘い　⑧おしるこ
⑨しぶめ　⑩濃い　⑪健康　⑫ななくさがゆ

7章　体位変換・移動の介助

P.76 ふくしゅう

【1】1. まくら 2. こしかけて 3. つえ 4. はあく 5. しょうがいぶつ 6. すりむいた 7. いざい 8. だんさ 9. まさつ 10. いれかえる 11. ふむ 12. ふくがい

【2】1. 仰向け 2. 掛ける 3. 片づけ 4. 腹痛 5. 握力 6. 触れる 7. 転換 8. 姿勢 9. 末端 10. 踏み外して 11. 日差し 12. 傾いて

8章　衣類着脱の介助

P.84 ふくしゅう

【1】1. ふくそう 2. ちゅうか 3. せいり 4. そで 5. すそ 6. だっすい 7. えりもと 8. はきもの 9. むらさきいろ 10. はながら 11. ゆるめる 12. しめつけ

【2】1. 鏡 2. 靴下 3. 帽 4. 衣替え 5. 脱げて 6. 上履き 7. 裁縫 8. 紫外線 9. 華やか 10. 涼しく 11. 整えて 12. 巻いて

P.86 クイズ

【1】①e　②c　③b　④f　⑤d

【2】①替（きがえましょう）　②整（ととのえて）　③脱（ぬいで）　④触（さわる）　⑤緩（ゆるく）
⑥巻（まいた）

【3】①襟　②袖　③紐　④裾　⑤靴下　⑥帽子　⑦姿見

【4】①たんざい　②かたまひ　③くつ　④履いて　⑤くるまいす　⑥ひじかけ　⑦握って
⑧段差　⑨ふんで　⑩傾かない　⑪杖　⑫しょうがいぶつ

9章　排泄の介助

P.96 ふくしゅう

【1】1. しんぱい 2. えんりょ 3. しゅうちしん 4. もらして 5. いんぶ 6. しびん 7. よごして 8. げり 9. おぶつ 10. まじって 11. こかんせつ 12. はいせつ

【2】1. 恥ずかしい 2. 配慮 3. 尿路 4. 敷いて 5. 軟らかい 6. 洗浄 7. 臭い 8. 軟便 9. 汚かった 10. 尿漏れ 11. 隠した 12. 硬い

10章　身体清潔の介助

P. 104 ふくしゅう

【1】1. しっしん 2. せいけつ 3. しらが 4. かんそう 5. はだぎ 6. どんつう 7. せいしき 8. こうしゅく 9. そうかいかん 10. しゅうしゅく 11. ふしゅ 12. むし

【2】1. 保湿 2. 髪 3. 浴槽 4. 地肌 5. 蒸し暑くて 6. 腫れて 7. お風呂 8. 沸かして 9. 傷口 10. 異常 11. 荒れない 12. 溺れる

P. 106 クイズ

【1】①腫（はれて）②沸（わかして）③溺（おぼれる）④配（くばった）⑤漏（もれて）⑥乾（かわかす）⑦荒（あれない）⑧浮（うかべて）

【2】①異　②髪　③臭　④傷　⑤縮

【3】①尿瓶（しびん）②汚（おぶついれ）③槽（よくそう）④浄（おんすいせんじょうべんざ）⑤肌（はだぎ）

【4】①はいせつ　②にょうもれ　③敷いて　④しゅうちしん　⑤はいりょ　⑥こうもん　⑦拭いた　⑧なんべん　⑨こうべん　⑩混じって　⑪汚して　⑫せいけつな

11章　介護士・看護師の行動

P. 114 ふくしゅう

【1】1. せいげん 2. とこう 3. てんかぶつ 4. そうじき 5. きょうちょうせい 6. ゆうどう 7. きゅうけい 8. かしつ 9. りょうかい 10. そんざい 11. よきん 12. じょうちょてき

【2】1. 現在 2. 誘った 3. 反応 4. 戻りたい 5. 終了 6. 内緒 7. 制度 8. 改善 9. 渡る 10. 期限 11. 指導 12. お互い

12章　イベント・娯楽

P. 122 ふくしゅう

【1】1. しゅみ 2. おせいぼ 3. さくらもち 4. げきやく 5. おぼん 6. おけしょう 7. かって 8. ごらく 9. ちった 10. ぞうきん 11. ねこぜ 12. そうしょく

【2】1. 咲いて 2. 散歩 3. 下旬 4. 踊ったり 5. お菓子 6. 複雑 7. 飼育 8. 日誌 9. 飾り 10. 梅雨 11. 歳 12. 手遊び

P. 124 クイズ

【1】①粧　②梅　③誌　④改　⑤娯

【2】①せいふく　②対応　③ひるきゅうけい　④ゆうどう　⑤終了　⑥ざつだん　⑦預けた　⑧かいねこ　⑨つきそって　⑩さくら　⑪戻らない　⑫すごして　⑬わたした　⑭散る

【３】①応（はんのう） ②存（ざんぞん） ③過（かこきゅう） ④制（せいさんざい）

⑤緒（じょうちょ）⑥善（ぜんだま） ⑦劇（げきしょう） ⑧導（どうにょう）

【４】①お誕生日 ②かざらない ③ようがし ④踊り ⑤一緒 ⑥さそって ⑦協力

⑧りょうかい

13章 利用者・患者とのコミュニケーション

P. 134 ふくしゅう

【１】1. まねいて 2. はげまされた 3. いあん 4. そんけい 5. あいさつ 6. ほめた 7. おむこさん

8. ぎじ 9. やっき 10. あやまった 11. じょうちょうな 12. むちゅう

【２】1. 違和感 2. 孫 3. 花嫁 4. 感謝 5. 似て 6. 頼り 7. 違う 8. 祖父 9. 夢 10. 招待

11. 家族構成 12. 黙って

14章 利用者・患者の感情

P. 142 ふくしゅう

【１】1. きどあいらく 2. いしゅく 3. しゅうねん 4. めいそうしんけい 5. おだやかな

6. きょうしゅく 7. ふんき 8. なえて 9. ゆううつな 10. しっと 11. かんげいかい

12. せっぱくせい

【２】1. 怖い 2. 迷った 3. 緊張 4. 依頼 5. 慌ただしい 6. 不穏 7. 歓談 8. 圧迫 9. 驚いた

10. 恐れ入ります 11. 寂しそうな 12. 興奮

P. 144 クイズ

【１】① e) かんしゃ ② b) あやま ③ i) あいさつ ④ g) ほ ⑤ d) いらい ⑥ h) まよ

⑦ j) きんちょう ⑧ f) はげ ⑨ a) だま

【２】①寂しい ②驚く ③怖い ④嫉妬する ⑤興奮する ⑥慌てる

【３】①張（かくちょうき） ②謝（たいしゃ） ③萎（きんいしゅく） ④構（こうおん）

⑤依（いぞんしょう） ⑥迷（めいそう） ⑦迫（あっぱく） ⑧穏（ふおん）

【４】Ｑ１ 入院患者：Ａ 患者の孫：Ｃ 患者の嫁：Ｂ 売店の定員：Ｄ

Ｑ２ 売店

Ｑ３ ①まご ②よめ ③おだやか ④似ている ⑤祖母 ⑥じょうだん

⑦なぐさめました ⑧違う ⑨頼もしく

15章　日誌・記録

P.152 ふくしゅう

【1】1. かわく 2. しゅそ 3. りしょう 4. いやだ 5. こくさい 6. さわがしい 7. じっきょう
8. とちゅう 9. ひろう 10. しゅうしん 11. ぎし 12. たいど

【2】1. 勧めた 2. 離した 3. 状態 4. 消灯 5. 際 6. 眠れなかった 7. 不快感 8. 状況
9. 増えた 10. 完全 11. 嫌い 12. 疲れやすい

16章　診察

P.160 ふくしゅう

【1】1. みて 2. しいん 3. だぼく 4. きゅうし 5. のうざしょう 6. しょうこうぐん
7. きょうしんしょう 8. とけつ 9. ぜんもう 10. ちっそ 11. しゅよう 12. さっする

【2】1. 診察 2. 往復 3. 原因 4. 炎症 5. 消毒 6. 吐いて 7. 睡眠 8. 乾燥 9. 記憶
10. 叫ぶ 11. 脱臼 12. 狭く

P.162 クイズ

【1】①毒　②炎　③吐　④渇　⑤減塩

【2】①陽➡瘍　②操➡燥　③余➡途　④侠➡狭　⑤進➡勧　⑥熊➡態

【3】①a　②e　③c ④b

【4】①じょうきょう　②消灯　③うったえ　④疲れて　⑤しゅうしん　⑥受診　⑦だぼく
⑧際　⑨きらい　⑩ぎし　⑪完食　⑫みて

17章　医療

P.172 ふくしゅう

【1】1. れんけい 2. とった 3. てきか 4. ぎこうし 5. ばんそうこう 6. ぶんせき
7. かんきょう 8. しょほうせん 9. ばっし 10. めっきん 11. よめい 12. さんそ

【2】1. 注射 2. 技術 3. 携わりたい 4. 透析 5. 循環 6. 訪ねた 7. 抜く 8. 命
9. 飽きっぽい 10. 訪問 11. 創作 12. 処理

18章　災害

P.180 ふくしゅう

【1】1. らいう 2. くずれない 3. えし 4. つなみ 5. よぼうせっしゅ 6. ふねん
7. ちくのうしょう 8. しげきぶつ 9. のうしんとう 10. えんかつな 11. しんじゅん
12. ひなんくんれん

【2】1. 嵐 2. 潮風 3. 脳波 4. 防水 5. 準備 6. 火災 7. 横揺れ 8. 避けた 9. 滑らない
10. 浸して 11. 停電 12. 洪水

P. 182 クイズ

【1】①注射　②創　③雷　④抜歯　⑤防

【2】①蓄（ちくのうしょう）　②激（しげきぶつ）　③壊（えし）　④携（れんけい）　⑤処（しょほうせん）

【3】

祖	酸	素	医	生
点	滴	意	療	環
適	検	査	技	師
放	射	線	術	制
謝	血	点	採	血
寿	液	透	滅	金
命	循	析	菌	報
彩	環	境	整	備

【4】①ぼうさい　②ひなん　③じしん　④かさい　⑤しんすい　⑥はろう　⑦すべりどめ
⑧もえやすい　⑨びちく　⑩じゅんび　⑪そなえ　⑫どうよう

19章　職場での出来事

P. 190 ふくしゅう

【1】1. こよう 2. きそくただしい 3. ちょうぼ 4. ていねいな 5. おいご 6. じょうしょう 7. えいようか 8. しょうさい 9. きんむい 10. せいかつしゅうかんびょう 11. くのう 12. せきにんかん

【2】1. 勤めて 2. 刻み食 3. 囲んで 4. 悩み 5. 慣れた 6. 忙しかった 7. 詳しく 8. 物価 9. 評判 10. 従う 11. 責める 12. 便秘

20章　手続き・使い方

P. 198 ふくしゅう

【1】1. しょめい 2. けんばん 3. かいじょう 4. とどいて 5. くうらん 6. しょうめいしょ 7. いんかん 8. ふりこみこうざ 9. うんちん 10. うけおって 11. しょうにん 12. いちらんひょう

【2】1. 体操 2. 矢印 3. 申し送り 4. 普通食 5. 鍵 6. 消防署 7. 申請書 8. 金属 9. 契約書 10. 予診票 11. 電源 12. 込めて

P. 200 クイズ

【1】①忙　②評　③詳　④鍵　⑤証　⑥扱

【2】①周（ししゅうびょう）　②刻（きざみしょく）　③囲（いご）　④票（もんしんひょう）
⑤申（もうしおくり）　⑥錠（じょうざい）

【３】①せきにんしゃ　②じゅうぎょういん　③周り　④ていねいな　⑤めいぼ　⑥しゅひぎむ
⑦慣れない　⑧悩み　⑨こよう　⑩けいやくしょ　⑪ごしょめい　⑫ごなついん　⑬きそく
⑭しょうさい　⑮打刻　⑯日勤　⑰夜勤　⑱遅刻　⑲しんせい　⑳しょうにん

漢《かん》字《じ》索《さく》引《いん》

■あ

■い

■う

■え

■お

■か

■き

■く

■け

■こ

■さ

■し

■す

■せ

■そ

■た

■ち

■つ

■て

■と

■な

■に

■ぬ

■ね

■の

■は

■ひ

■ふ

■へ

■ほ

■ま

■み

■む

■め

■も

■や

語《ご》彙《い》索《さく》引《いん》

■う

■え

■お

■か

■き

■く

■け

■こ

■さ

■し

■す

■せ

■そ

■た

■ち

■つ

■に

■ぬ

■ね

■の

■は

■ひ

■ふ

■へ

■ほ

■ま

■み

■む

■め

■も

■や

■ゆ

■よ

■ら

■り

■れ

■ろ

■わ

介護・看護の漢字とことば

N１・N２レベル編

2023年8月30日　第1刷発行

編著者	アークアカデミー 遠藤 由美子　内村 浩子　本間 麻美 是永 晴香　永井 小夜　Trần Mai Hương
発行者	前田 俊秀
発行所	株式会社三修社 〒150-0001　東京都渋谷区神宮前 2-2-22 TEL　03-3405-4511　　FAX　03-3405-4522 振替　00190-9-72758 https://www.sanshusha.co.jp 編集担当　田中 由紀
編集協力	浅野 未華
デザイン	株式会社ブレイン
DTP	当麻 正子
印刷・製本	倉敷印刷株式会社